മനസ്സിന്റെ ഉള്ളറകൾ

manassinte ullarakal
(secrets of mind)

•

k v mathew

•

first edition
april 2019

•

typesetting & published
chintha publishers, thiruvananthapuram

•

cover
veeceeabhilash

വിതരണം

ദേശാഭിമാനി ബുക്ക് ഹൗസ്

H O തിരുവനന്തപുരം-695 035
phone: 0471-2303026, 6063026
www.chinthapublishers.com
chinthapublishers@gmail.com

ബ്രാഞ്ചുകൾ

ഹെഡ്ഡാഫീസ് ബ്രാഞ്ച് കുന്നുകുഴി • സ്റ്റാച്യു തിരുവനന്തപുരം • കെ എസ് ആർ ടി സി ബസ് സ്റ്റേഷൻ ആലപ്പുഴ • കെ എസ് ആർ ടി സി ബസ് സ്റ്റേഷൻ എറണാകുളം • മച്ചിങ്ങൽ ലെയ്ൻ തൃശൂർ • ഐ ജി റോഡ് കോഴിക്കോട് • മാവൂർ റോഡ് കോഴിക്കോട് • എൻ ജി ഒ യൂണിയൻ ബിൽഡിങ് കണ്ണൂർ • സെൻട്രൽ ബസ് ടെർമിനൽ കോംപ്ലക്സ് താവക്കര കണ്ണൂർ

CO - VV - 133 / 2784 / 5012
ISBN - 978-93-88485-49-4

മനസ്സിന്റെ ഉള്ളറകൾ
(Secrets of Mind)

കെ വി മാത്യു

ചിന്ത പബ്ലിഷേഴ്സ്
തിരുവനന്തപുരം-695 035

കെ വി മാത്യു

കുട്ടനാട്ടിലെ എടത്വായിൽ 1938 മെയ് 9 ന് ജനിച്ചു. ചങ്ങനാശ്ശേരി സെന്റ് ബർക്ക്മാൻസ് കോളേജിൽനിന്നും ബിരുദ പഠനത്തിനുശേഷം ഇലക്ട്രോണിക്സിൽ എ എം ഐ ടി ഇ ബിരുദം നേടി. 1967 ൽ ഐ എസ് ആർ ഒയിൽ ചേർന്നു. തുമ്പയിലെ ഇക്വറ്റോറിയൽ ലോഞ്ചിങ് സ്റ്റേഷന്റെ പ്രാരംഭ പ്രവർത്തനങ്ങളിൽ ഡോ. എ പി ജെ അബ്ദുൾ കലാം, ഡോ. ജി മാധവൻ നായർ എന്നിവർക്കൊപ്പം പ്രവർത്തിച്ചു. നിരവധി സയന്റിഫിക് - ടെക്നോളജിക്കൽ റോക്കറ്റ് പേലോഡ് ഇൻഗ്രേഷന്റെ നേതൃസ്ഥാനം വഹിച്ചു. 33 വർഷത്തിനുശേഷം ഡെപ്യൂട്ടി പ്രോജക്ട് ഡയറക്ടർ ആയി വിരമിച്ചു. പത്രമാധ്യമങ്ങളിൽ ശാസ്ത്ര വിഷയത്തെപ്പറ്റി നിരവധി ലേഖനങ്ങൾ എഴുതിയിട്ടുണ്ട്.

കേരള ശാസ്ത്ര സാങ്കേതിക പരിസ്ഥിതി കൗൺസിലിന്റെ 2013 ലെ സയൻസ് ലിറ്ററേച്ചർ അവാർഡ് *മനുഷ്യൻ ഒരു സൂപ്പർ കമ്പ്യൂട്ടർ* എന്ന പുസ്തകത്തിനു ലഭിക്കുകയുണ്ടായി.

മേൽവിലാസം : എൽ - 28
എൽ ഐ സി ലെയ്ൻ - A
പട്ടം, തിരുവനന്തപുരം - 4

ഫോൺ : 9446462541

ഉള്ളടക്കം

ആമുഖം

മനുഷ്യമനസ്സ് അഗാധമായ ഒരു മഹാസമുദ്രമാണ്. അതിന്റെ ഉള്ളറകളിലേക്ക് കടന്നുചെന്ന് ഏതാനും മുത്തുച്ചിപ്പികളും പളുങ്കുകഷണങ്ങളും പെറുക്കിയെടുക്കുക മാത്രമാണ് ഞാൻ കൃതിയിൽ ചെയ്തിട്ടുള്ളത്. മനസ്സെന്ന പ്രതിഭാസത്തിന്റെ ഘടനയും സ്വഭാവവും വിശകലനം ചെയ്യുന്നതും വിശദീകരിക്കുന്നതും ശ്രമകരമായ ജോലിയാണ്. മനസ്സിന് ദൃശ്യവും അദൃശ്യവുമായ രണ്ട് വ്യത്യസ്ത തലങ്ങളുണ്ട്. മസ്തിഷ്കവും അതിന്റെ അനുബന്ധകേന്ദ്രങ്ങളും ചേർന്ന, ശരീരനിബദ്ധമായതാണ് ദൃശ്യമണ്ഡലം. അതേ സമയം മനുഷ്യമനസ്സിന്റെ അദൃശ്യതലമാണ് ആത്മീയവശം.

മനസ്സിന്റെ ഭൗതികമായ വശമാണ് ഈ ഗ്രന്ഥത്തിൽ പ്രധാനമായും വിവരിച്ചിരിക്കുന്നത്. അതിന്റെ അസ്തിത്വം തന്നെ മസ്തിഷ്കവും അനുബന്ധ നാഡികളും അനവരതം പ്രവർത്തനനിരതമായിരിക്കുന്നതുകൊണ്ടാണ്. മനസ്സിന്റെ സുഗമമായ പ്രവർത്തനത്തിന് ബോധാവസ്ഥ സ്ഥിരമായി നിലനില്ക്കണം. ബോധാവസ്ഥയിലല്ലാത്ത ഒരു ശരീരത്തിൽ ആരോഗ്യകരമായ ഒരു മനസ്സ് നിലനില്ക്കുകയില്ല. മനുഷ്യരിൽ മാത്രമല്ല, പക്ഷിമൃഗാദികളിലും മനസ്സ് നിലനില്ക്കുന്നുണ്ടെന്നാണ് മിക്ക ന്യൂറോശാസ്ത്രജ്ഞരും ഭൗതികവാദികളും സമർത്ഥിക്കുന്നത്. എന്നാൽ ഉന്നത മാനസിക പ്രവർത്തനങ്ങളായ ചിന്താശക്തി, ഭാവന, മേധാശക്തി, ബുദ്ധിശക്തി, യുക്തി, വിവേകം എന്നീ ഗുണവിശേഷങ്ങളെല്ലാം മനുഷ്യനിൽ മാത്രമേ കാണാൻ സാധിക്കുന്നുള്ളൂ.

ഓർമ്മശക്തി, ഉറക്കം തുടങ്ങിയ മാനസിക വ്യാപാരങ്ങളേയും വിശകലനം ചെയ്യാൻ ശ്രമിച്ചിട്ടുണ്ട്. മനുഷ്യമനസ്സിൽ രൂപംകൊള്ളുന്ന സ്നേഹം, ദയ, ദേഷ്യം, വിഷാദം, ആർദ്രത, ലൈംഗികത തുടങ്ങിയ

വികാരങ്ങളുടെ ഇരിപ്പിടവും മനസ്സുതന്നെ. മേൽപ്പറഞ്ഞ വൈകാരിക പ്രശ്നങ്ങളെയും നിയന്ത്രിക്കുന്ന മസ്തിഷ്ക ഭാവങ്ങൾ എന്തൊക്കെയാണെന്നും വിശദമാക്കിയിട്ടുണ്ട്. മനുഷ്യമനസ്സിനെ വികലമാക്കുന്ന രോഗങ്ങളും പോരായ്മകളും ചുരുക്കമായി അവതരിപ്പിക്കാൻ ശ്രമിച്ചിട്ടുണ്ട്.

മനസ്സെന്ന പ്രതിഭാസത്തെപ്പറ്റി ഇനിയും ധാരാളം വസ്തുതകൾ പുറത്തുവരാനുണ്ട്. ഭാവിയിൽ ശാസ്ത്രജ്ഞരും ചിന്തകരും ഇതിൽ വിജയിക്കുമെന്ന് വിശ്വസിക്കാം. ഈ ബുക്കിൽ എന്തെങ്കിലും തെറ്റുകളും ന്യൂനതകളും സംഭവിച്ചിട്ടുണ്ടെങ്കിൽ സഹൃദയർ അത് സദയം ക്ഷമിക്കണമെന്ന് അപേക്ഷിക്കുന്നു.

കെ വി മാത്യു
പട്ടം, തിരുവനന്തപുരം.

അവതാരിക

ശ്രീമാൻ കെ വി മാത്യുവിന്റെ *മനസ്സിന്റെ ഉള്ളറകൾ* ഒരു ശരാശരി മലയാളം വായനക്കാരന് മനസ്സ് എന്ന പ്രതിഭാസത്തെ ശാസ്ത്രദൃഷ്ടിയിലൂടെ പരിചയപ്പെടുത്തുന്നതിനുള്ള ഒരു ശ്രമമാണ്. മനുഷ്യമനസ്സ് എക്കാലത്തും എല്ലാവരിലും കൗതുകമുണർത്തുന്ന ഒരു പ്രതിഭാസമായിരുന്നു. ഒപ്പം ആർക്കും പിടികൊടുക്കാത്ത ഒരു പ്രഹേളികയും. ഇക്കാരണം കൊണ്ടുതന്നെ മനസ്സിനെ ആഴങ്ങളിൽ രഹസ്യങ്ങൾ സൂക്ഷിക്കുന്ന ഒരു മഹാസമുദ്രത്തോടാണ് പലരും ഉപമിച്ചിരുന്നത്. ആധുനിക ലോകത്തിൽ ഭൗതിക ശാസ്ത്രത്തിന്റെ വളർച്ചയ്ക്കനുസൃതമായി മറ്റെല്ലാ മേഖലകളിലുമെന്നപോലെ മനസ്സിന്റെ മേഖലയിലും ശാസ്ത്രീയ അപഗ്രഥന രീതി ഉത്തരം കിട്ടാതിരുന്ന പല ചോദ്യങ്ങൾക്കും ഉത്തരം കണ്ടെത്തുന്നതിനും കാലാകാലങ്ങളായി തുടർന്ന പല രഹസ്യങ്ങളുടേയും ചുരുളഴിക്കുന്നതിനും സഹായകമായിട്ടുണ്ട്. തൽഫലമായി മനുഷ്യമനസ്സിനെക്കുറിച്ചാണ് പ്രബലമായ രണ്ട് വ്യത്യസ്ത കാഴ്ചപ്പാടുകൾ ഉണ്ടായി വന്നിട്ടുണ്ട്. ഒന്നാമത്തെ കാഴ്ചപ്പാട് പ്രപഞ്ചത്തെയും അതിന്റെ ഭാഗമായ മനുഷ്യമനസ്സിനേയുംകുറിച്ച് പൂർണ്ണമായും മനസ്സിലാക്കാൻ മനുഷ്യന്റെ ധിഷണാശക്തിക്ക് ഒരിക്കലും കഴിയുകയില്ലെന്നും, അതിനാൽ പ്രാപഞ്ചിക ശക്തികളുമായി നേരിട്ടിടപെടാൻ പ്രാപ്തമാക്കുന്ന ആത്മീയ മാർഗ്ഗങ്ങൾ സ്വീകരിക്കണമെന്നും വാദിക്കുന്നു. അതേസമയം, രണ്ടാമത്തെ കാഴ്ചപ്പാട് ഭൗതിക യാഥാർത്ഥ്യങ്ങൾക്കപ്പുറം ഒന്നും തന്നെ ഈ പ്രപഞ്ചത്തിലില്ലെന്നും മനുഷ്യ മനസ്സുൾപ്പെടെ എല്ലാ പ്രതിഭാസങ്ങളും ഭൗതികശാസ്ത്രത്തിന്റെ ഭാഗമായി ഇന്നല്ലെങ്കിൽ നാളെ നമുക്ക് പൂർണ്ണമായി മനസ്സിലാക്കാൻ സാധിക്കുമെന്നും വാദിക്കുന്നു. ആദ്യത്തേത് ആത്മീയ വാദത്തിലൂന്നിയും രണ്ടാമത്തേത് ഭൗതികവാദത്തിലൂന്നിയുമുള്ള വാദഗതികളാണ്.

മനുഷ്യ മനസ്സിന്റെ ചില പ്രവർത്തനരീതികളെക്കുറിച്ച് മലയാളത്തിൽ എഴുതപ്പെട്ടിട്ടുള്ള ഈ കൃതി മനസ്സിന്റെ ഭൗതികമായ അടിത്തറയെക്കുറിച്ചാണ് പ്രതിപാദിച്ചിരിക്കുന്നത്. ജീവശാസ്ത്രത്തേക്കുറിച്ചോ മനശ്ശാസ്ത്രത്തേക്കുറിച്ചോ വേണ്ടത്ര പരിജ്ഞാനമില്ലാത്ത സാധാരണ വായനക്കാരനുപോലും മനസ്സിലാകുന്ന ലളിതമായ ആഖ്യാനമാണ് ഇവിടെ ഉപയോഗപ്പെടുത്തിയിരിക്കുന്നത്. അതേ സമയം പ്രധാനപ്പെട്ടതും സാധാരണക്കാരന് ജിജ്ഞാസയുണർത്തുന്നതുമായ മിക്ക വിഷയങ്ങളെക്കുറിച്ചും ഈ പുസ്തകത്തിൽ പരാമർശിച്ചിട്ടുണ്ട്. മനസ്സിന്റെ പ്രവർത്തനരീതികളെക്കുറിച്ചും അതുവഴി മനുഷ്യന്റെ പെരുമാറ്റ രീതികളെക്കുറിച്ചും നിലവിലുള്ള പല തെറ്റിദ്ധാരണകളും തിരുത്തുന്നതിനും ശാസ്ത്രബോധം കൂടുതലായി വളർത്തിയെടുക്കുന്നതിനും ഈ പുസ്തകം ഉതകുമെന്ന് കരുതുന്നു.

ഡോ. ഇമ്മാനുവൽ തോമസ്

1

മനസ്സെന്ന പ്രതിഭാസം

ഈ നവീനയുഗത്തിൽപ്പോലും നമ്മുടെ മനസ്സ് എവിടെയെന്നു ചോദിച്ചാൽ ഹൃദയത്തിൽ എന്നാണ് മിക്കവരും പറയുക. എന്നാൽ മനസ്സിന്റെ അടിസ്ഥാനം മസ്തിഷ്കമാണെന്നുള്ളത് ഇന്ന് എല്ലാ ന്യൂറോ ശാസ്ത്രജ്ഞന്മാരും അംഗീകരിച്ചിട്ടുള്ള സത്യമാണ്. തലച്ചോറിനെ ബാധിക്കുന്ന പല തകരാറുകളും മനസ്സിന്റെ ശേഷിയെയും ശേമുഷിയേയും കാര്യമായി ബാധിക്കുന്നുവെന്ന് കണ്ടെത്തിയതോടുകൂടിയാണ് മനസ്സ് മസ്തിഷ്കാധിഷ്ഠിതമാണെന്ന് ഉറപ്പായത്. ചിന്ത വിവേചനശക്തി, കാര്യങ്ങൾ മനസ്സിലാക്കാനും ഓർമ്മയിൽ സൂക്ഷി

പ്ലേറ്റോ (Plato), സോക്രട്ടീസ് (Socrates) അരിസ്റ്റോട്ടിൽ തുടങ്ങിയവർ (ചിത്രം- 1).

ക്കാനുമുള്ള കഴിവ് തുടങ്ങിയ നിരവധി മാനസിക പ്രവർ ത്തനങ്ങളുടെ ഒരു ഭണ്ഡാരമാണ് മനസ്സ്. മനുഷ്യരുടെ മാത്രമല്ല മറ്റനേകം ജീവ ജാലങ്ങൾ ക്കുമുള്ള നൈസർഗ്ഗികമായ ഒരു അത്ഭുത സൃഷ്ടിയാണിത്.

റെനെ ഡെസ് കാർട്ടെ ചിത്രം-2

പുരാതനകാലം മുതലേ പല മഹാരഥന്മാരും മനസ്സെന്ന ഈ പ്ര ഹേ ളികയെ അപഗ്രഥിക്കാനും അ തിന്റെ ഉള്ളറകളിലേക്കു വെളിച്ചം വീശാനും ശ്രമിച്ചിട്ടുണ്ട്. ക്രിസ്തുവി നുമുമ്പ് ജീ വിച്ചിരുന്ന ഗ്രീക്ക് തത്ത്വജ്ഞാനിക ളായ. പ്ലേറ്റോ (Plato), സോക്രട്ടീസ് (Socrat es) അരിസ്റ്റോട്ടിൽ തുടങ്ങിയവർ (ചിത്രം - 1).

മനസ്സിനെ ശരീരത്തിൽനിന്നും വേർപെട്ട, ആത്മനിബദ്ധമായ ഒരു ചൈ തന്യമായി കണക്കാക്കിയിരിക്കുന്നു.

ആധുനിക തത്ത്വശാസ്ത്രത്തിന്റെ ആചാര്യന്മാരിൽ ഒരാളായി കണക്കാക്കുന്ന 17-ാം നൂറ്റാണ്ടിൽ ജീവിച്ചിരുന്ന ഫ്രഞ്ച് തത്ത്വജ്ഞാനി യായ റെനെ ഡെസ് കാർട്ടെ (Rene Descartes) (ചിത്രം - 2) മനസ്സിന് ശരീരവുമായി അഭേദ്യബന്ധമുണ്ടെന്ന് വാദിച്ചിരുന്നു. എന്നാൽ, മനു ഷ്യന്റെ ചിന്താശക്തി, ഭാവന, ഭാഷാജ്ഞാനം തുടങ്ങിയവയെല്ലാം മസ്തിഷ്ക ബന്ധിതമാണെന്ന് അദ്ദേഹം വിശ്വസിച്ചില്ല.

ഡെസ്കാർട്ടെക്കുശേഷം വന്ന ജർമ്മൻ തത്ത്വജ്ഞാനിയുംഗണി തശാസ്ത്ര ജ്ഞനുമായിരുന്ന ഗോഡ് ഫ്രഡ് ലെബ നീസ് (Godfred Leiben eiz) (ചിത്രം 3) ഏതാണ്ട് ഡെസ്കാർ ട്ടെയുടെ ചിന്താഗതിക്കാ രനായിരുന്നു. ഇരുവരും റിയലിസ ത്തിന്റെ (Realism) വക്താക്കളായി അറിയപ്പെട്ടു. അതാ യത് കാര്യ കാരണ തത്ത്വപ്രകാരം ചിന്തിക്കുകയും അതുമാത്രമാണ് ബുദ്ധിയുടെയും അറിവി ന്റെയും അടയാളമെന്നും ഈ രണ്ടു തത്ത്വ ചിന്തകരും വാദിച്ചിരുന്നു.

ഗോഡ്ഫ്രഡ് ലെബനീസ്
ചിത്രം-3

ശാസ്ത്രീയമായും തത്ത്വശാസ് ത്രപരമായും മനസ്സിന്റെ ശാരീരിക ബന്ധം മനസ്സിലാക്കുന്നതിന് വളരെയധികം പരിശ്രമങ്ങൾ പിന്നീടും നടന്നിട്ടുണ്ട്.

പോൾ ചർച്ച് ലാൻഡും പട്രീഷ്യ ചർച്ച് ലാൻഡും ചിത്രം-4

പ്രധാനമായും മൂന്നു സിദ്ധാന്തങ്ങളാണ് ഈ കാര്യത്തിൽ നിലവിലുള്ളത്. മനസ്സിന്റെ ദ്വിത്വസ്വഭാവം (Dualism) ഭൗതികവാദം (materialism) ആത്മ നിഷ്ഠമായ സ്വഭാവം (idealism) എന്നിവയാണ് ആ മൂന്ന് സ്വഭാവങ്ങൾ.

ദ്വിത്വസ്വഭാവത്തിൽ, മനസ്സ് മറ്റ് ശാരീരിക ബന്ധങ്ങളിൽനിന്നും വേർപെട്ട് നില്ക്കുന്നു.

ഭൗതികവാദത്തിൽ മനസ്സ് മസ്തിഷ്കവും അനുബന്ധ നാഡീവ്യൂഹങ്ങളുമായി ബന്ധപ്പെട്ടിരിക്കുന്നു.

ഐഡിയലിസത്തിൽ മനസ്സ് ആത്മനിഷ്ഠമാണ്.

ആധുനിക യുഗമായതോടുകൂടി മനസ്സും ശരീരവും തമ്മിലുള്ള ബന്ധത്തിൽ വ്യത്യസ്തമായ വിശദീകരണങ്ങൾ ഉണ്ടായി. അമേരിക്കൻ ദമ്പതി കളായ പോൾ ചർച്ച് ലാൻഡ് (Paul Churchland) പട്രീഷ്യ ചർച്ച് ലാൻഡ് (Patricia Churchland) (ചിത്രം-4) എന്നിവർ മനസ്സിനെ ശരീരവുമായി ബന്ധപ്പെടുത്തുന്നതിന് ആധുനിക ന്യൂറോസയൻസിന്റെ (Neuroscience) സഹായമാണ് തേടിയത്.

ഗുരുതരമായ പരിക്കുകൾമൂലം തകരാറിലായ മസ്തിഷ്കത്തോടു കൂടിയവരുടെ മനസ്സ് ശരിയായ രീതിയിലല്ല പ്രവർത്തിക്കുന്നത്. അതുപോലെ പലവിധ ലഹരിയിൽ അമർന്ന മനുഷ്യരുടെ മനസ്സും വികലമായാണ് പ്രവർത്തിക്കുന്നത്. ഈ കാരണങ്ങൾ കൊണ്ടുതന്നെ മനസ്സിന് ശരീരത്തോടുള്ള ഗാഢമായ ബന്ധം മനസ്സിലാക്കാവുന്നതാണെന്ന് ചർച്ച് ലാൻഡ് ദമ്പതികൾ ചൂണ്ടിക്കാണിക്കുന്നു.

സിഗ്മണ്ട് ഫ്രോയിഡ് ചിത്രം-5

മനസ്സും മസ്തിഷ്കവും ന്യൂറോ ശാസ്ത്രത്തിന്റെ പിടിയിലമരുന്നതിനുമുമ്പ് തന്നെ സിഗ്മണ്ട് ഫ്രോയിഡ് (Sigmund Freud) മനഃശാസ്ത്രത്തെ ലോകത്തിനുമുമ്പിൽ അവതരിപ്പിച്ചു. ആധുനിക മനഃശാസ്ത്രത്തിന്റെ (Modern Psycology) പിതാവ് എന്നറിയപ്പെടുന്ന ഫ്രോയിഡ് മനസ്സിനെ ബോധമനസ്സെന്നും (conscious mind) അബോധമനസ്സെന്നും (unconscious mind) രണ്ട് മണ്ഡലങ്ങളായി വിഭജിച്ചു, വിശകലനം ചെയ്യുകയായിരുന്നു. ബോധമനസ്സും അബോധ മനസ്സും ഉൾക്കൊണ്ട മനസ്സിനെ ജലോപരിതലത്തിൽ പൊങ്ങിക്കിടക്കുന്ന ഒരു മഞ്ഞുകട്ടപോലെയാണെന്ന് അദ്ദേഹം സ്ഥാപിച്ചു. (ചിത്രം 6). മനസ്സിന്റെ ഒരു ചെറിയ ഭാഗം മാത്രമേ ബോധമനസ്സായി

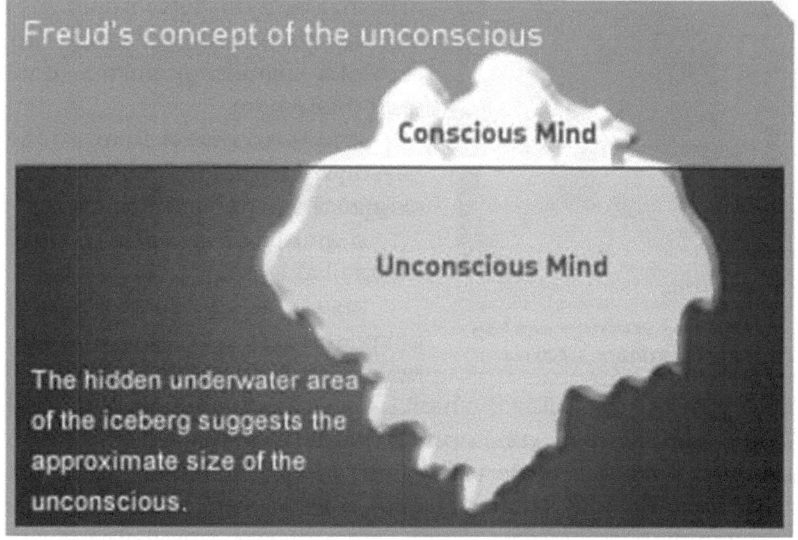

ഫ്രോയിഡിന്റെ ബോധമനസ്സും അബോധമനസ്സും ചിത്രം-6

നാം മനസ്സിലാക്കുന്നുള്ളു. പൊങ്ങിക്കിടക്കുന്ന മഞ്ഞുമലയുടെ ജലോപരിതലത്തിൽ കാണുന്ന ഭാഗം. അതേസമയം ജലോപരിതല ത്തിന്റെ അടിയിൽക്കിടക്കുന്ന സിംഹഭാഗം അബോധമനസ്സാണ്. പല മാനസിക അസുഖങ്ങളുടെയും പൊരുൾ മനസ്സിലാക്കുന്നതിനും ഉറക്കത്തിൽ സ്വപ്നം (dream) കാണുന്നതിനെ വിശകലനം ചെയ്യു ന്നതിനും അദ്ദേഹത്തിന്റെ ബോധ - അബോധ മനസ്സ് (conscious - sub conscious) ബന്ധം സഹായിച്ചിട്ടുണ്ട്. ആധുനിക മനഃശാസ്ത്രജ്ഞന്മാർ ഫ്രോയിഡൻ തത്ത്വങ്ങൾ പൂർണ്ണമായി അംഗീകരിക്കുന്നില്ലെങ്കിലും അക്കാലത്ത് മനഃശാസ്ത്രപരമായ പല മാനസിക തമസ്യകളും അനാവരണം ചെയ്യാൻ അത് ഉപകരിച്ചു.

പ്രശസ്ത റഷ്യൻ മനഃശാസ്ത്രജ്ഞനും നോബൽ സമ്മാന വിജയിയുമായ ഡോ. ഇവാൻ പാവ്ലോവ് (Dr. Ivan Pavlov) (ചിത്രം 7) മാനസിക പ്രവർത്തനങ്ങളിലുണ്ടാകുന്ന വ്യതിയാനങ്ങൾ ശാരീരിക പ്രവർത്തനങ്ങളെ എങ്ങനെ സ്വാധീനിക്കുന്നുവെന്ന് തെളിയിച്ചു.

1904 ൽ വൈദ്യശാസ്ത്രത്തിൽ നോബൽ സമ്മാനം നേടിക്കൊണ്ട് നോബൽ പ്രൈസ് നേടുന്ന ആദ്യത്തെ റഷ്യാക്കാരനായി. മനഃശാസ്ത്ര

ത്തിലെ അനൈച്ഛിക പ്രവർത്തന ങ്ങളുടെ തത്ത്വങ്ങൾ നായ്ക്കളിലൂടെ നടത്തിയ പരീക്ഷണങ്ങളുടെ വെളിച്ച ത്തിൽ അദ്ദേഹം കണ്ടുപിടിച്ചു.

ഇവാൻ പാവ്ലോവ്
ചിത്രം-7

ആധുനിക ന്യൂറോ ശാസ്ത്രം മനസ്സ് - ശരീര ബന്ധത്തെ (Mind-body relation) എപ്രകാരമാണ് വിശക ലനം ചെയ്യുന്നതെന്ന് പരിശോധിക്കുന്ന തിനുമുമ്പ്, മനുഷ്യവർഗ്ഗത്തിന്റെ മാന സിക വളർച്ചയുടെ ചരിത്രം ചുരുക്കത്തിൽ പരിശോധിക്കാം.

ഏകദേശം 500 കോടി വർഷ ങ്ങൾക്ക് മുമ്പ് സൂര്യനും ഭൂമിയും മറ്റു ഗ്രഹ ങ്ങളും ഉണ്ടായിയെന്ന് ഭൗമശാസ്ത്രജ്ഞർ കണക്കുകൂട്ടുന്നു. 400 കോടി വർഷ ങ്ങൾ ക്കുമുമ്പ് ഭൂമിയിൽ ജീവന്റെ ഉദയം സംഭവിച്ചു എന്നും അവർ വിശ്വ സിക്കുന്നു. 6000 ലക്ഷം വർഷങ്ങൾക്കപ്പുറം ഭൂമിയിൽ സങ്കീർണ്ണ കോശങ്ങളോടുകൂടിയ ജീവികൾ ഉത്ഭവിച്ചു. ചിത്രം 8 ഈ വസ്തുത വ്യക്തമാക്കുന്നു.

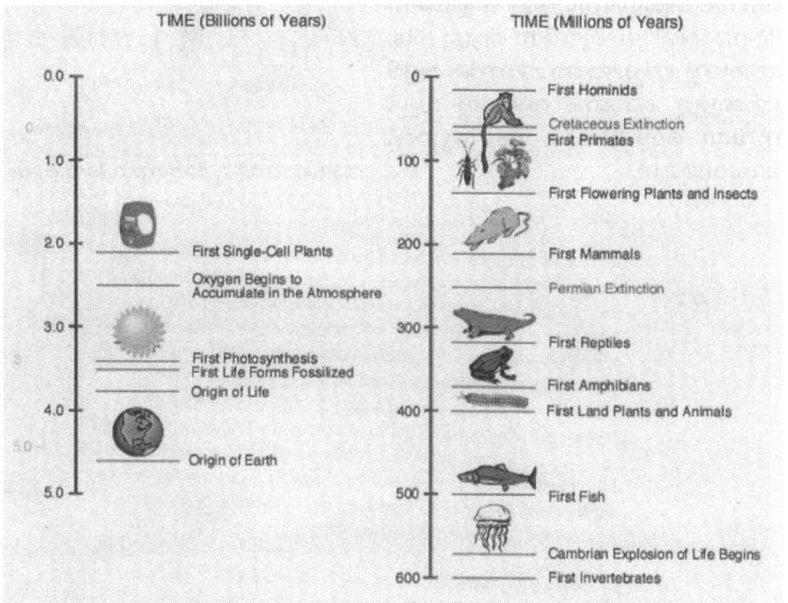

ഭൂമിയിൽ ജീവന്റെ ഉദയം കാണിക്കുന്നു ചിത്രം-8

ഏകദേശം 40 ലക്ഷം വർഷങ്ങൾക്കുമുമ്പ് മനുഷ്യന്റെ പിൻതലമുറക്കാരായ ആസ്ട്രോ ലോപ്പിത്തൻസ് (Australopithens) ആഫ്രിക്കയുടെ കിഴക്കൻ പ്രദേശങ്ങളിൽ ജീവിച്ചിരുന്നതായി ഫോസിലുകൾ സാക്ഷ്യപ്പെടുത്തുന്നു. ആസ്ട്രോ ലോപ്പിത്തൻസിന്റെ പുതുക്കിയെടുത്ത (Reconstruct) രൂപമാണ് ചിത്രം - 9 ൽ കാണിച്ചിരിക്കുന്നത്.

ആധുനിക മനുഷ്യർക്കൊപ്പമല്ലെങ്കിലും കുറഞ്ഞ തോതിലുള്ള മാനസിക പ്രവർത്തനങ്ങൾ അവ രിൽ നിലനിന്നിരുന്നുവെന്ന് നരവംശശാസ്ത്രജ്ഞർ വിശ്വസിക്കുന്നു. അവർ വിഷമില്ലാത്ത കാട്ടുപഴങ്ങൾ ഭക്ഷിക്കുകയും, കല്ല്, എല്ല്, ലോഹം എന്നിവ കൊണ്ട് ആയുധങ്ങൾ ഉണ്ടാക്കി മൃഗങ്ങളെ വേട്ടയാടി പിടിക്കുകയും ചെയ്തിരുന്നു. പ്രാകൃതമായ മാന സിക അവസ്ഥയിൽനിന്നും വളരെ ഉയർന്ന നിലവാരത്തിലേക്കുയർന്ന ആധു നിക മനുഷ്യന്റെ ഇപ്പോഴത്തെ മാനസിക വളർച്ചയ്ക്കുള്ള കാരണം അവന്റെ വളർന്നുവന്ന മസ്തിഷ്കവും ന്യൂറൽ ബന്ധവുമാണ്.

ആസ്ട്രോ ലോപ്പിത്തെൻസിന്റെ രൂപം
ചിത്രം-9

2

മാനസിക പ്രവർത്തനങ്ങളുടെ വിശകലനം

പല മതങ്ങളും സംസ്കാരങ്ങളും മനസ്സ് എന്ന പ്രതിഭാസം പല വിധത്തിൽ വിശകലനം ചെയ്യുകയും വിലയിരുത്തുകയും ചെയ്തിട്ടുണ്ട്. മതങ്ങൾ മനസ്സിനെ ആത്മാവിനോട് സാമ്യപ്പെടുത്തുകയും മരണത്തോ ടുകൂടി ആത്മാവ് നശിച്ചുപോകുന്നില്ലെന്നു പഠിപ്പിക്കുകയും ചെയ്യുന്നു. ചിന്ത, വിചാരം ഇവയുടെ പര്യായമായി മനസ്സിനെ കണക്കാക്കുന്നവരും ഉണ്ട്. ഒരു കാര്യം "മനസ്സി"ലാക്കി, അല്ലെങ്കിൽ മനസ്സിൽ തീരുമാനിച്ചു എന്നെല്ലാം പറയുന്നത് മനസ്സിനെ വിചാരത്തിന്റെ സമാനപദമായി പരിഗണിക്കുന്നതുകൊണ്ടാണ്. വിചാരം മനസ്സിന്റെ ഏറ്റവും ഉയർന്ന തലത്തിലുള്ള പ്രവർത്തനമാണ്. വിവിധതരത്തിലുള്ള ഉപകരണങ്ങളുടെ ഉപയോഗവും ഒരു പ്രവൃത്തിയുടെ കാരണവും ഫലപ്രാപ്തിയും അതിന്റെ പരിണിതമായ തിരിച്ചറിയലും മനസ്സിന്റെ വിചാരമെന്ന നൈസർഗ്ഗിക ഗുണവിശേഷമാണ്.

മനസ്സിന്റെ അതിപ്രധാനമായ മറ്റൊരു നൈസർഗ്ഗിക പ്രവർത്തന മാണ് ഓർമ്മ (memory). ഒരറിവ് അഥവാ വിജ്ഞാനം അല്ലെങ്കിൽ അനു ഭവം സമ്പാദിക്കാനും സൂക്ഷിക്കാനും ആവശ്യമുള്ളപ്പോൾ തിരിച്ചെടു ക്കാനുമുള്ള മനസ്സിന്റെ കഴിവാണ് ഓർമ്മ. വളരെക്കാലം മുതൽ ഓർമ്മ ശാസ്ത്രജ്ഞന്മാരുടെയും തത്ത്വചിന്തകരുടെയും പ്രിയപ്പെട്ട ഒരു വിഷയ മായിരുന്നു. ഇരുപതാം നൂറ്റാണ്ടിന്റെ അവസാനപാദത്തിലും ഇരുപ ത്തൊന്നാം നൂറ്റാണ്ടിന്റെ ആരംഭത്തിലും ഓർമ്മയെപ്പറ്റിയുള്ള ശാസ്ത്ര ജ്ഞരുടെ അന്വേഷണത്തിനു വളരെ ഊർജ്ജവും ഉണർവ്വും വന്നിട്ടുണ്ട്.

ഒരാശയം സങ്കല്പിക്കാനും അതു രൂപപ്പെടുത്താനും നിരവധി മേഖലകളിലേക്ക് വ്യാപിപ്പിക്കാനുമുള്ള മനസ്സിന്റെ കഴിവാണ് ഭാവന (Imagination). പഞ്ചേന്ദ്രിയങ്ങളിൽനിന്നും ലഭിക്കുന്ന അവബോധം

ഭാവനയുടെ ചിറകുകളിലേറ്റി നൂനത മേഖലകളിലേക്ക് വ്യാപിപ്പിക്കുകയാണ് മനസ്സ് ചെയ്യുന്നത്. മനക്കണ്ണിൻെറ മുമ്പിൽ വരുന്ന പ്രതീകങ്ങളും സങ്കല്പങ്ങളുമാണ് ഭാവനാപരമായ മാനസിക വ്യാപാരങ്ങളുടെ അടിസ്ഥാനം. മനുഷ്യനെന്ന ഉന്നതജീവി സങ്കല്പത്തിന്റെ എല്ലാവിധ കലാരൂപങ്ങളുടെയും വിവിധവും ബഹുലവുമായ ബഹിർസ്ഫുരണത്തിന് ഉപോദ്ബലകമായി നില്ക്കുന്നത് ഭാവനാലോകത്ത് വിഹരിക്കുവാനുള്ള അവന്റെ കഴിവാണ്. അതാണ് മനുഷ്യമനസ്സിന്റെ പ്രത്യേകതയും. മനസ്സിലെടുക്കുന്ന തീരുമാനങ്ങൾക്കു രൂപംകൊടുക്കാനും മറ്റുള്ളവരുമായി പങ്കിടാനും യോജിച്ചുനിന്ന് അതിന് വിപുലവും സങ്കീർണ്ണവുമായ ബാഹ്യരൂപം നല്കാനും മനുഷ്യമനസ്സിനുള്ള കഴിവാണ് ഇന്ന് ലോകത്തിൽ കാണുന്ന എല്ലാ മഹാത്ഭുതങ്ങളും ഉടലെടുക്കാൻ കാരണമായിട്ടുള്ളത്. അതുപോലെ കലാപരവും കാവ്യാത്മകവുമായ സാഹിത്യസൃഷ്ടികൾ ഉടലെടുക്കുന്നതിന്റെ പിന്നിലും സീമകൾ പിന്നിട്ട് ബഹുദൂരം സഞ്ചരിക്കുവാനുള്ള മനുഷ്യമനസ്സിന്റെ അപാരമായ കഴിവാണ്.

മനസ്സിന്റെ ഏറ്റവും പ്രധാനപ്പെട്ട ഗുണവിശേഷം പ്രകടമാകുന്നത് ബോധാവസ്ഥ (consciousness) യിൽക്കൂടിയാണ്. മനുഷ്യന് അവനെത്തന്നെ മനസ്സിലാക്കാനും ചുറ്റുമുള്ള പരിസ്ഥിതിയുമായി യോജിച്ചു പോകാനുമുള്ള കഴിവാണ് അവന്റെ ബോധാവസ്ഥ. മനഃശാസ്ത്രത്തിലും തത്ത്വശാസ്ത്രത്തിലും നവീനമായ ന്യൂറോശാസ്ത്രത്തിലും ഏറ്റവും കൂടുതൽ വിശകലനം ചെയ്യപ്പെട്ടിട്ടുള്ളതും ചർച്ച ചെയ്യപ്പെട്ടിട്ടുള്ളതുമായ ഒരു വിഷയം തന്നെയാണ് മനുഷ്യന്റെ ബോധാവസ്ഥ. അബോധാവസ്ഥ (unconsciousness)യിലായ ഒരു മനുഷ്യന്, അല്ലെങ്കിൽ അതിനു തുല്യമായ ഗാഢനിദ്രയിൽ വീഴുന്ന ഒരാൾക്കു മാനസിക പ്രവർത്തനങ്ങൾ എന്നു നാം കരുതുന്ന മനോവ്യാപാരങ്ങൾ ഒന്നും തന്നെ ഇല്ല. ചിന്തയില്ല, വിചാരമില്ല, ഭാവനയില്ല, ഓർമ്മയില്ല. പരിസരവുമായി യാതൊരുവിധ ആശയവിനിമയങ്ങളുമില്ല. അതുകൊണ്ടാണ് ബോധാവസ്ഥ മനുഷ്യന്റെ ശാരീരികമായ പ്രവർത്തനം മാത്രമാണെന്ന് നവീന യുഗത്തിലെ മിക്ക ന്യൂറോ ശാസ്ത്രജ്ഞരും വാദിക്കുന്നത്.

മനസ്സിന്റെ സങ്കീർണ്ണതയെപ്പറ്റി കൂടുതൽ പഠിക്കുന്നതിന് മനുഷ്യന്റെ മാനസിക പ്രവർത്തനങ്ങളായ ബോധാവസ്ഥ, ഉറക്കം, ഓർമ്മശക്തി എന്നിവയെപ്പറ്റി കൂടുതൽ മനസ്സിലാക്കേണ്ടിയിരിക്കുന്നു. ന്യൂറോ ശാസ്ത്രത്തിന്റെ ദൃഷ്ടിയിൽ മനുഷ്യന്റെ ബോധാവസ്ഥയെ എപ്രകാരമാണ് കാണുന്നത്, മസ്തിഷ്കത്തിന് ബോധാവസ്ഥ നിലനിർത്തുന്നതിന് എത്രമാത്രം പ്രാധാന്യമുണ്ട് തുടങ്ങിയ കാര്യങ്ങൾ വിശദമായി വിശകലനം ചെയ്യാം.

ബോധാവസ്ഥ (consciousness)

ക്രിസ്തുവിനുമുമ്പ് ജീവിച്ചിരുന്ന റോമൻ ഫിലോസഫറായ

തോമസ് അക്വിനോസ് ചിത്രം-10

സിസറോ (cecero) "കോൺഷ്യൻസ്" എന്ന വാക്കിന് കൊടുക്കുന്ന നിർവ്വചനം മറ്റൊരാളുടെ പ്രവൃത്തിയെപ്പറ്റി ഒരാൾക്കുള്ള അറിവ് എന്നാണ്. ആദ്യകാല സംസ്കാരങ്ങളിൽ ബോധാവസ്ഥയേയും മനഃസാക്ഷി യേയും ഒരേ പ്രതിഭാസമായാണ് ചിത്രീകരിച്ചിട്ടുള്ളത്.

16-ാം നൂറ്റാണ്ടിൽ ജീവിച്ചിരുന്ന തോമസ് അക്വിനോസിന്റെ. (Thomas Aquinos)ന്റെ അഭിപ്രായത്തിൽ നമ്മുടെ പ്രായോഗികവും സന്മാർഗ്ഗികവുമായ പ്രവൃത്തികളാണ് ബോധജ്ഞാനം. പരമ്പരാഗതമായ ഈ അഭിപ്രായങ്ങളിൽനിന്നും വ്യതിചലിച്ച് ബോധാവസ്ഥയുടെ ഇന്നത്തെ രൂപത്തിലുള്ള ശാസ്ത്രീയ പരമായ നിർവ്വചനം നല്കിയത് വൈദ്യശാസ്ത്രത്തിന്റെ പിതാവായ ഡെസ്കാർട്ടെ (Rene Descarte) (ചിത്രം 2 നോക്കുക)യായിരുന്നു തുടർന്നുവന്ന ബ്രിട്ടീഷ് തത്ത്വജ്ഞാനിയായ ജോൺ ലോക്കിയാ (John Locke) (ചിത്രം 11)ണ്, "എന്നിലെ ഞാൻ" എന്ന അർത്ഥത്തിൽ കോൺഷ്യൻസിനെ ഉപയോഗിച്ചു തുടങ്ങിയത്. സാമുവേൽ ജോൺസൺ തന്റെ സുപ്രസിദ്ധമായ നിഘണ്ടുവിൽ conscious എന്ന വാക്കിന് അർത്ഥം കൊടുക്കാതെ ജോൺ ലോക്കിയെ ഉദ്ധരിക്കുക മാത്രമാണ് ചെയ്യുന്നത്.

ജോൺ ലോക്കി ചിത്രം-11

1980-90 കാലഘട്ടങ്ങളിലാണ് ബോധാവസ്ഥയുടെ വിവിധ തലങ്ങളെക്കുറിച്ച് വിശദമായ പ്രബന്ധങ്ങളുമായി നിരവധി ശാസ്ത്രജ്ഞർ രംഗത്തുവന്നത്. ഡാനി യേൽ ഡെനറ്റ്, (Daniel Dennette), ബെർണാർഡ് ബാർസ് (Bernard Baars) (ചിത്രം - 12)

ഡാനിയൽ ഡെനെറ്റ്, ചിത്രം-12

തുടങ്ങിയവരാണ് ഇവരിൽ പ്രധാനികൾ. ഒരാളുടെ മനസ്സിലുള്ള കാര്യ ങ്ങൾ സാധാരണ ആശയവിനിമയത്തിൽ കൂടിയാണല്ലോ മറ്റുള്ളവരുമായി പങ്കുവയ്ക്കുന്നത്. അതുകൊണ്ട് ആദ്യകാലങ്ങളിൽ ബോധാവസ്ഥയെ ഭാഷയുടെ പ്രതിഫലനമായിട്ടാണ് കണക്കാക്കിയിരിക്കുന്നത്. സംസാരശേഷിയില്ലാത്ത കുഞ്ഞുങ്ങളിലും മന്ദബുദ്ധികളിലും മൃഗങ്ങളിലും ബോധാവസ്ഥ പൂർണ്ണവളർച്ച എത്തിയിരുന്നില്ലെന്ന് കരുതിയിരുന്നു. എന്നാൽ മനുഷ്യമസ്തിഷ്കത്തിലെ നാഡീവിന്യാസങ്ങളുടെ പഠനത്തിന് കുരങ്ങുകളെയും മറ്റു മൃഗങ്ങളെയുമാണ് ശാസ്ത്രജ്ഞർ വ്യാപകമായി പ്രയോജനപ്പെടുത്തിവരുന്നത്.

അവബോധം എന്ന ആശയം പൂർണ്ണവളർച്ചയിൽ എത്തിയിരുന്നത് ബി സി രണ്ടായിരാമാണ്ടോടു കൂടിയായിരുന്നുവെന്ന് ജൂലിയൻ ജയ്സൺ (Julion Jaison) സ്ഥാപിക്കുന്നു. എന്നാൽ ക്രിസ്റ്റഫർ കോച്ച് (Kristopher Koch), ഡാനിയൽ ഡെനെറ്റ് തുടങ്ങിയവർ ഈ വാദഗതിയോട് യോജിക്കുന്നില്ല. അതിനു മുമ്പുള്ള കാലഘട്ടത്തെപ്പറ്റിയുള്ള പരിജ്ഞാനം കുറവായതുകൊണ്ടാണ് ഇങ്ങനെ ചിന്തിക്കേണ്ടിവരുന്നതെന്നാണ് അവരുടെ അഭിപ്രായം.

ബോധാവസ്ഥയുടെ ഭൗതികമായ വശത്തെക്കുറിച്ച് ലെബനിറ്റ്സ് (Lebenitz) തുടങ്ങി തത്ത്വചിന്തകർ പറയുന്നത് അതിന് അഭിഗമ്യവും പ്രതികരണാത്മകവുമായ രണ്ടു ഭാഗങ്ങൾ ഉണ്ടെന്നുള്ളതാണ്. കൂടാതെ അതിന്റെ അസാധാരണ സ്വഭാവം ക്വാണ്ടം തിയറി (Quantum theory), ഇലക്ട്രോമാഗ്നെറ്റിക് തിയറി ഇവ ഉപയോഗിച്ച് വിശദീകരിക്കാമെന്നാണ് ഹാമറോഫ് (Hameroff), പെൻറോസ് (Penrose) എന്നീ തത്ത്വചിന്തകരുടെ അഭിപ്രായം. എന്നാൽ ക്വാണ്ടം മെക്കാനിസത്തിന് അവബോധവുമായി യാതൊരു ബന്ധവുമില്ലെന്ന് ശഠിക്കുന്ന ശാസ്ത്രജ്ഞരുമുണ്ട്.

ബോധാവസ്ഥയുടെ ആത്മീയവശം പരിശോധിച്ചാൽ കാണാവുന്നത്, ക്രിസ്തുമതം, ഹിന്ദുമതം, ഇസ്ലാംമതം, ബുദ്ധമതം തുടങ്ങിയ ലോകത്തിലെ പ്രധാന മതങ്ങളെല്ലാം പഠിപ്പിക്കുന്നത്, ബോധാവസ്ഥയെന്നത് അവരവരിലുള്ള ആത്മാവ് തന്നെയെന്നാണ്. മസ്തിഷ്കം ഉൾപ്പെട്ട ശരീരം ജീർണ്ണിച്ച് ഇല്ലാതായാലും ആത്മാവ് അതിജീവിക്കുന്നുവെന്ന് എല്ലാ മതങ്ങളും പഠിപ്പിക്കുന്നു. ധ്യാനം, യോഗാഭ്യാസം തുടങ്ങിയവ ബോധാവസ്ഥയുടെ സ്ഥിതി മാറ്റുകയും അതിനെ പ്രപഞ്ചവുമായി സമഞ്ജസിപ്പിക്കുകയും ചെയ്യുന്നു. ഏകകോശ ജീവി

ബെർണാഡ് ബാർസ് ചിത്രം-13

കളായ ബാക്ടീരിയകൾ ഒഴിച്ച് മറ്റുള്ള സഹജീവികൾക്കെല്ലാം ബോധാവസ്ഥ ഉണ്ടെന്ന് നാം വിശ്വസിക്കുന്നു. ചിമ്പൻസി, ഡോൾഫിൻ തുടങ്ങിയ ചില ജീവികളിൽ അത് വളരെ ഉയർന്ന നിലവാരത്തിലുള്ളതുമാണ്. അതുകൊണ്ട് ബോധാവസ്ഥ ഉല്പത്തി മുതൽ ലോകത്തിലെ ജീവജാലങ്ങളോടൊപ്പമുണ്ടായിരുന്നിരിക്കണം. ബെർണാഡ് ബാർസ് (Bernad bars) (ചിത്രം 13) തുടങ്ങിയ പ്രസിദ്ധ ന്യൂറോ സർജൻമാർ അഭിപ്രായപ്പെടുന്നത് ഇപ്രകാരമാണ്. ബോധാവസ്ഥ നമ്മുടെ ചുറ്റുപാടുകളെ അതിജീവിക്കാനുള്ള രക്ഷാകവചമാണ്. പ്രശ്നങ്ങളെ അപഗ്രഥിക്കാനും തീരുമാനം എടുക്കാനും കൂടുതൽ കാര്യങ്ങൾ ഗ്രഹിക്കാനും ഭാവി പദ്ധതികൾ തരപ്പെടുത്താനും ഒരുവനെ പ്രാപ്തനാക്കുന്നത് അവനിലെ ബോധാവസ്ഥയാണ്. നമ്മിലേക്ക് എത്തുന്ന വിവരങ്ങളിൽ ഏതൊക്കെയാണ് ബോധാവസ്ഥയിൽ പ്രക്രിയ ചെയ്യപ്പെടുന്നത്, ഏതൊക്കെയാണ് അബോധാവസ്ഥയിൽ പ്രോസസ് ചെയ്യപ്പെടുന്നത് എന്ന് അറിയുന്നതും അത്യാവശ്യമാണ്.

മസ്തിഷ്കമാണ് ബോധാവസ്ഥയുടെ കേന്ദ്രസ്ഥാനവും ഇരിപ്പിടവുമെന്ന് നാം കണ്ടുകഴിഞ്ഞു. മസ്തിഷ്കത്തിന്റെ ഏതെല്ലാം ഭാഗങ്ങളാണ് ബോധാവസ്ഥയുമായി നേരിട്ട് ബന്ധപ്പെട്ടിരിക്കുന്നത്, അബോധാവസ്ഥയിൽ (unconscious) ഏതെല്ലാം ഭാഗങ്ങളാണ് നിഷ്ക്രിയമാകുന്നത് തുടങ്ങിയ കാര്യങ്ങൾ വിശദമാക്കുകയാണ് അടുത്ത ഭാഗങ്ങളിൽ.

3

മനസ്സിനെയും ബോധാവസ്ഥയെയും നിയന്ത്രിക്കുന്ന മസ്തിഷ്ക ഭാഗങ്ങൾ

മസ്തിഷ്കത്തിന്റെ ഏതെല്ലാം കേന്ദ്രങ്ങളാണ് മനസ്സിന്റെ വിവിധ ഭാഗങ്ങളെ നിയന്ത്രിക്കുന്നതെന്ന് ഇന്നും പൂർണ്ണമായി മനസ്സിലാക്കി യിട്ടില്ല. എന്നാലും അറിയപ്പെടുന്ന വിവരങ്ങളനുസരിച്ച് മനസ്സിന്റെ സമഗ്രത കാത്തുസൂക്ഷിക്കുന്ന മസ്തിഷ്ക കേന്ദ്രങ്ങൾ ഏതൊക്കെയാ ണെന്ന് പരിശോധിക്കാം.

പഞ്ചേന്ദ്രിയങ്ങളിൽക്കൂടി തലച്ചോറിലെത്തുന്ന ആവേ ഗങ്ങൾ വ്യവച്ഛേദിച്ചാണ് മസ്തിഷ്കം പ്രതികരണ ങ്ങൾ രൂപപ്പെടുത്തുന്നത്. ഉദാഹരണത്തിന് നേത്രങ്ങ ളിൽക്കൂടി തലച്ചോറി ലെ ത്തുന്ന ആവേഗങ്ങൾ കാഴ് ചയുടെ കേന്ദ്രത്തിലെ (visual cortex)ത്തുമ്പോൾ കാഴ്ച എന്ന അനുഭവമു ണ്ടാകുന്നു. അതുപോലെ തന്നെ ശബ്ദം ചെവിയുടെ വിവിധ തലങ്ങളിലൂടെ കടന്ന് മസ്തിഷ്കത്തിലെ ആഡിറ്ററി സെന്ററിൽ (Auditory centre) എത്തുമ്പോൾ കേൾവി എന്ന അനുഭവമുണ്ടാകുന്നു. ഘ്രാണത്തിന്റെയും രുചിയുടെയും സിഗ്നലുകൾ തലച്ചോറിലുള്ള കേന്ദ്രങ്ങളിൽ എത്തുമ്പോൾ അവയുടെ അനുഭവവും (Feelings) നമ്മുടെ മനസ്സിലുണ്ടാകുന്നു. പഞ്ചേന്ദ്രിയങ്ങളിൽ നിന്നുമുള്ള ആവേഗങ്ങൾ

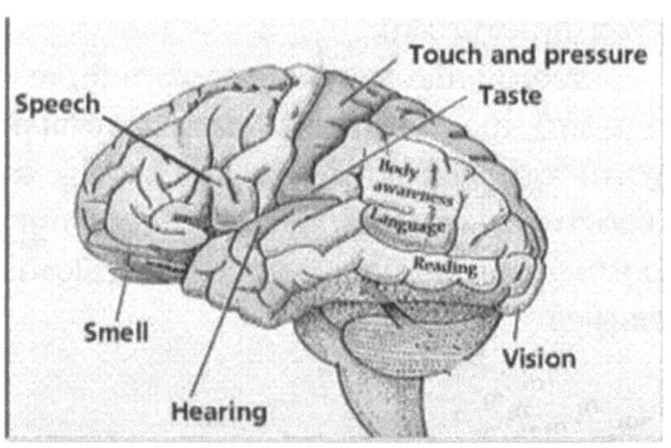

പഞ്ചേന്ദ്രിയങ്ങളിൽ നിന്നുള്ള ആവേഗങ്ങൾ മസ്തിഷ്ക്കത്തിന്റെ ഏതെല്ലാം കേന്ദ്രങ്ങളിൽ എത്തുന്നു എന്നു വിശദമാക്കുന്നു. ചിത്രം-14

മസ്തിഷ്കത്തിന്റെ ഏതെല്ലാം കേന്ദ്രങ്ങളിലാണ് എത്തുന്നതെന്ന് ചിത്രം 14 വ്യക്തമാക്കുന്നു.

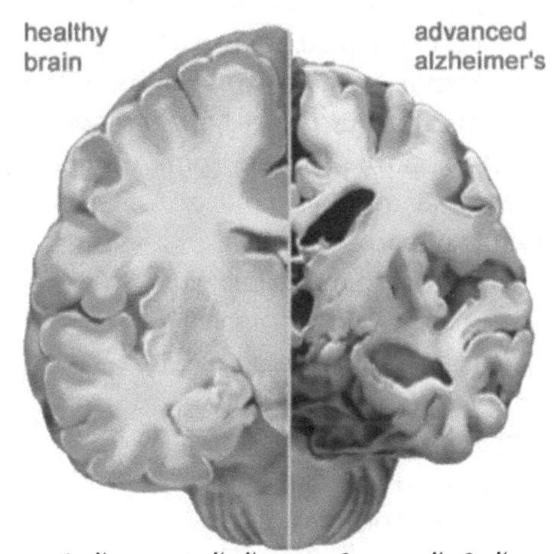

അൾഷ്ഹൈമേഴ്സ് ബാധിച്ച മസ്തിഷ്ക്കം (വലത്) രോഗം ബാധിക്കാത്ത മസ്തിഷ്ക്കം (ഇടത്) ചിത്രം-15

അൾഷിഹൈമേഴ്സ് (Alzheimer's) ബാധിച്ച് തലച്ചോറിന്റെ മേൽപ്പറഞ്ഞ കേന്ദ്രങ്ങൾ തകരാറിലാകുന്ന ഒരു വ്യക്തിയുടെ കാര്യം ഇവിടെ പരിശോധിക്കാം. സെറിബ്രൽ കോർട്ടക്സി ന്റെ (cerebral cortex) നല്ലൊരു ഭാഗം പ്ലാക്കുകളും (plaq ues) ടാൻഗൾസുകളും (Tangles) കൊണ്ട് നിറഞ്ഞ് പ്രവർത്ത നക്ഷമമല്ലാ തായിത്തീരുന്നു. (ചിത്രം - 15 ശ്രദ്ധിക്കുക). *അൾഷ്ഹൈമേഴ്സ്* രോഗി കളിൽ കണ്ണ്, ചെവി, മറ്റ് പ ഞ്ചേന്ദ്രിയങ്ങൾ എന്നിവയിൽ ക്കൂടി ആവേഗങ്ങൾ കൃത്യ മായി മസ്തിഷ്കത്തിൽ എത്തുന്നുണ്ടെങ്കിലും കാഴ്ചയുടെയും കേൾ വിയുടെയും മറ്റും അനുഭവങ്ങൾ അവരുടെ മനസ്സിലുണ്ടാകുന്നില്ല. അതു പോലെ ഓർമ്മയുടെ മസ്തിഷ്കകോശങ്ങളും (Neurons) അവരിൽ നശിച്ചു നഷ്ടമായിപ്പോകുന്നു. ശിരസ്സിനേല്ക്കുന്ന ഗുരുതരമായ ക്ഷതങ്ങൾ കൊണ്ടോ, ക്യാൻസർ (Tumour), സ്ട്രോക്ക് (stroke) തുടങ്ങിയ അസുഖങ്ങൾമൂലമോ മസ്തിഷ്കം തകരാറിലാകുന്ന രോഗികളുടേയും അവസ്ഥ ഇതുതന്നെയായിരിക്കും. അവരിലെല്ലാം "എന്നിലെ ഞാൻ" എന്ന അവബോധം ഇല്ലാതാകുന്നു. ഇതിൽനി ന്നെല്ലാം നമുക്ക് മനസ്സിലാക്കാൻ സാധിക്കുന്ന ഒരു പ്രധാനകാര്യം മനസ്സിന്റെ കേന്ദ്രവും ഇരിപ്പിടവും മസ്തിഷ്കമാണെന്നുള്ളതാണ്.

ബോധാവസ്ഥ എന്ന ആന്തരിക പ്രതിഭാസത്തെ നിയന്ത്രിക്കുന്ന മസ്തിഷ്ക ഭാഗങ്ങളെപ്പറ്റി കൂടുതൽ വിശദമായി പരിശോധിക്കാം.

മനസ്സ് പ്രവർത്തനനിരതമാകണമെങ്കിൽ ശരീരം തികച്ചും ബോധാ വസ്ഥയിലായിരിക്കണം. അബോധാവസ്ഥയിൽ (unconscious) ഒരാളുടെ ജീവൽ പ്രധാനങ്ങളായ അനൈച്ഛിക പ്രവർത്തനങ്ങൾ സജീവ മായിരിക്കും. അതായത് അയാൾ അബോധാവസ്ഥയിലാണെങ്കിലും ഹൃദയസ്പന്ദനം (Heart beat), ശ്വാസോച്ഛ്വാസം (respiration) രക്തചം ക്രമണം (Blood circulation) പചനവ്യവസ്ഥ (Digestion), മാലിന്യ നിർ മ്മാർജ്ജനം (waste disposal) ഇവയെല്ലാം നിർവിഘ്നം പ്രവർത്തിച്ചു കൊണ്ടിരിക്കും. അബോധാവസ്ഥയിൽ കഴിയുന്ന ഒരാൾ ബാഹ്യലോ

കവുമായി അയാൾക്കുള്ള ബന്ധം വിടുന്നു. അയാൾ കേൾക്കുകയോ, കാണുകയോ, സ്പർശനം അറിയുകയോ ചെയ്യുന്നില്ല. അയാളുടെ എല്ലാ മാനസിക വ്യാപാരങ്ങളും നിലച്ചുപോകുന്നു. അതായത് മനസ്സ് എന്ന പ്രതിഭാസം ബോധാവസ്ഥയിലുള്ള ഒരു ശരീരത്തിന്റെ (തലച്ചോറിന്റെ) പ്രവർത്തനം മാത്രമാണ്. മരുന്നിനടിമപ്പെട്ടോ അല്ലാതെയുള്ള അബോധാവസ്ഥ, ഗാഢനിദ്ര എന്നീ ഘട്ടങ്ങളിലും മനസ്സിന്റെ ബഹിർസ്ഫുരണങ്ങൾ ഒന്നും തന്നെ ഇല്ല. ബോധാവസ്ഥയിൽ മാത്രം പ്രവർത്തന നിരതമാകുന്ന ഏതാനും മസ്തിഷ്ക കേന്ദ്രങ്ങളാണ് മനസ്സെന്ന പ്രതിഭാസത്തിനാധാരം.

ബോധാവസ്ഥയിലായിരിക്കുകയും തൽഫലമായി പൂർണ്ണമായ മാനസിക പ്രവർത്തനങ്ങളിൽ വ്യാപരിക്കുകയും ചെയ്യുന്ന സ്ഥിതി യിൽ ഏറ്റവും പ്രവർത്തന നിരതമായിരിക്കുന്നത് സെറിബ്രൽ കോർട്ടെക്സും (cerebral cortex) അതിനു താഴെയുള്ള തലാമസും (Thalamus) റെക്ടിക്കുലർ ഫോർമേഷനും (Reticular formation)ആണ്. ഈ മൂന്നു ഭാഗങ്ങളിൽ ഏതെങ്കിലും ഒന്നിന് കേട് സംഭവിക്കുകയോ, അവ തമ്മിലുള്ള നാഡീബന്ധം തകരാറിൽ ആകുകയോ ചെയ്താൽ നാം അബോധാവസ്ഥയിലാകുകയും മാനസിക വ്യാപാരം പൂർണ്ണമായി നിലച്ചുപോകുകയും ചെയ്യുന്നു. ചിത്രം 16 ൽ ഈ മൂന്നു ഭാഗങ്ങളും കാണിച്ചിരിക്കുന്നു.

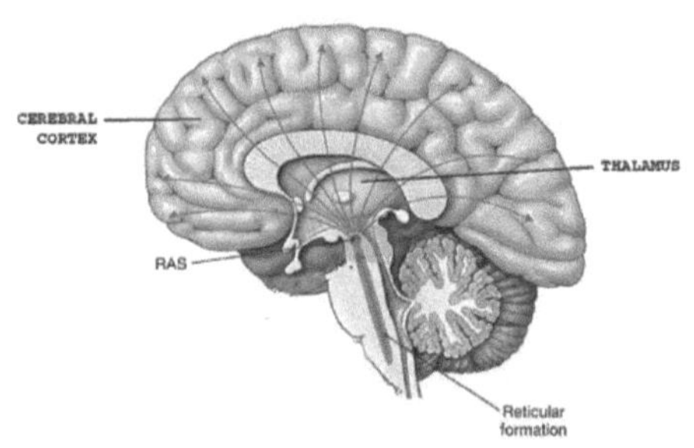

ബോധാവസ്ഥയെ സ്വാധീനിക്കുന്ന മസ്തി ഷ്ക്ക ഭാഗങ്ങൾ ചിത്രം-16

സെറിബ്രൽ കോർട്ടക്സ് (Cerebral cortex)

മേൽപ്പറഞ്ഞ മൂന്നു ഭാഗങ്ങളിൽ ഏററവും പ്രധാനപ്പെട്ടത് സെറിബ്രൽ കോർട്ടെക്സ് തന്നെ. മനുഷ്യന്റെ സെറിബ്രൽ കോർട്ടെക്സ് മറ്റുള്ള സസ്തനങ്ങളുടേതിനെ അപേക്ഷിച്ച് ഏറ്റവും വികാസം പ്രാപിച്ചതാണ്. ആകെയുള്ള മസ്തിഷ്കത്തിന്റെ ഏതാണ്ട് 85 ശതമാനവും സെറിബ്രൽ കോർട്ടെക്സാണ്. മറ്റു ജീവജാലങ്ങളിൽനിന്നും വ്യത്യസ്തമായി അഗാധമായ ബുദ്ധിസാമർത്ഥ്യവും ചിന്താശക്തിയും പ്രകടിപ്പിക്കുന്ന മനുഷ്യൻ അവന്റെ സകല ഉന്നമനങ്ങൾക്കും വിജയപ്രഭാവങ്ങൾക്കും കടപ്പെട്ടിരിക്കുന്നത് വികസിതമായിരിക്കുന്ന ഈ സെറിബ്രൽ കോർട്ടെക്സിനോടാണ്. ഏകദേശം 5 മി മി ഘനവും, 2200 ച മി മി വിസ്തീർണ്ണ (മടക്കുകൾ നിവർത്തിവച്ചാൽ)വുമുള്ള ഈസ്തരം, മടങ്ങിചുളുങ്ങി പലമടക്കുകളായിട്ടാണ് തലയോട്ടിക്കുള്ളിൽ ഉൾക്കൊ

ള്ളിച്ചിരിക്കുന്നത്. (ചിത്രം 17 കാണുക) പല തട്ടുകളിലായി സ്ഥിതിചെയ്യുന്ന കോർട്ടെക്സ്, കോടിക്കണക്കിന് നാഡീകോശങ്ങളും (Neurons) നാഡീതന്തുക്കളും (pathways) കൊണ്ട് നിബിഡമാണ്. നേരത്തെ സൂചിപ്പിച്ചിരുന്നതു പോലെ, *അൾഷ് ഹൈമേഴ്സ്* തുടങ്ങിയ രോഗങ്ങൾമൂലം സെറിബ്രൽ കോർട്ടെക്സിന്റെ പല

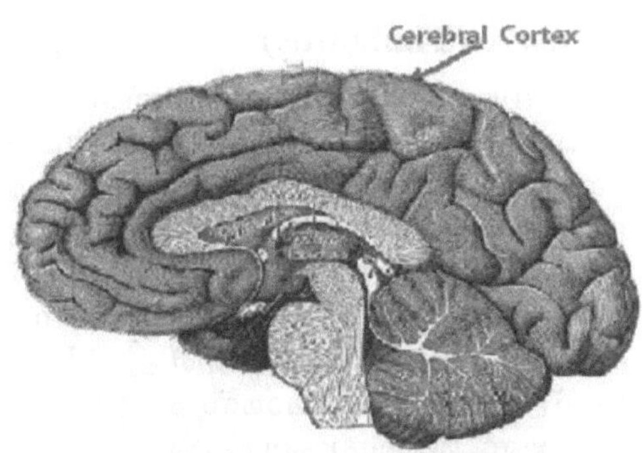

നിരവധി മടക്കുകളും ചുളിവുകളുമുള്ള സെറിബ്രൽ കോർട്ടെക്സ് ചിത്രം-17

ഭാഗങ്ങളും പ്ലാക്കു കളും, ടാംഗിൾകുകളുംകൊണ്ട് നിറഞ്ഞ് നശിച്ചുപോകുന്നതു കൊണ്ടാണ് അങ്ങനെയുള്ള രോഗികൾ പാതി മരിച്ച (vegitative) സ്ഥിതിയിൽ എത്തിച്ചേരുന്നത്. സെറിബ്രൽ കോർട്ടെക്സിന്റെ മുൻഭാഗം ഫ്രണ്ടൽ ലോബ്സ് (frontal lobes) പിൻഭാഗം, ഒസിപ്പാറ്റൽലോബ് (occipatal lobe), മദ്ധ്യഭാഗം, പെറൈറ്റൽ ലോബ് (parital lobe) കീഴ്ഭാഗം ടെമ്പറൽ ലോബ് (Temporal Lobe) എന്നിങ്ങനെ നാലു ഭാഗങ്ങളായി തിരിച്ചിട്ടുണ്ട്. ചിത്രം - 18 ൽ ഈ ലോബുകൾ കാണിച്ചിരിക്കുന്നു. ഇതിൽ ഏതെല്ലാം ഭാഗങ്ങൾക്കു തകരാറു സംഭവിച്ചാലാണ് ഒരാൾ അബോധാവസ്ഥയിലാകുന്നതെന്ന് ന്യൂറോ ശാസ്ത്രജ്ഞർ ഇന്നും പൂർണ്ണമായി മനസ്സിലാക്കിയിട്ടില്ല. അബോധാവസ്ഥയിലായവരുടെ (unconsciousness) ഫങ്ഷണൽ എം ആർ ഐ (എഫ് എം ആർ ഐ - FMRI) ചിത്രങ്ങൾ പരിശോധിച്ചപ്പോൾ അവരുടെ ഫ്രണ്ടൽ ലോബും, ടെംബറൽ ലോബും

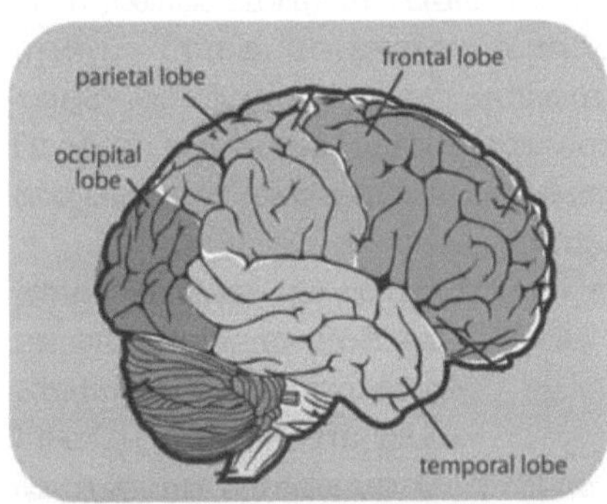

നാലു ലോബുകളായി തിരിച്ചിരിക്കുന്ന സെറിബ്രൽ കോർട്ടെക്സ് ചിത്രം-18

ആ സമയത്ത് തീരെ പ്രവർത്തനരഹിതമാണെന്ന് മനസ്സിലാക്കിയിട്ടുണ്ട്. ചികിത്സയുടെ ഭാഗമായിട്ട് മസ്തിഷ്കത്തിന്റെ ചില കേന്ദ്രങ്ങൾ മുറിച്ചു മാറ്റാറുണ്ട്. അതിനുശേഷം രോഗിയിലുണ്ടാകുന്ന മാനസികവും ശാരീരികവുമായ വ്യതിയാനങ്ങൾ വിശദമായി വിശകലനംചെയ്യുന്ന രീതി ന്യൂറോ ശാസ്ത്രത്തിൽ നിലവിലുണ്ട്.

തലാമസ് (Thalamus)

ബോധാവസ്ഥയെ സ്വാധീനിക്കുന്നതിൽ സെറിബ്രൽ കോർട്ടെക്സിനെപ്പോലെ അതിപ്രധാനമായ സ്ഥാനമാണ് തലാമസിനുള്ളത്. മസ്തിഷ്കത്തിന്റെ ഒത്ത നടുവിലായി കോർട്ടെക്സിനു താഴെ ഇരുവശത്തുമായി തലാമസ് സ്ഥിതിചെയ്യുന്നു. ചിത്രം - 19 ൽ മസ്തിഷ്കത്തിൽ തലാമസിന്റെ സ്ഥാനം കാണിച്ചിരിക്കുന്നു. ശരീരത്തിന്റെ അധോഭാഗങ്ങളിൽനിന്നും എത്തുന്ന ആവേഗങ്ങൾ സെറിബ്രൽ കോർട്ടക്സിൽ എത്തുന്നത് മിഡ്ബ്രയിനും തലാമസും കടന്നാണ്. അതുപോലെ കോർട്ടെക്സിൽനിന്നും ശരീരത്തിന്റെ വിവിധ ഭാഗങ്ങളിലേക്കു പോകുന്ന നിരവധി പ്രേരക ആവേഗങ്ങൾ (Motor impulses) ഈ കേന്ദ്രങ്ങൾ വഴിയാണ് കടന്നുപോകുന്നത്. സെറിബ്രൽ കോർട്ടെക്സിനും ശരീരത്തിന്റെ ഇതര ഭാഗങ്ങൾക്കും ഇടയിലുള്ള ഒരു റിലേസ്റ്റേഷ (Relay station) നായിട്ടാണ് തലാമസ് പ്രവർത്തിക്കുന്നത്. ഒരാൾ ബോധവാനായിരിക്കുന്നതിലും അയാളുടെ മനസ്സ് പൂർണ്ണ ആരോഗ്യത്തോടുകൂടി വ്യാപരിക്കുന്നതിനും തലാമസിനുള്ള പങ്ക് വളരെ വലുതാണ്. ഒരാളുടെ തലാമസിനോ തലാമസും കോർട്ടെക്സുമായി ബന്ധിക്കപ്പെട്ടിരിക്കുന്ന നാഡീ തന്തുക്കൾക്കോ തകരാറു സംഭവിച്ചാൽ അയാൾ നിത്യമൂർച്ഛയിലായിപ്പോകുന്നു.

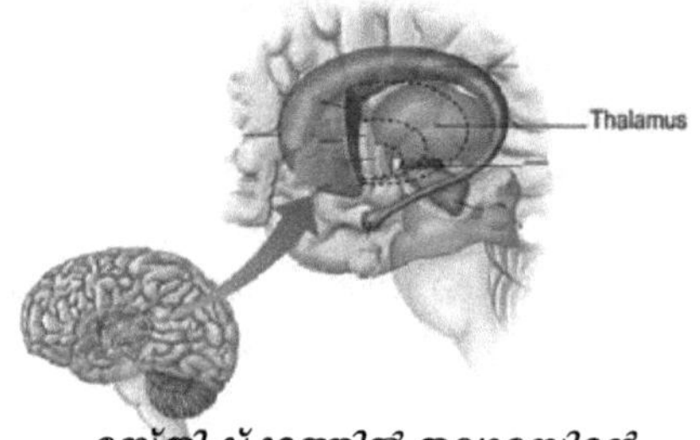

മസ്തിഷ്ക്കത്തിൽ തലാമസിന്റെ സ്ഥാനം ചിത്രം–19

തലാമസിന്റെ പ്രവർത്തനത്തെ അടിസ്ഥാനമാക്കി അതിനു മൂന്നു ഭാഗങ്ങൾ ഉണ്ടെന്നു കാണാം. (1) കാഴ്ച, കേൾവി തുടങ്ങിയവയുടെ ആവേഗങ്ങൾ പുനഃപ്രസരണം ചെയ്യുന്ന റിലേ ന്യൂക്ലിയസ് (2) തലാമസും സെറിബ്രൽ കോർട്ടെക്സുമായി ആശയവിനിമയം നടത്തുന്ന അസോസിയേഷൻ ന്യൂക്ലിയസ് (3) റെക്ടിക്കുലർ ആക്ടീവെയിറ്റിങ് സിസ്റ്റത്തിൽ (RAS) നിന്നുമുള്ള സിഗ്നലുകളെ കോർട്ടെക്സിലേക്കു സംക്രമിപ്പിക്കുന്ന നോൺസ്പെസിഫിക് ന്യൂക്ലിയസ് (Non-specific nucleus)

തലാമസ്സിന്റെ ഘടന വിശദമാക്കുന്ന ചിത്രം–20

എന്നീ ഭാഗങ്ങളാണ് അതിന്റെ പ്രവർത്തനത്തെ അടിസ്ഥാനമാക്കിയുള്ള മൂന്നു ഭാഗങ്ങൾ.

ബോധാവസ്ഥ നിലനിർത്തുന്ന തലാമസിനുള്ള പങ്ക് അറിയുന്നതിന് അതിന്റെ ഘടന വിശദമായി മനസ്സിലാക്കണം. ചിത്രം 20/21 കാണുക

വൈ (Y) ആകൃതിയിലുള്ള വൈറ്റ് മാറ്റർ (white matter) കൊണ്ട് തലാമസിനെ മൂന്നായി ഭാഗിച്ചിരിക്കുന്നു. ഇന്റേണൽ മോഡുലറി ലാമിന (Internal modulary lamina - IML) കൊണ്ടാണ് ഇത് സാദ്ധ്യമായിരിക്കുന്നത്. മീഡിയോ ഡോർസൽ (medio dorsal) (ചുവന്ന നിറം) അന്റീരിയർ (Anterior) (കറുത്ത നിറം) ലാറ്ററൽ (Lateral) (മഞ്ഞനിറം) എന്നീ ന്യൂറോൺ സമുച്ചയങ്ങളാണ് ഈ മൂന്നു ഭാഗങ്ങൾ. ചിത്രം 20 ശ്രദ്ധിക്കുക.

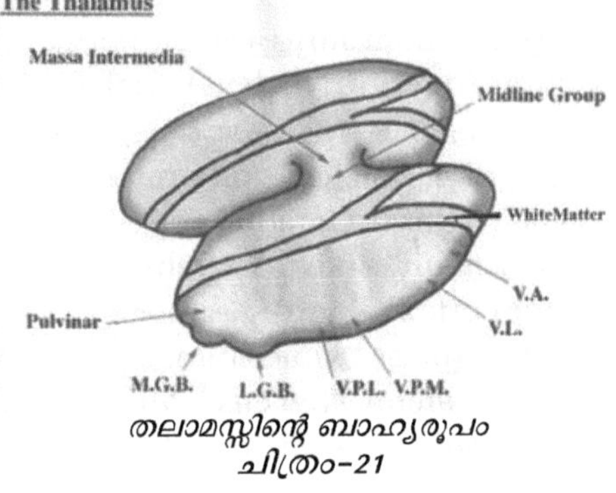

തലാമസ്സിന്റെ ബാഹ്യരൂപം
ചിത്രം-21

ഇൻട്രാ ലാമിനാർ ന്യൂക്ലി യസ് (Intra Laminar Nucleus - INL) എന്ന വളരെ പ്രധാനപ്പെട്ട കുറെ ന്യൂറോണുകൾ മേൽപ്പറഞ്ഞ മെഡുലറി ലാമിനായിലാണ് കാണപ്പെടുന്നത്. INL നെപ്പറ്റി പിന്നീട് കൂടുതൽ വിവരിക്കുന്നതാണ്. റെക്ടിക്കുലർ ന്യൂക്ലിയസ് (Recti cular Nucleus) എന്ന പ്രധാനപ്പെട്ട സ്തരം ഡോർസൽ ഭാഗത്തെ വലയം ചെയ്തിരിക്കുന്നു.

മേൽപ്പറഞ്ഞ മൂന്നു ഭാഗങ്ങളിൽ ഏറ്റവും പ്രധാനപ്പെട്ടതും കൂടുതൽ വിശദമായി ഗവേഷണത്തിനു വിധേയമാക്കിയിട്ടുള്ളതും ലാറ്ററൽ ഭാഗമാണ് (മഞ്ഞനിറം) അതിന്റെ പ്രധാന ഭാഗങ്ങളാണ് ചിത്രം 21 ൽ കാണിച്ചിരിക്കുന്നത്.

തലാമസ് പ്രധാനമായും ഒരു റിലേസ്റ്റേഷനാണെന്ന് നേരത്തെ സൂചിപ്പിച്ചിട്ടുണ്ടല്ലോ. ഘ്രാണത്തിന്റെ ആവേഗങ്ങൾ ഒഴിച്ച് മറ്റെല്ലാ സംവേദ ആവേഗങ്ങളും കോർട്ടെക്സിലേക്ക് കടക്കുന്നത് തലാമസ് വഴിയാണ്. റെറ്റിനയിൽ നിന്നുമെത്തുന്ന ആവേഗങ്ങൾ റിലേന്യൂക്ലിയസിലുള്ള "ലാറ്ററൽ ജെനിക്കുലേറ്റ് ന്യൂക്ലിയസ്" (Lateral Geniculate Nucleus - LGN) (ചിത്രം 21 ശ്രദ്ധിക്കുക) വഴി കാഴ്ചയുടെ കേന്ദ്രമായ വിഷ്വൽ കോർട്ടെക്സിലെത്തുന്നു. അതുപോലെ റിലേ നൂക്ലിയസിലുള്ള മിഡിയൽ ജെനിക്കുലേറ്റ് ന്യൂക്ലിയസ് (Medial Geniculate Nucleus - MGN) വഴിയാണ് കേൾവിയുടെ ആവേഗങ്ങൾ കോർട്ടെക്സിലെത്തുന്നത്. സ്പർശനത്തിന്റെയും വേദനയുടെയും ആവേഗങ്ങൾ റിലേ ന്യൂക്ലിയസിലുള്ള വെൻട്രൽ പോസ്റ്റീരിയൽ ന്യൂക്ലിയസ് (Ventral Posterial

Nucleus) വഴിയാണ് കോർട്ടെക്സിൽ ചെന്നു ചേരുന്നത്. ഈ ആവേഗങ്ങളെല്ലാം റിലേന്യൂക്ലിയസ് പുനഃപ്രസരണം ചെയ്യുകമാത്രമല്ല, വേണ്ടവിധത്തിൽ നിയന്ത്രിക്കുകയും ചെയ്യുന്നുണ്ട്. അതുകൊണ്ടാണ് തലാമസില്ലെങ്കിൽ കോർട്ടെക്സ് നിഷ്പ്രഭമാണെന്ന് ന്യൂറോ ശാസ്ത്ര ജ്ഞന്മാർ വിശ്വസിക്കുന്നത്.

ലാട്രൽ ഡോർസൽ ന്യൂക്ലിയസ് (Lateral Dorsal Nucleus - LDN) അടുത്തുതന്നെയുള്ള ആന്റീരിയൽ ന്യൂക്ലിയസു (Anterial Nucleus) മായി ചേർന്ന് ഒരേ താളത്തിൽ പ്രവർത്തിക്കുന്നു. വിഷ്വൽ കോർട്ടെ ക്സിൽനിന്നും നിരവധി സിഗ്നലുകൾ പറൈറ്റൽ (Pareetal) ഡോർസോ ലാറ്ററൽ (Dorso Lateral) എന്നീ ഭാഗങ്ങളിലേക്ക് പോകുകയും വൈകാ രികവും പ്രതികരണാത്മകവുമായ നിരവധി പ്രവർത്തനങ്ങളെ സ്വാധീ നിക്കുകയും ചെയ്യുന്നു.

ഇനി പറയാനുള്ളത് വെൻട്രൽ ആന്റീരിയർ ന്യൂക്ലിയസിനെ (Ventral Anterior Nucleus) പറ്റിയാണ്. നമ്മുടെ ചലനങ്ങൾ (movements) ആസൂത്രണം ചെയ്യപ്പെടുന്നതുമുതൽ അത് നടപ്പിലാക്കുന്നതും അവശ്യമില്ലാത്തിടത്ത് നിരസിക്കുന്നതും ഈ കേന്ദ്രവും ബാസൽ ഗാംഗില (Basal Ganglia) ഗ്ലോബസ് പാലിഡസ് (Globas Pallidus) സബ്സ്റ്റാൻഷ്യ നൈഗ്രാ (Substantia Nigra), മോട്ടോർ കോർട്ടെക്സ് (Motor cortex) എന്നീ കേന്ദ്രങ്ങളുമായുള്ള ദൃഢമായ നാഡീബന്ധങ്ങ ളുമാണ്. ഇതേ പ്രവർത്തനങ്ങൾ തന്നെയാണ് വെൻട്രൽ ലാറ്ററൽ (Ventral Lateral Nucleus) ന്യൂക്ലിയസിനുമുള്ളത്. ഇതിൽനിന്നുമുള്ള സിഗ്നലുകൾ ബാസൽ ഗാംഗില, ഗ്ലോബസ് പാലിഡസ്, സെറിബെല്ലം, പ്രൈമറി മോട്ടോർ കോർട്ടെക്സ് എന്നീ കേന്ദ്രങ്ങളിൽ എത്തുന്നതും തിരിച്ചുവരുന്നതും നമ്മുടെ ചലനാത്മകമായ നീക്കങ്ങൾക്കു വളരെ അത്യന്താപേക്ഷിതമാണ്. തലാമസിലുള്ള മറ്റു രണ്ടു കേന്ദ്രങ്ങളാണ് വെൻട്രൽ പോസ്റ്റീരിയോ ലാറ്ററൽ ന്യൂക്ലിയസ് (Ventral Postero Lateral Nuecleus VPL) വെൻട്രൽ പോസ്റ്റീരിയോ മിഡിയൻ ന്യൂക്ലിയസ് (Ventral Postero Medial Nucleus - VPM) (ചിത്രം 20 ശ്രദ്ധിക്കുക) എന്നിവ ശാരീരികമായ സ്പർശം, വേദന, സ്വാദ്, ചൊറിച്ചിൽ, ഉണർവ്വ് എന്നിവ സംബന്ധിച്ച ആവേഗ ങ്ങൾ ഈ കേന്ദ്ര ങ്ങളിൽ ക്കൂടിയാണ് കോർട്ടെക് സിൽ എത്തുന്നതും അ നു ബന്ധ പ്രവർത്തനങ്ങൾ നിർവ്വഹിക്കപ്പെടുന്നതും.

തലാമസിന്റെ വളരെ പ്രധാനപ്പെട്ട മറ്റൊരു നാഡീകേന്ദ്രമാണ് പൾവി നാർ (ചിത്രം 22 കാണുക)

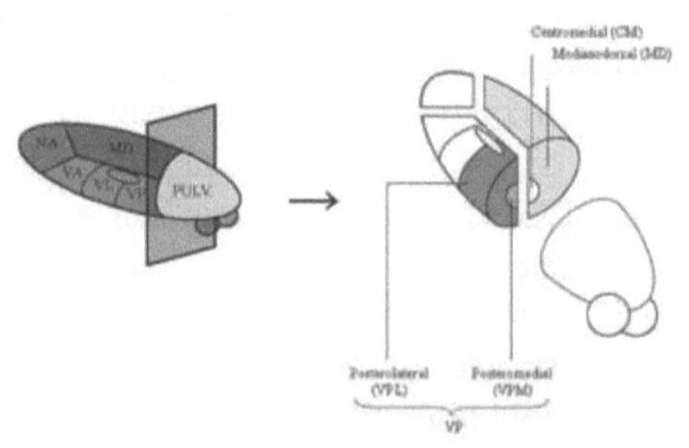

പൾമിനാറിന്റെ വിശദമായ ചിത്രം-22

തലാമസിന്റെ ഒരറ്റത്തായി സ്ഥിതി ചെയ്യുന്ന കോശങ്ങളുടെ ഒരു സമുച്ചയമാണ് പൾവിനാർ (ചിത്രം 22).

ഓറൽ, ഇൻഫീരിയർ, ലാറ്ററൽ, മീഡിയൻ എന്നിങ്ങനെ നാലു ഭാഗങ്ങളായി പൾവിനാറിനെ തിരിച്ചിട്ടുണ്ട്. ഓറൽ പൾവി നാർ പ്രധാനമായും കോർട്ടെക്സിലെ മോട്ടോർ കേന്ദ്രങ്ങളുമായി ബന്ധിക്കപ്പെട്ടിരിക്കുന്നു. എന്നാൽ ലാറ്ററൽ പൾവിനാറും ഇൻഫീരിയർ പൾവിനാറും കോർട്ടെക്സിലെ ഫ്രീഫോണ്ടൽ പെറൈറ്റർ ഭാഗങ്ങളുമായിട്ടാണ് നാഡിതന്തുക്കളാൽ ഘടിപ്പിച്ചിരിക്കുന്നത്. മീഡിയൻ പൾവിനാർ, സിംഗുലേറ്റ് ന്യൂക്ലിയസു (Cingulate Nucleus) മായും കോർട്ടെക്സുമായുമാണ് ബന്ധിക്കപ്പെട്ടിരിക്കുന്നത്. പല സസ്തന ജീവികളുടെയും തലാമസിൽ പൾവിനാർ ഇല്ല. ഇത് തലാമസിന്റെ ഏകദേശം 40 ശതമാനത്തോളം ഉണ്ട്. ഈ ഭാഗം നമ്മുടെ ജാഗ്രത, വൈദഗ്ദ്ധ്യം, ഓർമ്മ എന്നിവയ്ക്ക് ഒരു സുപ്രധാന കേന്ദ്രം കൂടിയാണ്. പരീക്ഷണാടിസ്ഥാനത്തിൽ പൾവിനാർ മുറിച്ചുമാറ്റപ്പെടുന്ന ഒരാൾക്ക് വെരിക്കോസ് എൻസഫലോപ്പതി (Werikose Encephelopathy) എന്ന ഗുരുതരമായ മസ്തിഷ്കാഘാതം സംഭവിക്കുന്നു.

ബോധാവസ്ഥ നിലനിർത്തുന്നതിനും ശാരീരികമായ മറ്റു പ്രധാന ധർമ്മങ്ങൾ നടത്തിക്കൊണ്ടു പോകുന്നതുമായ തലാമസിന്റെ പ്രധാനപ്പെട്ട രണ്ടു കേന്ദ്രങ്ങളാണ് ഇൻട്രാലാമിനാർ ന്യൂക്ലിയസ് (Intra Laminar Nucleus - ILN) സെൻട്രോമീഡിയൻ ന്യൂക്ലിയസ് (Centro Median Nucleus - CMN) എന്നിവ. ഈ കേന്ദ്രങ്ങളെപ്പറ്റി പിന്നീട് കൂടുതൽ വിവരങ്ങൾ നല്കുന്നതാണ്.

തലാമസിനെ പൊതിഞ്ഞിരിക്കുന്ന ഇൻട്രാലാമിനാർ സ്തരത്തിലെ പ്രധാനപ്പെട്ട കുറെ ന്യൂറോണുകളെയാണ് സെൻട്രോമീഡിയൻ ന്യൂക്ലിയസ് വിഭാഗത്തിൽപ്പെടുത്തിയിരിക്കുന്നത്. ഇതിന്റെ പ്രവർത്തനങ്ങൾ ചിത്രം 23 ൽ കാണിച്ചിരിക്കുന്നു. ഒരു ഘനമി മിന് 300 ന്യൂറോൺവച്ച് ഏകദേശം 6 ലക്ഷം ന്യൂറോണുകൾ ഉൾക്കൊള്ളുന്ന ഭാഗമാണിത്. തലാമസിലെ സെൻട്രോമീഡിയൻ ന്യൂക്ലിയസ്, കേഡറ്റ് (Caudate) പുട്ടാ മെൻ (Putamen) സെറിബ്രൽ കോർട്ടെക്സ് എന്നീ ഭാഗങ്ങളുമായി, നിരവധി നാഡീതന്തുക്കളാൽ (pathways) ഈ കേന്ദ്രം ബന്ധിക്കപ്പെട്ടിരിക്കുന്നു.

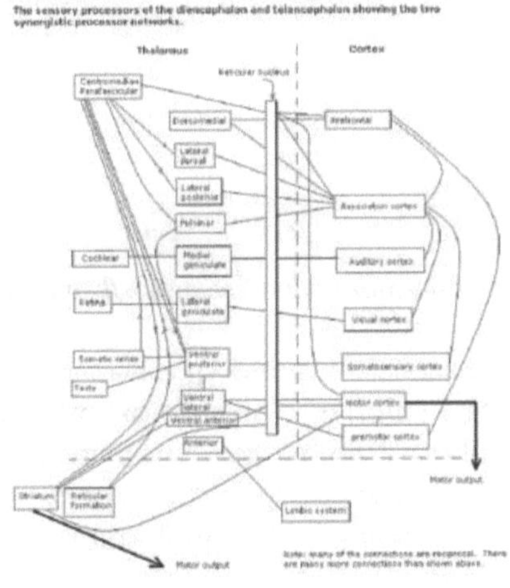

സെട്രൽ മീഡിയൻ ന്യൂക്ലിയസ്
ചിത്രം-23

വെസ്റ്റിബുലർ ന്യൂക്ലിയസ് (Vestibular Nucleus), ഗ്ലോബസ് പാലിഡസ്, സുപ്പീരിയർ കോളിക്കുലസ് (Superior Coliculas) റെക്ടിക്കുലർ ഫോർമേഷൻ, സ്പൈനോ താലിമിക് ട്രാക്ക് (Spino-Thalamic Tract) എന്നീ കേന്ദ്രങ്ങളിൽനിന്നും നിരവധി നാഡീതന്തുക്കൾ ഈ കേന്ദ്രത്തിലേക്ക് എത്തുന്നുണ്ട്. വളരെ പ്രധാനപ്പെട്ട ചില ധർമ്മങ്ങൾ ഈ കേന്ദ്രം നിർവ്വഹിക്കുന്നുണ്ട്. ജാഗ്രത, ഉണർത്തൽ എന്നിവയെ കൂടാതെ സെറിബ്രൽ കോർട്ടെക്സിന്റെ പൊതുപ്രവർത്തനങ്ങളെ നിയന്ത്രിക്കുന്നതും സെൻട്രോമിഡിയൻ ന്യൂക്ലിയസാണ്. ഈ ന്യൂക്ലിയസിനുള്ളിൽ കടത്തിവച്ച ഇലക്ട്രോഡുകളിൽക്കൂടി ചില പ്രത്യേക ആവർത്തി (frequencey)യിലുള്ള വൈദ്യുതി കടത്തിവിട്ടാൽ രോഗി കുറച്ചുസമയത്തേക്കെങ്കിലും അബോധാവസ്ഥയിലാകുന്നു. ഈ ഭാഗം മുറിച്ചുമാറ്റുകയാണെങ്കിൽ അയാൾ നിത്യ മൂർച്ഛയിലേക്കു വീഴുക മാത്രമല്ല ബ്രെയിൻ ഡെത്തിനും (Brain death) സ്ഥിരമായ വെജിറ്റേറ്റീവ് സ്ഥിതിയിലേക്കും (Persistant Vegitative State - PVS) മാറുന്നു. ബോധാവസ്ഥയുടെ കേന്ദ്രമായി കണക്കാക്കപ്പെടുന്ന ഈ നാഡീകേന്ദ്രം അനസ്തിഷ്യ സമയത്ത് പ്രവർത്തനരഹിതമായി കാണപ്പെടുന്നു.

3. റെക്ടിക്കുലർ ഫോർമേഷൻ (Recticular formation)

ബോധാവസ്ഥയെ നിയന്ത്രിക്കുന്ന മസ്തിഷ്കത്തിലെ മൂന്നാമത്തെ പ്രധാന ഭാഗം റെക്ടിക്കുലർ ഫോർമേഷനാണ്. ഒരാൾ ബോധാവസ്ഥയിൽ സ്ഥിതിചെയ്യുന്നതിന്റെ രഹസ്യം അറിയുന്നതിന് ഈ ഭാഗത്തെപ്പറ്റി കൂടുതൽ വിശദമായി മനസ്സിലാക്കേണ്ടതുണ്ട്. ചിത്രം 24ൽ റെക്ടിക്കുലർ ഫോർമേഷന്റെ സ്ഥാനം കാണിച്ചിരിക്കുന്നു. മെഡുല ഒബ്ളാഗട്ട (medulla oblangatta), പോൺസ് (pons), മിഡ്ബ്രെയിൻ (mid brain) എന്നീ ഭാഗങ്ങളിലായി റെക്ടിക്കുലർ ഫോർമേഷൻസ് വ്യാപിച്ചു കിടക്കുന്നു. റെക്ടിക്കുലർ ന്യൂറോണുകളുടെ ഏറ്റവും വലിയ പ്രത്യേകത താരതമ്യേന വളരെ ദൂരത്തിലേക്കു വ്യാപിച്ചുകിടക്കുന്ന അവയുടെ ആക്സണു(Axon)കളാണ്. ചിത്രം 24 (a) ശ്രദ്ധിക്കുക. ഇതിൽ ചിലത് സുഷുമ്ന മുതൽ, തലാമസ്, ഹൈപ്പോത്തലാമസ്, സെറിബെല്ലം എന്നീ കേന്ദ്രങ്ങൾവരെ വ്യാപിച്ചു കിടക്കുന്നു.

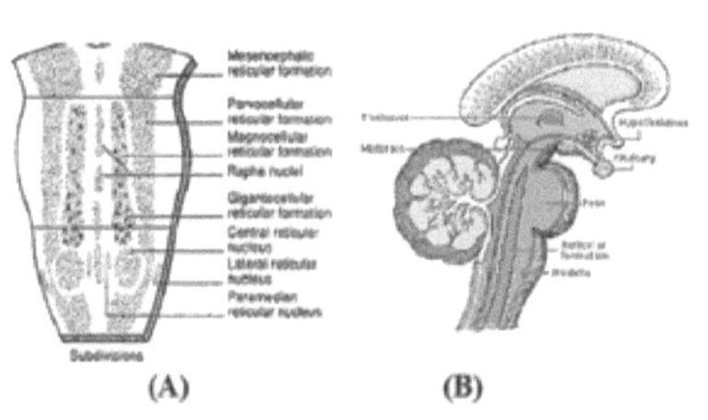

റെടിക്കുലർ ഫോർമേഷൻ *ചിത്രം–24*

റെക്ടിക്കുലർ ഫോർമേഷൻ ബോധാവസ്ഥയുടെയും ഉണർത്തലി

ന്റെയും (Arousal) കാതലായ ഭാഗമാകുന്നത് ഇപ്രകാരമുള്ള ആക്സോണുകൾ ഉള്ളതുകൊണ്ടാണ്. ഈ ആക്സോണുകൾ തലാമസ് എന്ന റിലേസ്റ്റേഷനിൽക്കൂടി തുടർച്ചയായി ആവേഗങ്ങൾ സെറിബ്രൽ കോർട്ടെക്സിലേക്കും തിരിച്ചും അയച്ചുകൊണ്ടിരിക്കുന്നു. ഇങ്ങനെ അയക്കപ്പെടുന്ന ആവേഗങ്ങളാണ് കോർട്ടെക്സിനെയും തന്മൂലം നമ്മളെയും എപ്പോഴും ജാഗ്രതയിൽ കഴിയാൻ ഇടവരുത്തുന്നത്.

റെക്ടിക്കുലർ ഫോർമേഷനിൽനിന്നും ഇങ്ങനെ പുറപ്പെടുന്ന നാഡീവ്യൂഹങ്ങൾക്ക് റെക്ടിക്കുലർ ആക്ടീവ് സിസ്റ്റം (Reticular Active System RAS) എന്നാണ് പറയുക. ഒരാൾ മരുന്നിന്റെ സ്വാധീനത്തിൽ അബോധാവസ്ഥയിൽ ആകുകയോ, അസുഖംമൂലമോ മറ്റോ വെജിറ്റേറ്റീവ് സ്ഥിതിയിലാകുകയോ, അല്ലെങ്കിൽ ഗാഢനിദ്രയിൽ ആകുകയോ ചെയ്യുന്ന വേളയിൽ ഒഴികെ RAS-ൽ കൂടിയുള്ള ആവേഗങ്ങൾ കോർട്ടെക്സിനെ ജാഗ്രതയിൽ സൂക്ഷിക്കുകയും അങ്ങനെ അയാളെ ബോധവാനായിരിക്കുവാൻ സഹായിക്കുകയും ചെയ്യുന്നു. മദ്യത്തിന്റെയും മയക്കുമരുന്നിന്റെയും സ്വാധീനത്തിൽ ഹൈപ്പോത്തലാമസിലേക്കും, ഉറക്കത്തിന്റെ കേന്ദ്രങ്ങളിലേക്കുമുള്ള ആവേഗങ്ങൾ നിരോധിക്കപ്പെടുമ്പോൾ അബോധാവസ്ഥയിലേക്ക് (Unconscious State) വഴുതി വീഴുന്നു. ഒരാളുടെ “RAS” നോ അതിൽനിന്നു പുറപ്പെടുന്ന നാഡികൾക്കോ അപകടത്തിലോ മറ്റോ ക്ഷതമേറ്റാൽ അഥവാ മസ്തിഷ്കത്തിൽ ഒരടി കിട്ടിയാൽ അപ്പോൾത്തന്നെ അയാൾ നിത്യമൂർച്ഛയിലേക്കു വീഴുന്നു. ചിത്രം 25 വിശദമായി പരിശോധിച്ചാൽ കാണാൻ സാധിക്കുന്നത് RAS നോടൊപ്പം മസ്തിഷ്കത്തിലുള്ള പല ന്യൂക്ലിയസുകളും മസ്തിഷ്കത്തിന്റെ വിവിധ കേന്ദ്രങ്ങളിലേക്ക് ന്യൂറോട്രാൻസ് മീറ്ററുകൾ പുറപ്പെടുവിക്കുന്നതായിട്ടാണ്. പൂച്ചകളിൽ നടത്തിയ പരീക്ഷണങ്ങളിൽ സബ്സ്റ്റാൻഷ്യ നൈഗ്രയിലേക്കുള്ള നാഡീബന്ധം വിടർത്തിയാൽ പൂച്ചകൾ മൂർച്ഛയിലാകുന്നുവെന്നു കണ്ടു. ലോക്കസ് സെറുലേൽസ് (Locusciruleus) ന്റെ ബന്ധം വിടുവിച്ചാൽ പൂച്ചകളിൽ റെംസ്ലിപ്പ് നഷ്ടപ്പെടുന്നതായും റാഫേ ന്യൂക്ലിയസി (Raphe Nucleus) ലേക്കുള്ള ബന്ധം വിടർത്തിയാൽ അവകൾക്കു ഉറക്കം നിശ്ശേഷം നഷ്ടപ്പെടുന്നതായും കണ്ടിട്ടുണ്ട്.

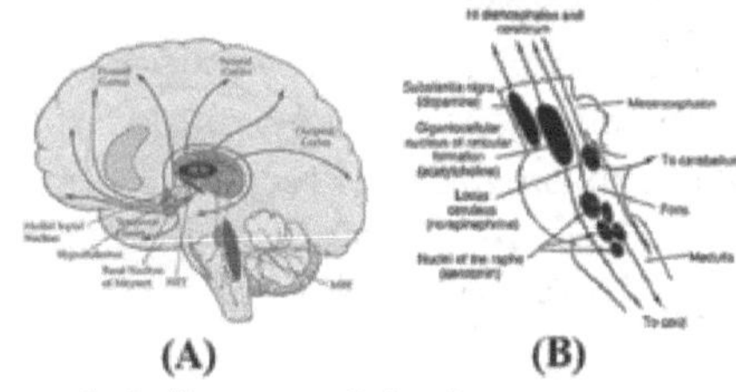

മസ്തിഷ്ക്കത്തണ്ടിൽ നിന്നും പുറപ്പെടുന്ന സഞ്ചാര പഥങ്ങൾ *ചിത്രം-25*

ശരീരത്തിന്റെ അധോഭാഗത്തുനിന്നു നിരവധി ആവേഗങ്ങൾ RAS വഴി കടന്ന് തലാമസ് എന്ന ഗേറ്റിൽക്കൂടിയാണ് കോർട്ടെക്സിലേക്ക് പോകുന്നത്. വാസ്തവത്തിൽ തലാമസിലുള്ള റെക്ടിക്കുലർ ന്യൂക്ലി

യസാണ് സെറിബ്രൽ കോർട്ടെക്സിലേക്കു പോകുന്ന നിരവധി സിഗ്നലുകളെ പ്രാധാന്യം അനുസരിച്ച് തരംതിരിച്ച് ആവശ്യമായ ആവേഗങ്ങൾ മാത്രം കോർട്ടെക്സിൽ എത്തിക്കുന്നതും അത്യാവശ്യമല്ലാത്തവയെ നിരാകരിക്കുകയും ചെയ്യുന്നത്. അല്ലെങ്കിൽ സെറിബ്രൽ കോർട്ടെക്സ് ഓവർലോഡ് ചെയ്തു നമുക്കു ഭ്രാന്തു പിടിപ്പിച്ചേനെ! ഒരാളുടെ ബോധാവസ്ഥയും ഉണർത്തലും (Awakening) നിലനിർത്തിക്കൊണ്ടുപോകുന്നതിന് ആവശ്യമായ സിഗ്നലുകൾ ശരീരത്തിന്റെ അധോഭാഗത്തുനിന്നും തലാമസിലേക്കും കോർട്ടെക്സിലേക്കും എത്തിക്കുന്നതും തിരിച്ച് കൊണ്ടുപോകുന്നതും മാത്രമല്ല റെക്ടിക്കുലർ ആക്ടീവ് സിസ്റ്റത്തിന്റെ പ്രാധാന്യം. ശരീരത്തിനു ബാലൻസ് നിലനിർത്തുന്നതിന് ആവശ്യമായ എല്ലാ പേശികളുടേയും സൂക്ഷ്മമായ പ്രവർത്തനങ്ങളുടെ നിയന്ത്രണവും ശ്വസനത്തിന്റെയും ഹൃദയമിടിപ്പിന്റെയും താളവും അഭംഗുരം കാത്തുസൂക്ഷിക്കുക എന്ന ജോലിയും RAS-ൽ നിക്ഷിപ്തമാണ്. ശരീരത്തിന്റെ ആകമാനമുള്ള തുലനസ്ഥിതിയും (Equilibrium) നിലനിർത്തുന്നതിന് വെസ്റ്റിബുലർ സിസ്റ്റമാണെങ്കിലും (Vestibular System) സൂക്ഷ്മമായ (Precision) പ്രവർത്തനങ്ങൾ നിയന്ത്രിക്കുന്നത് RAS തന്നെയാണ്. ഇതിലുള്ള ന്യൂറോണുകളും അവയുടെ ആക്സോണുകളും ശരീരത്തിന്റ കീഴ്ഭാഗം മുതൽ തലാമസ് വഴി കോർട്ടെക്സ് വരെ വ്യാപിച്ചുകിടക്കുന്നു. ഈ നാഡികളിൽക്കൂടിയെത്തുന്ന നിരവധി ആവേഗങ്ങളിൽ ആവശ്യമുള്ളതുമാത്രം സ്വീകരിക്കാനും അല്ലാത്തവയെ നിരാകരിക്കാനും കോർട്ടെക്സിനെ പ്രാപ്തമാക്കുന്നത് RAS ഉം തലാമസുമാണെന്നും നേരത്തെ സൂചിപ്പിച്ചിട്ടുണ്ട്. വളരെ ബഹളമുള്ള ചുറ്റുപാടുകളിൽ കിടന്നുറങ്ങുന്ന ഒരാൾ ടൈംപീസിന്റെ അലാറം കേട്ടുണരുന്നതും അങ്ങനെയുള്ള ചുറ്റുപാടിൽ ഒരമ്മ കുഞ്ഞിന്റെ കരച്ചിൽ കേട്ടുണരുന്നതും "RAS" ന്റെ പ്രവർത്തനമാണ്. കൈയിൽ കെട്ടിയിരിക്കുന്ന വാച്ചിനെപ്പറ്റി നമ്മൾ സാധാരണ ഓർക്കാറില്ല. എന്നാൽ അതിന്റെ സ്ട്രാപ്പ് പെട്ടെന്നു പൊട്ടുകയാണെങ്കിൽ നമ്മൾ അറിയും. ആവശ്യമുള്ള ആവേഗങ്ങൾ കടത്തിവിട്ട് കോർട്ടെക്സിനെ ഉത്തേജിപ്പിക്കുന്ന വിദ്വാൻ RAS ആണ്. പല അവസരങ്ങളിലും വേദനയുടെ ആവേഗങ്ങളെ കോർട്ടെക്സിൽ എത്തിക്കാതെ തടയുക എന്ന കർത്തവ്യവും RAS ഏറ്റെടുക്കുന്നുണ്ട്.

മസ്തിഷ്കത്തിലെ ജാഗ്രതയുടെ കേന്ദ്രമാണ് റെക്ടിക്കുലർ ആക്ടിവേറ്റിങ് സിസ്റ്റം. അത് തലച്ചോറിന് ജീവൻ പകരുന്ന താക്കോലും പ്രേരക കേന്ദ്രവുമാണ്. സുഷുമ്നയുടെ ആരംഭത്തിൽനിന്നു തുടങ്ങുന്ന അതിലെ ന്യൂറോൺ ആക്സോണുകൾ സെറിബ്രൽ കോർട്ടെക്സ്വരെ വ്യാപിച്ചുകിടക്കുന്നു. മനുഷ്യശരീരത്തെ ബാഹ്യപ്രക്രിയകളും ആന്തരിക അനുഭവങ്ങളുമായി ബന്ധിപ്പിക്കുന്ന സുപ്രധാന ചങ്ങലയാണ് RAS. ചലനാത്മകമായ ശാരീരിക പ്രവർത്തനങ്ങൾ മസ്തിഷ്കത്തിൽ ജനിപ്പിക്കുന്നതും റെക്ടിക്കുലർ സിസ്റ്റം തന്നെയാണ്.

ഒരാൾ എത്രമാത്രം കാര്യങ്ങൾ ഗ്രഹിക്കുന്നുണ്ട്, പഠിച്ചകാര്യങ്ങൾ എത്രമാത്രം ഓർത്തുവയ്ക്കാൻ പ്രാപ്തനാണ്, അയാൾ സ്വയം നിയന്ത്രിക്കുന്നവനാണോ, പെട്ടെന്ന് ദേഷ്യം വരുന്നവനാണോ, മുഷിപ്പിക്കുന്നവനാണോ, ഇത്യാദികാര്യങ്ങൾ നിയന്ത്രിക്കുന്നത് RAS ആണെന്നാണ് പുതിയ കണ്ടെത്തൽ. ശരിയായ കാര്യങ്ങൾ മനസ്സിലാക്കാനും അത് നല്ല രീതിയിൽ പ്രക്രിയ ചെയ്യപ്പെടുന്നതിനുംവേണ്ട വിന്യാസങ്ങൾ ഭംഗിയായി ശരീരത്തിൽ ക്രമപ്പെടുത്തുന്നതും റെക്ടിക്കുലർ സിസ്റ്റമാണ്. RAS ന്റെ ചെറിയ വീഴ്ചകൊണ്ട് സെറിബ്രൽ കോർട്ടെക്സ് വേണ്ടവിധം ഉത്തേജിപ്പിക്കപ്പെടുന്നില്ലെങ്കിൽ അങ്ങനെയുള്ളവർ മടിയന്മാരോ, മന്ദബുദ്ധികളോ ചിലപ്പോൾ അബോധാവസ്ഥയിലോ ആയിപ്പോകാറുണ്ട്.

എന്നാൽ RASമൂലം സെറിബ്രൽ കോർട്ടെക്സോ, മസ്തിഷ്കത്തിലെ മറ്റു ഭാഗങ്ങളോ അമിതമായി ഉത്തേജിപ്പിക്കപ്പെട്ടാൽ അങ്ങനെയുള്ളവർ പെട്ടെന്ന് ഭയപ്പെടുന്നവരോ കൂടുതൽ സംസാരിക്കുന്നവരോ അമിത ജാഗ്രത ഉള്ളവരോ പ്രക്ഷുബ്ധമായ മനസ്സോടുകൂടിയവരോ ആയിരിക്കും. എന്തെല്ലാം ഘടകങ്ങളാണ് റെക്ടിക്കുലർ സിസ്റ്റത്തിനെ അമിതമായ നിലയിൽ അല്ലെങ്കിൽ അല്പമായ നിലയിൽ ഉത്തേജിപ്പിക്കുന്നതെന്നതിനെപ്പറ്റിയും ധാരാളം ഗവേഷണങ്ങൾ നടക്കുന്നുണ്ട്. ഹാർവാർഡ് മെഡിക്കൽ സ്കൂളിലെ ഗവേഷണഫലങ്ങൾ കാണിക്കുന്നത് ഇതിന്റെ കാരണം നോർപ്പെൻ ഫ്രൈൻ (Norepinephrine) എന്ന നാഡിയ പ്രേക്ഷകത്തിന്റെ അഭാവം മുകളിലേക്കു പോകുന്ന RAS ൽ ഉണ്ടാകുന്നതുകൊണ്ടാണെന്നാണ്.

4. RAS തലാമസ്-കോർട്ടെക്സ് അച്ചുതണ്ട്

മസ്തിഷ്കത്തിലെ മേൽ വിവരിച്ച മൂന്നു സുപ്രധാനകേന്ദ്രങ്ങളും അവ തമ്മിലുള്ള നാഡീബന്ധവും ആശയവിനിമയവുമാണ് ഒരാളുടെ ബോധാവസ്ഥയെ നിലനിർത്തുന്നതെന്ന് മിക്കവാറും എല്ലാ ന്യൂറോ ശാസ്ത്രജ്ഞന്മാരും സമ്മതിക്കുന്നുണ്ട്. ശരീരത്തിന്റെ കീഴ്ഭാഗത്തു നിന്നുള്ള ആവേഗങ്ങൾ സുഷുമ്ന വഴി മുകളിലേക്കും കോർട്ടെക്സിൽ നിന്നുമുള്ളവ താഴേക്കും പോകുന്നത് മിഡ്ബ്രയിനിൽ വ്യാപിച്ചുകിടക്കുന്ന റെക്ടിക്കുലർ ന്യൂറോണുകളിൽക്കൂടിയാണ്. പാർവോ സെല്ലുലാർ (Parvocellular) ന്യൂറോണുകൾ അധോഭാഗത്തു നിന്നുമുള്ള ഉണർത്തലിന്റെയും

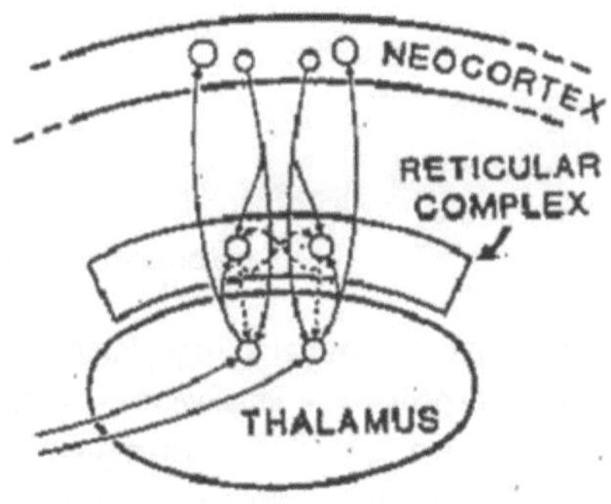

തലാമിക് റെക്ടിക്കുലർ ന്യൂക്ലിയസ്
ചിത്രം-26

ജാഗ്രതയുടെയും സിഗ്നലുകൾ സ്വീകരിക്കുന്നു. ചിത്രം 26 കാണുക. തലാമസിനെ പൊതിഞ്ഞിരിക്കുന്ന തലാമിക് റെക്ടിക്കുലർ ന്യൂക്ലിയസ് (Thalamic Reticular Nucleus) തലാമസിനും സെറിബ്രൽ കോർട്ടെക്സിനുമിടയ്ക്കുള്ള ഒരു ഗേറ്റായി പ്രവർത്തിക്കുന്നു. ചിത്രം 26 കാണുക. മിക്കവാറും എല്ലാവിധ ഉദ്ദീപനങ്ങളുടെയും ആവേഗങ്ങൾ ഈ ഗേറ്റ് കടന്നാണ് തലാമസിൽനിന്നും സെറിബ്രൽ കോർട്ടെക്സിൽ എത്തുന്നത്. അതുപോലെ കോർട്ടെക്സിൽനിന്നും തിരിച്ചുമുള്ള ആവേഗങ്ങളുടെ നിയന്ത്രണവും, ആശയവിനിമയവും നടക്കുന്നത്

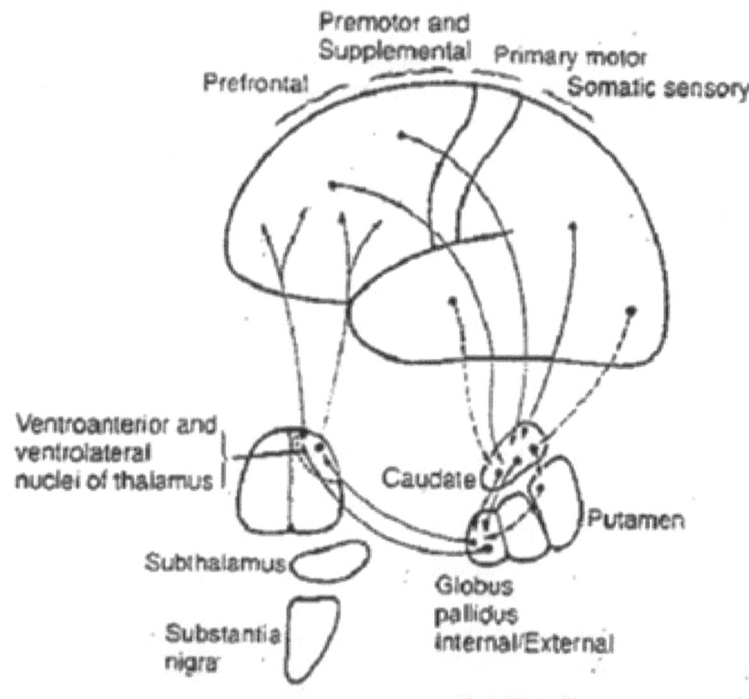

കോഡറ്റ് ലൂപ്പ് *ചിത്രം-27*

തലാമിക് റെക്ടിക്കുലർ ന്യൂക്ലിയസിൽക്കൂടിയാണ്.

റെക്ടിക്കുലർ - തലാമസ് - കോർട്ടെക്സ് വലയം കൂടാതെ മറ്റു ചില സംവേദ ചംക്രമണങ്ങളെപ്പറ്റിയും ഇവിടെ വിവരിക്കേണ്ടിയിരിക്കുന്നു. ബോധാവസ്ഥയുടെ അഭംഗുരമായ നിലനില്പിന് ഈ വലയങ്ങളും അതിപ്രധാന പങ്കുവഹിക്കുന്നു. ഇതിൽക്കൂടിയുള്ള സംവേദങ്ങളുടെ ചംക്രമണത്തിനു തടസ്സം വന്നാൽ ബോധക്ഷ യവും സ്ഥിരമായ

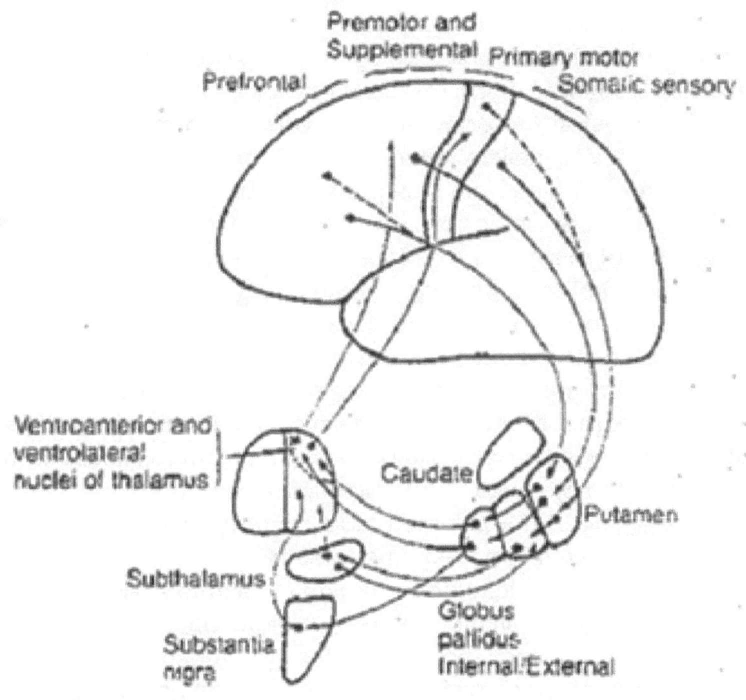

Putamen loop (sensorimotor loop)

കോഡറ്റ് ന്യൂക്ലീയസ് തമാമസ്സ്-
കോർട്ടെക്സ് ചിത്രം-28

മൂർച്ഛയും ഉണ്ടാകും. സെറിബ്രൽ കോർ ട്ടെക്സിൽനിന്നും സ്റ്ററി യാറ്റം (Striatum) വഴി എ ത്തുന്ന ബാസൽ ഗാംഗില യിലേക്കുള്ള മിക്കവാറും എല്ലാ കേന്ദ്രങ്ങളിലേക്കു മുള്ള ആശയ വിനിമയങ്ങളും ബോധാവസ്ഥ യുടെ നില നില്പിന് അത്യാവശ്യമാണ്. ഗ്ലോബസ് പാലിഡസ്, പുട്ടാ മിൻ കോർട്ടെക്സ് വഴിയു ള്ള വെൻട്രോ ആന്റീരിയർ (Ventro Anterior), വെൻട്രോ ലാറ്ററൽ (Ventro Lateral) ന്യൂക്ലിയസുകൾ ഉൾപ്പെട്ട വലയം (loop)മാണ് ചിത്രം 27 ൽ കാണിച്ചിരിക്കുന്നത്. സബ്തലാമസ് (Subthalamas) സബ്സ്റ്റാൻഷ്യ നൈഗ്ര (Substantia Nigra) എന്നീ കേന്ദ്ര ങ്ങളും ബോധാവസ്ഥയുടെ കൈകടത്തൽ ഇല്ലാതെ യാന്ത്രികമായി ചെയ്യുന്നത് കോർട്ടെക്സിലെ പ്രിമോട്ടർ കേന്ദ്രത്തിൽ ക്കൂടിയുള്ള ഈ വലയത്തിന്റെ സ്വാധീനമാണ്. നമ്മൾ വളരെ സൂക്ഷ്മമായും കാര്യ ക്ഷമമായും ചില പ്രവൃത്തികൾ ചെയ്യുന്നതിന്റെ രഹസ്യം ഈ പുട്ടാമിൻ ലൂപ്പാണ്. കത്രികകൊണ്ട് ഒരു പേപ്പറോ, തുണിയോ നേർവഴിയിൽ മുറി

ക്കുമ്പോഴും ഒരു ബാസ്കറ്റ്ബോൾ പ്ലേയർ കൃത്യമായി ബോൾനെറ്റു ചെയ്യുമ്പോഴും ഒരാണി പിഴവുകൂടാതെ തറച്ചു കയറ്റുമ്പോഴും ഈ വലയത്തിന്റെ സ്വാധീനം വളരെയേറെയുണ്ട്. ഈ ലൂപ്പ് മുറിച്ചു മാറ്റിയ കുരങ്ങന്മാർക്ക് കാര്യങ്ങൾ വളരെ സാവധാന ത്തിലും, ചിലപ്പോൾ ശക്തമായ വിറയലോടുകൂടി യും മാത്രമേ ചെയ്തു തീർ ക്കാൻ സാധിച്ചുള്ളൂ.

ബാസൽ ഗാംഗിലിയാ യിലെ കോഡറ്റ് ന്യൂക്ലിയസ് - തലാമസ്-കോർട്ടെക്സ് ഉൾ പ്പെട്ട പ്രധാനപ്പെട്ട മറ്റൊരു വലയമാണ്. ചിത്രം 28 ൽ കാണിച്ചിരിക്കുന്നത്. നേരത്തെ പറഞ്ഞ ലൂപ്പിൽനിന്നും വ്യത്യ സ്തമായി ഇതിലെ നാഡീ തന്തുക്കൾ കോർട്ടെക്സിലെ പ്രീഫ്രണ്ടൽ, പെറൈറ്റൽ ലോബുകളിൽനിന്നും പുറപ്പെട്ട് കേഡറ്റ് ന്യൂക്ലിയസ്, പുട്ടാമെൻ-തലാമസ് വഴി വീണ്ടും സെറിബ്രൽ കോർട്ടെക്സിൽ തിരിച്ചെത്തുന്നു. നമ്മുടെ പല പ്രവർത്തനങ്ങളുടെയും സമാന്തരക്രിയകൾക്ക് ഈ ലൂപ്പു കാരണമാകുന്നു. ഉദാഹരണത്തിന് ച്യൂയിംഗം (chewinggum) ചവച്ചു കൊണ്ട് നടക്കുക, മൊബൈലിൽ സംസാരിച്ചുകൊണ്ട് മറ്റു പ്രവൃത്തികൾ ചെയ്യുക. ഇതൊക്കെ കേഡറ്റ് വലയത്തിന്റെ സ്വാധീനമാണ്. ഒരു പട്ടികടിക്കാൻ വരുമ്പോൾ ഓടി മരത്തിൽ കയറുന്നതും ഒരു ബോർഡിലോ, പേപ്പറിലോ സൂക്ഷ്മമായി വരയ്ക്കുന്നതും കേഡറ്റ് ന്യൂക്ലിയസ് വലയം പ്രവർത്തനനിരതമാകു ന്നതുകൊണ്ടാണ്.

ബോധാവസ്ഥ നിലനിർത്തുന്നതിനും “എന്നിലെ ഞാൻ” എന്ന ഭാവം ഉൾക്കൊള്ളുന്നതിനും ഒരാളെ പ്രാപ്തനാക്കുന്നത് സെറിബ്രൽ കോർട്ടെക്സ് - തലാമസ്-റെക്ടിക്കുലർ ലൂപ്പും പിന്നെ മേൽ വിവരിച്ച ഗ്ലോബസ് പാഡസ്, പുട്ടാമെൻ ന്യൂക്ലിയസുകൾ ഉൾപ്പെട്ട നിരവധി വലയങ്ങളുമാണ്. ഈ കേന്ദ്രങ്ങൾക്കോ അവയെ തമ്മിൽ ബന്ധിപ്പിക്കുന്ന നാഡീതന്തുക്കൾക്കോ ഏല്ക്കുന്ന ചെറിയ തകരാറുകൾപോലും അബോധാവസ്ഥയിലേക്കു നയിക്കുമെന്നുള്ളതുകൊണ്ടുതന്നെ ബോധാവസ്ഥ നിലനിർത്തുന്നതിന് ഇവയ്ക്കുള്ള സ്വാധീനം മനസ്സിലാക്കാം. ഈ നാഡീതന്തുക്കളിൽ വ്യാപരിക്കുന്ന ഡോപാമൈൻ (Dopamine) എന്ന നാഡിയപ്രേക്ഷകത്തിന്റെ അഭാവം പാർക്കിൻസൺസ് രോഗവും അധികമായാൽ ഹണ്ടിങ്ടൺ (Huntington) രോഗവും ഉണ്ടാക്കുന്നു.

5. അബോധാവസ്ഥ (Unconsciousness)

ബോധാവസ്ഥയെപ്പറ്റി പഠിക്കുവാൻ ഏറ്റവും അനുയോജ്യമായ മാർഗ്ഗമായി ന്യൂറോ ശാസ്ത്രജ്ഞർ കാണുന്നത് ബോധാവസ്ഥയിലും അബോധാവസ്ഥയിലും ഒരാളുടെ തലച്ചോറിലുണ്ടാകുന്ന വ്യതിയാനങ്ങൾ കൃത്യമായി മനസ്സിലാക്കുകയെന്നതാണ്. ഒരാൾ അബോധാവസ്ഥയിലാകുന്നതിന് പല കാരണങ്ങൾ ഉണ്ടാകും. ശസ്ത്രക്രിയയ്ക്കു മുമ്പായി ഒരാളെ ബോധംകെടുത്തുക (general anasthesia) പെട്ടെന്ന് തലചുറ്റി വീണ് അബോധാവസ്ഥയിലാകുക, മസ്തിഷ്കത്തിലുണ്ടാകുന്ന ക്ലോട്ട് (clot)കൊണ്ട് ഉണ്ടാകുന്ന പക്ഷാഘാതം, നിത്യ

മൂർച്ഛ (coma) ഗാഢനിദ്ര (deep sleep) ഇതൊക്കെ അബോധാവസ്ഥയ്ക്കുള്ള വിവിധ കാരണങ്ങളാണ്. ചിത്രം 29 ൽ കാണിച്ചിരിക്കുന്ന ഗ്രാഫ് പരിശോധിച്ചാൽ ഇത് വ്യക്തമാകും. ഇതിൽ ഉത്തേജനം ഉണർന്നിരിക്കുന്ന അവസ്ഥ x- axis ലും, ബോധാവസ്ഥയുടെ അളവ് y-axis ലും കൊടുത്തിരിക്കുന്നു. ഒരാളുടെ ഉത്തേജനത്തിന്റെ നിലവാരം അളക്കുന്നത് അയാളുടെ കേഴ്‌വിയുടെ അല്ലെങ്കിൽ കാഴ്ചയുടെ കഴിവ് മനസ്സിലാക്കിയാണ്. തികച്ചും മസ്തിഷ്കമരണം, നിത്യമൂർച്ഛ, വെജിറ്റേറ്റീവ് അവസ്ഥ ഇവ തമ്മിലുള്ള വ്യത്യാസവും റെംസ്ലിപ് സമയത്തും ഗാഢനിദ്രയിലുമുള്ള ബോധാവസ്ഥയുടെ അളവും ഇതിൽ കൊടുത്തിരിക്കുന്നു. ഏറ്റവും കുറഞ്ഞ ബോധാവസ്ഥ (Minimumal Conscious State - MCS) യിൽ ചെറിയ വേദനകൾ അറിയുകയോ ഇടയ്ക്കിടയ്ക്കു അല്പം ബോധാവസ്ഥയും ഉണ്ടാക്കുകയുംചെയ്യും. ജനറൽ അനസ്തിഷ്യ സമയത്ത് ശസ്ത്രക്രിയയുടെ വിജയത്തിനു വേണ്ടി ശരീരം ഒട്ടും അനങ്ങാത്ത അവസ്ഥയിലുള്ള അബോധാവസ്ഥ ആവശ്യമാണെങ്കിലും ഉണർത്തപ്പെടുന്നതിനുള്ള സാദ്ധ്യത (Level of arousal) വളരെ കൂടിനില്ക്കണം. അല്ലെങ്കിൽ ശസ്ത്രക്രിയയ്ക്കു ശേഷം അയാളെ ബോധാവസ്ഥയിലേക്കു കൊണ്ടുവരാൻ പാടുപെടേണ്ടിവരും. ബോധാവസ്ഥയെപ്പറ്റി പഠിക്കാനും കൂടുതൽ മനസ്സിലാക്കാനും അബോധാവസ്ഥ സഹായിക്കുന്നുവെങ്കിലും ബോധാവസ്ഥയിലേക്കു വരുമ്പോൾ മേൽപ്പറഞ്ഞ വിവിധ കേന്ദ്രങ്ങളിലെ ന്യൂറോണുകൾ തമ്മിലുള്ള പരസ്പര ബന്ധത്തിന്റ രഹസ്യം ന്യൂറോശാസ്ത്രം ഇനിയും മനസ്സിലാക്കാൻ ഇരിക്കുന്നതേയുള്ളൂ.

6. അബോധാവസ്ഥയും മരണവും

ഉറക്കത്തിന്റ ഇരട്ട സഹോദരനാണ് മരണം എന്ന് ഗ്രീക്കു ഭാഷയിൽ ഒരു ചൊല്ലുതന്നെയുണ്ട്. ഗാഢനിദ്ര (Deep sleep), അബോധാവസ്ഥ, മരണം ഈ മൂന്ന് അവസ്ഥയും ഒരാളെ സംബന്ധിച്ച് തുല്യമായ അനുഭവമാണ്. ആദ്യത്തെ രണ്ട് അവസ്ഥയിലും ബോധാവസ്ഥയിലേക്കു തിരിച്ചു വരുമ്പോൾ മരണം നിത്യമായ, ഒരിക്കലും ബോധാവസ്ഥയിലേക്കു തിരിച്ചുവരാത്ത അവസ്ഥ യാണ്. ചിത്രം 29 ൽ കൊടുത്തിരിക്കുന്ന ഗ്രാഫ് പരിശോധിച്ചാൽ ബ്രെ യിൻ ഡെത്ത് (Brain Death) എന്ന സ്ഥിതി യിൽ ബോധാവസ്ഥയു ടെയും ഉത്തേജനത്തി ന്റെയും (arousal) നില ഏറ്റവും കുറഞ്ഞിരിക്കു ന്നതായി കാണാം. ശരീര ത്തിന്റെ പ്രാഥമിക ധർമ്മങ്ങളായ രക്തചം ക്രമണം, ശ്വസനം പചനവ്യവസ്ഥ, മാലിന്യ നിർമ്മാർജ്ജനം ഇവ നടക്കുന്നുണ്ടെങ്കിലും ബോധാവസ്ഥയില്ല. പക്ഷേ, മരണത്തിൽ പ്രാഥമിക ശരീരധർമ്മങ്ങൾ നിലയ്ക്കുന്നു. വളർച്ച നിലയ്ക്കുന്നു, ശരീരം ജീർണ്ണിച്ചു തുടങ്ങുന്നു. ഒരു വ്യക്തിയെ സംബന്ധിച്ചിടത്തോളം അബോധാവസ്ഥയിലു ണ്ടായിരുന്ന ശൂന്യമായ മാനസികനില തന്നെ അനന്തമായി തുടരുന്നു വെന്നും വേണം വിചാരിക്കാൻ. ജീവൻ എന്നു

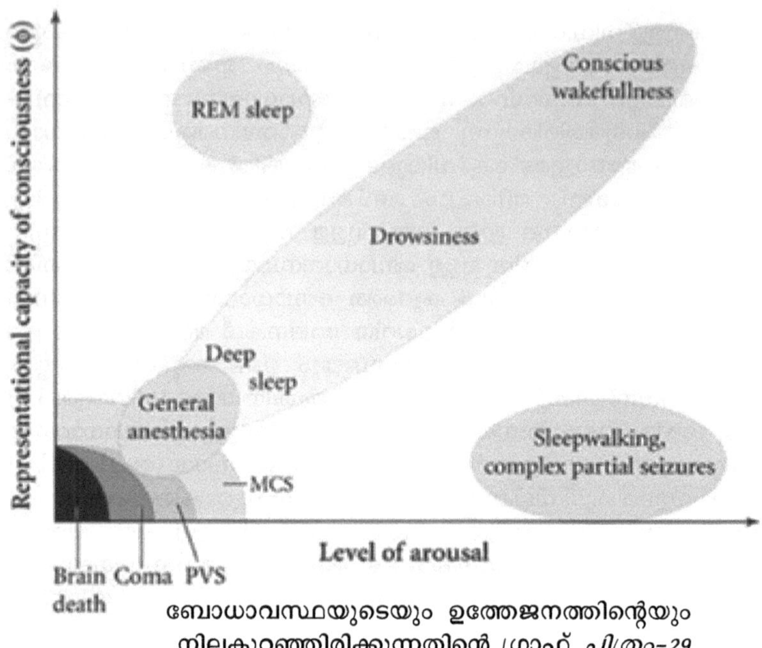

ബോധാവസ്ഥയുടെയും ഉത്തേജനത്തിന്റെയും നിലകുറഞ്ഞിരിക്കുന്നതിന്റെ ഗ്രാഫ് *ചിത്രം-29*

നാം വിളിക്കുന്ന പ്രതിഭാസം ഇല്ലാതാകുന്നതാണ് മരണം. ഭൂമിയിൽ ജനിച്ചുവളർന്ന ഏതു വസ്തുവിനും ഒരന്ത്യം ഉണ്ട്. സസ്യലതാദികൾ ഉൾപ്പെടെ. മരണം എന്ന അന്ത്യം ഉണ്ടാകുമ്പോൾ ജീനുകളിൽ (genes) നിന്നുമുള്ള വളർച്ചയുടെ കല്പനയും അവസാനിക്കുന്നു. ഡി എൻ എ (DNA) വിഘടിക്കാതി രിക്കുന്നു. വളർച്ച നിലച്ചുപോയ ഒരു പുല്ക്കൊടിയെപ്പോലും തിരിച്ചു വളർത്തിക്കൊണ്ടുവരാൻ മനുഷ്യനു സാധിച്ചിട്ടില്ല. ഒരു പയറുമണി അനുകൂലസാഹചര്യത്തിൽ മുളപൊട്ടി കിളിർക്കുന്നതിനും, അണ്ഡവും ബീജവും തമ്മിലുള്ള സങ്കലനം നടക്കുമ്പോൾ മുതൽ വളർന്നുവളർന്നുവലുതായി സങ്കീർണ്ണമായ മനുഷ്യനായി വളർന്നു വരുന്നതിനുമുള്ള ആജ്ഞ എങ്ങനെ കിട്ടുന്നു എവിടെ നിന്നു കിട്ടുന്നു എന്നുള്ളത് ഇന്നും അജ്ഞാതമാണ്. ഇതിൽ നിന്നായിരിക്കണം പൂർവ്വീക കാലം മുതൽ അമാനുഷികമായ ഒരു ശക്തിയുടെ സാന്നിദ്ധ്യം ഉടലെടുത്തിട്ടുള്ളത്. കോൺഷ്യസ്നെസ് എന്നതുപോലെ ജീവന്റെ രഹസ്യവും ഉത്തരം കിട്ടാത്ത ഒരു പ്രശ്നമായി (Hard Problem) എന്നും ശേഷിക്കും.

7. കോൺഷ്യസ്നെസ് (Consciousness) എങ്ങനെ നിലനില്ക്കുന്നു

ബോധാവസ്ഥ നിലനിർത്തുന്നതിന് റെക്ടിക്കുലർ സിസ്റ്റം, തലാമസ്, സെറിബ്രൽ കോർട്ടെക്സ് എന്നീ ഭാഗങ്ങളുടെ സ്വാധീനം എത്രമാത്രമുണ്ടെന്ന് കണ്ടുകഴിഞ്ഞു. ബോധാവസ്ഥയുടെ രഹസ്യ സ്വഭാവത്തിലേക്കു വെളിച്ചം വീശുന്ന ചില പരീക്ഷണങ്ങൾ ആധുനിക കാലത്ത് നടത്തുകയുണ്ടായി. ഒരാൾ ഭാവനയിൽ ഒരു കാര്യം രൂപപ്പെടുത്തുമ്പോൾത്തന്നെ സെറിബ്രൽകോർട്ടെക്സിലുള്ള ന്യൂറോണുകളിലും അത്

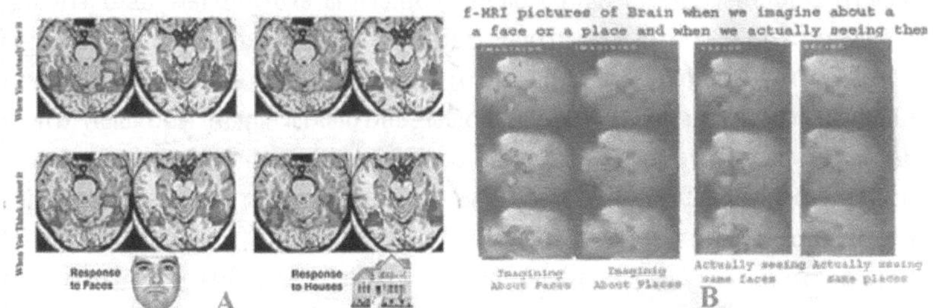

ഒരാൾ ഒരു സ്ഥലത്തിനെപ്പറ്റിയാണോ, അയാളുടെ സ്നേഹിതനെപ്പറ്റിയാണോ ചിന്തിക്കുന്നത് എന്ന് FMRI നോക്കി മനസ്സിലാക്കാം ചിത്രം-30

അനുഭവേദ്യമാകുന്നു. ഒരു കാര്യം ചെയ്യണമെന്നു വിചാരിക്കുമ്പോഴോ ഒരു വിഷയത്തെപ്പറ്റി എന്തെങ്കിലും പറയണമെന്ന് മനസ്സിൽ ഉറപ്പിക്കുമ്പോഴോതന്നെ മസ്തിഷ്കത്തിന്റെ പല കേന്ദ്രങ്ങളിലും മാറ്റം സംഭവിക്കുന്നു. ചെയ്യണമെന്നു വിചാരിച്ച കാര്യം നടപ്പിലാക്കുമ്പോഴും ചിന്തിച്ചുറച്ച വാക്കുകൾ ഉച്ചരിക്കുമ്പോഴും നേരത്തെ മാറ്റങ്ങൾ സംഭവിച്ച കേന്ദ്രങ്ങളിൽത്തന്നെ വീണ്ടും വ്യതിയാനങ്ങൾ ഉണ്ടാകുന്നു. എഫ്-എം ആർ ഐ (f-MRI) സ്കാനിങ്ങിലൂടെ ഈ വസ്തുത ഫൂ, ക്രിസ്മാൻ (Fu, Kresman) എന്നീ ശാസ്ത്രജ്ഞന്മാർ തെളിയിച്ചിട്ടുണ്ട്. എന്നാൽ ഒരാൾ ബോധാവസ്ഥയിൽ തുടരുന്നതിന് സെറിബ്രൽ കോർട്ടെക്സിന്റെ മുഴുവൻ ഭാഗങ്ങളുടെയും പ്രവർത്തനം ആവശ്യമില്ല. ആസ്റ്റിൻ, ഗ്രാന്റ് എന്നീ ശാസ്ത്രജ്ഞന്മാർ 1958 ൽ തന്നെ ഈ കാര്യങ്ങൾ റിപ്പോർട്ടു ചെയ്തിട്ടുണ്ട്. മസ്തിഷ്കത്തിന്റെ രണ്ട് അർദ്ധഗോളങ്ങളിൽ ഒന്നു നീക്കം ചെയ്താലും, മുന്നിലും പുറകിലുമുള്ള ലോബുകളുടെ നല്ലൊരു ഭാഗം മുറിച്ചുകളഞ്ഞാലും ബോധാവസ്ഥ നിലനില്ക്കും. ജനറൽ അനസ്തീഷ്യ പ്രയോഗത്തിലൂടെ അബോധാവസ്ഥയിലായ ഒരാളുടെ സെറിബ്രൽകോർട്ടെക്സ് പ്രവർത്തനനിരതമായിരിക്കുമെന്ന് ഫെയിസൽ, കാരിയാണി (Faisal and Cariani) എന്നിവർ തെളിയിച്ചിട്ടുണ്ട്. കോർട്ടെക്സിന്റെ പ്രവർത്തനനിരതയും യഥാർത്ഥത്തിലുള്ള ബോധാ

വസ്ഥയും തമ്മിൽ കുറഞ്ഞത് 0.5 സെക്കന്റിന്റെ വ്യത്യാസം ഉണ്ടെന്നും 1979 ൽ ലിബെ (Libet) എന്ന ശാസ്ത്രജ്ഞൻ കാണിച്ചിട്ടുണ്ട്. ഏതെങ്കിലും ഒരു കാര്യം ചെയ്യണമെന്നു മനസ്സിൽ തീരുമാനിച്ചാൽ അതിന്റെ പ്രതികരണം കോർട്ടെക്സിൽ പ്രത്യക്ഷപ്പെടുന്നത് 0.5 സെക്കന്റ് കഴിഞ്ഞിട്ടാണ്. എന്നാൽ പ്രായോഗിക ജീവിതത്തിൽ ഇത് സംഭവിക്കുന്നില്ല എന്നുവേണം കരുതാൻ. ദേഹത്ത് സ്പർശിക്കുക 'കണ്ണിൽ പ്രകാശം വീഴ്ത്തുക തുടങ്ങിയ ഉത്തേജനങ്ങൾ 01-02 സെക്കന്റിനകം നമുക്ക് അനുഭവപ്പെടുന്നുണ്ട്. തലാമസിലുള്ള റിലേ കോശങ്ങളെ ഉത്തേജിപ്പിച്ചപ്പോൾ 0.2 സെക്കന്റ് കഴിഞ്ഞ് അത് നമുക്ക് അനുഭവപ്പെടുമെന്ന് ലിബേ (Libet) എന്ന ശാസ്ത്രജ്ഞൻ തെളിയിക്കുകയുണ്ടായി. ഇതിൽനിന്നും മനസ്സിലാകുന്നത് മാനസിക അനുഭവങ്ങൾ കോർട്ടെക്സിൽനിന്നും തന്നെ ഉത്ഭവിക്കുന്നു എന്നതാണ്. പക്ഷേ, ഈ മാനസികാനുഭവങ്ങൾ സെറിബ്രൽ കോർട്ടെക്സിന്റെ ഏതു ഭാഗത്തു നിന്നുമാണ് പുറപ്പെടുന്നതെന്ന് പറയാൻ ശാസ്ത്രജ്ഞന്മാർക്ക് ഇന്നും സാധിച്ചിട്ടില്ല. അടുത്തകാലത്ത് എഫ് എം ആർ ഐ ഉപയോഗിച്ച് "വേർലി", ലൗബ്ളാഡ് (Wehrley & Loveblad) എന്നീ ശാസ്ത്രജ്ഞർ നടത്തിയ പരീക്ഷണങ്ങൾ വളരെ വിലയേറിയ അറിവ് പകർന്നുതരുന്നതാണ്. ഒരാളുടെ മനസ്സിൽ ഒരു സ്ഥലത്തെപ്പറ്റിയാണ് ചിന്ത വരുന്നതെങ്കിൽ അതിന്റെ F-MRI ഇമേജും, ഒരു സ്നേഹിതനെപ്പറ്റിയാണെങ്കിൽ അതിന്റ ഇമേജും വളരെ വ്യത്യസ്തമായാണ് ലഭിക്കുക. അയാൾ നേരത്തെ ചിന്തിച്ച സ്ഥലമോ, സ്നേഹിതനെയോ, നേരിട്ടു കാണുമ്പോൾ കിട്ടുന്ന f-MRI ഇമേജും നേരത്തെ എടുത്ത ഇമേജിൽനിന്നും വ്യത്യസ്തമായിരിക്കും. ചിത്രം 30 കാണുക. ഇതിൽനിന്നും അനുമാനിക്കാവുന്ന കാര്യം ഒരാൾ മനസ്സിൽ ചിന്തിക്കുന്ന കാര്യം പുറം ലോകത്തിന് അറിയാൻ പറ്റുന്ന കാലം വരുന്നുവെന്നാണ്.

8. ബോധാവസ്ഥ ഉറക്കത്തിൽ

ഉറക്കത്തിൽ സ്വപ്നം കാണുമ്പോൾ മസ്തിഷ്കത്തിന്റെ ഏതെല്ലാം ഭാഗങ്ങളാണ് പ്രവർത്തനനിരതമാകുന്നതെന്ന കാര്യം വിശദമായ പഠനത്തിനു വിധേയമാക്കിയിട്ടുണ്ട്. സ്വപ്നം കാണുന്നത് 'റെം'സ്ലീപ്പ് (Rem sleep) സമയത്താണ്. മസ്തിഷ്കത്തിലെ സെൻസറി, ഒസിപ്ലാറ്റൽ (Occiplatal), ലോബുകൾ, തലാമസിന്റ മുൻഭാഗം, പുട്ടാമെൻ (Putamen), മിഡ് ബ്രയിൻ (Mid Brain) എന്നീ ഭാഗങ്ങളാണ് 'റെം' സ്ലീപ്പ് സമയത്ത് പ്രവർത്തനനിരതമാകുന്നതെന്ന് ലൗബ്ളാഡിന്റെയും വെർലിയുടെയും (Loveblad & Wehrley) പരീക്ഷണങ്ങൾ തെളിയിച്ചിട്ടുണ്ട്. സ്വപ്നങ്ങൾ സെൻസറി കോർട്ടെക്സിന്റെ (Sensory Cortex) ഉത്തേജനംകൊണ്ടാണെന്നും, ചിന്തയുടെയോ ഭാവനയുടെയോ കേന്ദ്രങ്ങൾ ഇതിൽ ഉൾപ്പെട്ടിട്ടില്ലെന്നും അവരുടെ പരീക്ഷണങ്ങൾ കാണിക്കുന്നു.

സ്വപ്നങ്ങളുടെ ആവേഗങ്ങൾ തലാമസിൽനിന്നും ഉത്ഭവിച്ച് കോർട്ടെക്സിലേക്കുള്ള നാഡീതന്തുക്കൾ വഴി വിഷ്വൽ കോർട്ടെക്സിൽ എത്തുകയാണ് ചെയ്യുന്നത്. ഈ നാഡീതന്തുക്കൾക്കു കേടു സംഭവിച്ച രോഗികൾ ഒട്ടുംതന്നെ സ്വപ്നം കാണുന്നില്ലെന്ന്, ഡെമാർസീയോ (Damarsio), സോളംസ് (Solms) എന്നിവർ തെളിയിച്ചിട്ടുണ്ട്.

9. ബോധാവസ്ഥയുടെ കാതലായ ഭാഗം

പെൻഫീൽഡ്, ജാസ്ഫർ (Penfield & Jasfer) എന്നീ ശാസ്ത്രജ്ഞർ വളരെ നേരത്തെ മുതൽ (1957 മുതൽ) ബോധാവസ്ഥയുടെ ഇരിപ്പിടമായി തലാമസിനെയാണ് കണ്ടിരുന്നത്. കോർട്ടെക്സിന്റെ നല്ലൊരു ഭാഗം മുറിച്ചു മാറ്റിയാലും ബോധാവസ്ഥ നിലനില്ക്കുമെന്ന് നേരത്തെ പറഞ്ഞിട്ടുണ്ട്. എന്നാൽ തലാമസിന്റെ കാര്യത്തിലങ്ങനെയല്ലെന്നു ബോഗിർ, സ്ക്കിഫ്, ഫ്ളം (Boger, Schiff & Plum) എന്നീ ശാസ്ത്രജ്ഞർ തെളിയിച്ചിട്ടുണ്ട്. തലാമസിന്റെ കേന്ദ്രബിന്ദുക്കളായ സെൻട്രോ മീഡിയൻ (Centro median) പാരാഫാസിക്കുലർ (Parafacicular), ഇൻട്രാലാമിനാർ (Intralaminar) എന്നിവയിൽ ഏതെങ്കിലും മുറിച്ചു മാറ്റപ്പെടുകയോ, കേടുവരുത്തുകയോ ചെയ്താൽ അയാൾ നിത്യമൂർച്ഛയിലേക്കോ (Coma) വെജിറ്റേറ്റിവ് സ്ഥിതിയിലേക്കോ (PVS) മരണത്തിലേക്കുതന്നെയോ ആഴ്ന്നു പോകുന്നു. തലാമസിന്റെ ഈ ഭാഗങ്ങളിലേക്കുള്ള രക്തയോട്ടം നിലച്ചാലും ഇതുതന്നെ സംഭവിക്കുന്നു. രക്തയോട്ടം

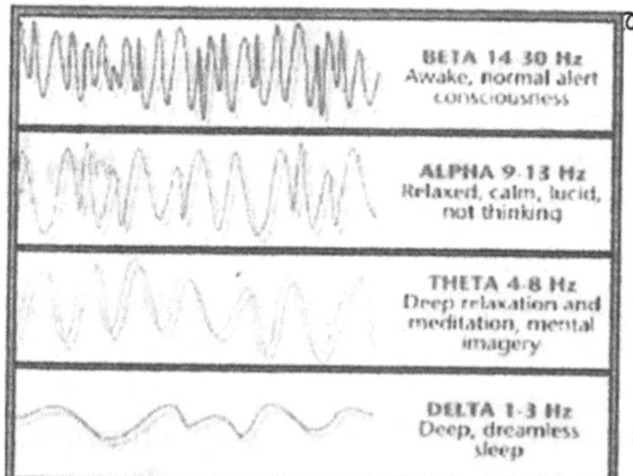

മസ്തിഷ്കം പുറപ്പെടുവിക്കുന്ന വിവിധ തരംഗങ്ങൾ ചിത്രം–31

[ര]ോഗികൾ സാധാരണ ബോധാവസ്ഥയിലേക്കു വീണ്ടും തിരിച്ചു വരികയില്ലെന്നു കുമ്റാൽ (Kumral) എന്ന ശാസ്ത്രജ്ഞൻ റിപ്പോർട്ടു ചെയ്യുന്നു. ചുരുക്കത്തിൽ ബോധാവസ്ഥ നിലനിർത്തുന്നതിന് റെക്ടിക്കുലർ സിസ്റ്റത്തിൽക്കൂടിയുള്ള തലാമസ് കോർട്ടെക്സ് നാഡീബന്ധം സുദൃഢമായിരിക്കണം. പൂർണ്ണമായ വെജിറ്റേറ്റിവ് സ്ഥിതിയിൽ (PVS) കഴിയുന്നവർക്ക് ഈ നാഡീപാതയിൽ (Path way) വേണ്ടത്ര പ്രവർത്തനക്ഷമത കാണാനില്ലെന്ന് F-MRI, PCT നിരീക്ഷണങ്ങളിലൂടെ ലാറിസ് (Larrys) യമാട്ടോ (Yamotto) എന്നീ ന്യൂറോ ശാസ്ത്രജ്ഞർ തെളിയിച്ചിട്ടുണ്ട്. ബോധജ്ഞാനം (Consciouness) നിലനിർത്തുന്നതിന് ന്യൂമാൻ (Neman), ബാർസ് (Baars), ടെയിലർ (Taylor), കിർക് (Kirk), കോച്ച് (Koch) എന്നീ ന്യൂറോ ശാസ്ത്രജ്ഞർ ഏറ്റവും പുതിയതായി

ഉന്നയിച്ചിരിക്കുന്ന സിദ്ധാന്തവും ഇതുതന്നെ. മസ്തിഷ്കത്തണ്ട് (Brainstem) - തലാമസ് - കോർട്ടെക്സ് എന്ന അച്ചുതണ്ടാണ് ബോധാവസ്ഥ നിലനിർത്തുന്നത്. തലാമസിനെ ആവരണം ചെയ്തി രിക്കുന്ന ന്യൂറോണുകളുടെ ഘനം തലാമിക് - റെക്ടിക്കുലർ പാളിയും (Thalamic - Recticular Nucleus - TRN) ഇതിൽ വളരെ പ്രധാനപ്പെട്ട പങ്കുവഹിക്കുന്നു. എല്ലാ ന്യൂറോശാസ്ത്രജ്ഞന്മാരും ഒരു കാര്യത്തിൽ യോജിക്കുന്നു. അതായത് ബോധാവസ്ഥയുടെ ഇരിപ്പിടം തീർച്ചയായും ഇൻട്രാലാമിനാർ ന്യൂക്ലിയസ് (Intralaminar Nucleus - ILN) എന്ന സ്തരവും അതിന്റെ അനുബന്ധ നാഡീവ്യൂഹങ്ങളുമാണ്. അതു കൊണ്ടാണ് ജനറൽ അനസ്തീഷ്യക്കു അടിമപ്പെട്ട ഒരാളുടെ ILN തികച്ചും നിർജ്ജീവമായിട്ടിരിക്കുന്നതെന്ന് വൈറ്റും ആൽക്കയറും (White and Alkire) PET മോണിറ്ററിങ്ങിലൂടെ ഈ കാര്യം വിശദമാക്കിയിട്ടുണ്ട്.

ബോധാവസ്ഥയും മസ്തിഷ്കതരംഗങ്ങളും

മസ്തിഷ്കത്തിൽ ഉടലെടുക്കുന്ന പ്രത്യേക തരം സമഞ്ജസവി ന്യാസങ്ങൾ ഇലക്ട്രോ എൻസഫലോഗ്രാഫ് (Electroencephelograph - EEG) ഉപയോഗിച്ച് രേഖപ്പെടുത്താറുണ്ട്. ഒരാളുടെ മനസ്സിൽ ഒരു ചിന്ത അല്ലെങ്കിൽ ഒരു വിചാരം ഉണ്ടാകുമ്പോൾ തന്മൂലം ഉടലെടുക്കുന്ന EEG മറ്റൊരു ചിന്തയോ വിചാരമോ വികാരമോ ഉണ്ടാകുമ്പോഴുള്ള EEG യും വ്യത്യസ്തമായിരിക്കുമെന്ന് ആൻഡ്രൂവും അലക്സ് ഫിങ്കൾ കുട്ടൂസും (Andrew and Alex Fingulkurts) അവരുടെ പ്രശസ്തമായ ഓപ്പറേ ഷണൽ ആർകിറ്റോണിക്സ് തിയറി (Operational Arc hitronics Theory) യിൽ ക്കൂടി പ്രസിദ്ധീകരിച്ചിട്ടുണ്ട്. ഇങ്ങനെ റിക്കാർഡ് ചെയ്യ പ്പെടുന്ന ഗ്രാഫ് പല കൂട്ടായ പ്രവർത്തനങ്ങളും ഉടലെടു ക്കുന്നതിന്റെ മാതൃക ആയി രിക്കുമെന്ന് അവർ പറയു ന്നു. ഏതാനും EEG ഗ്രാഫുകളാണ് ചിത്രം 31 ൽ കാണിച്ചിരിക്കുന്നത്. ഇപ്പോൾ നിലവിലുള്ള EEG പരിപൂർ ണ്ണമല്ലെങ്കിൽക്കൂടി അതുവഴി ഉടലെടുക്കുന്ന പല റിക്കാർഡുകളും ബോധാവസ്ഥയുടെ രഹസ്യങ്ങൾ പുറത്തുകൊണ്ടുവരാൻ പര്യാപ്ത മാണ്.

അടുത്തകാലംവരെ ന്യൂറോ സയൻസിൽ ഒരു ചിന്തയോ വിചാരമോ മസ്തിഷ്കത്തിലുണ്ടാക്കുന്ന വ്യതിയാനങ്ങളെപ്പറ്റി മാത്രമേ പഠിച്ചിരുന്നുള്ളൂ. അതിന് EEG, f-MRI ഇവ പ്രയോജനപ്പെടുത്തിയുള്ള വിശകലനങ്ങളാണ് അവലംബിച്ചിരുന്നത്. എന്നാൽ ജോൺ സേൾ (John Searle) തുടങ്ങിയ ശാസ്ത്രജ്ഞന്മാരുടെ അഭിപ്രായത്തിൽ ഈ മാറ്റങ്ങൾ എപ്പോൾ എങ്ങനെ സംഭവിക്കുന്നുവെന്നാണ് അറിയേണ്ടതെ ന്നാണ്. ഒരു നല്ല കാപ്പികുടിക്കുമ്പോൾ അനുഭവപ്പെടുന്ന രുചി, ഒരു ചെറിയ തലവേദന അല്ലെങ്കിൽ ഭംഗിയായ ഒരു പ്രകൃതിദൃശ്യം കാണു മ്പോഴുണ്ടാകുന്ന ആത്മസംതൃപ്തി, ഇവയൊക്കെ മസ്തിഷ്കത്തിൽ എങ്ങനെ എവിടെ വ്യതിയാനം ഉണ്ടാക്കുന്നു എന്നു മനസ്സിലാക്കണം.

അലൻ ടൂറിംഗ് ചിത്രം 32

ഒരു ഉൽക്കണ്ഠ നമ്മുടെ മനസ്സിൽ ഉണ്ടാകുന്നുവെന്നിരിക്കട്ടെ. അതിനു പ്രത്യേകമായ ഒരു പാറ്റേൺ (Pattern) EEG യിൽ റെക്കാർഡു ചെയ്യപ്പെടുന്നു. ഈ ബ്രെയിൻ പാറ്റേൺ വിശദമായി വിശകലനം ചെയ്യുമ്പോൾ പല കാര്യങ്ങളും മനസ്സിലാക്കേണ്ടതുണ്ട്. ഉൽക്കണ്ഠയ്ക്കു കാരണമായ സംഗതി അവബോധ മനസ്സിൽ ഉടലെടുക്കുമ്പോഴുള്ള പാറ്റേണും, ഉൽക്കണ്ഠ ശരിക്കും ഉള്ളപ്പോഴുള്ള പാറ്റേണും വ്യത്യസ്തമായിരിക്കും. ബ്രെയിൻ പാറ്റേൺ എപ്പോൾ ഉണ്ടാകുന്നു എന്ന ചോദ്യത്തിന് ഉത്തരം കണ്ടുപിടിക്കുമ്പോൾ തന്നെ എങ്ങനെ (how), എന്തു കൊണ്ട് (why) എന്നീ ചോദ്യങ്ങൾക്ക് ഉത്തരം കണ്ടുപിടിക്കേണ്ടിയിരിക്കുന്നു. സ്റ്റീവൻ ഹൊർനാർഡ് (Steven Hornard) കോച്ച് എന്നീ ശാസ്ത്രജ്ഞർ ഉറപ്പിച്ചു പറയുന്നത്, മേൽപ്പറഞ്ഞ ചോദ്യങ്ങൾക്കു ഇനിയും ഉത്തരം കണ്ടുപിടിക്കേണ്ടിയിരിക്കുന്നുവെന്നാണ്. എപ്രകാരമുള്ള ന്യൂറോൺ പ്രക്രിയകളാണ് ഉൽക്കണ്ഠ തുടങ്ങിയവ അവബോധ മനസ്സിൽ ഉടലെടുക്കാൻ കാരണമാകുന്നതെന്നും മനസ്സിലാക്കണം. ഗുരുത്വാകർഷണം പോല ഉത്തരം കിട്ടാത്ത ചില ചോദ്യങ്ങളായി ഇത് കുറച്ചു നാളുകൾക്കൂടി അവശേഷിക്കും. ഭൂമി എങ്ങനെ (എന്തുകൊണ്ട്) മറ്റുള്ള വസ്തുക്കളെ അതിന്റെ കേന്ദ്രത്തിലേക്ക് ആകർഷിക്കുന്നുവെന്ന് ചോദ്യത്തിന് ഉത്തരം നല്കാൻ ഇന്നും ശാസ്ത്രജ്ഞന്മാർക്കു കഴിയുന്നില്ലല്ലോ.

ഇനിയും ബോധാവസ്ഥയെ സംബന്ധിച്ച് വളരെ പ്രധാനപ്പെട്ട ചില ചോദ്യങ്ങൾക്കു ഉത്തരം കണ്ടുപിടിക്കേണ്ടിയിരിക്കുന്നു. റോബോട്ട് (Robot) പോലുള്ള യന്ത്രങ്ങൾക്ക് എത്രമാത്രം ബോധമുണ്ട്, ചിമ്പാൻസി തുടങ്ങിയ മൃഗങ്ങൾ എത്രമാത്രം ബോധം ഉള്ളവയാണ്, കുഞ്ഞുങ്ങളുടെ ബോധജ്ഞാനം എത്ര അളവിലുണ്ട് തുടങ്ങിയ കാര്യങ്ങൾ വിശദമായി പരിശോധിക്കണം.

ഇന്നത്തെ നിലയിൽ ബോധാവസ്ഥ ടെസ്റ്റ് ചെയ്യുന്നതിന് ഉതകുന്ന ഉപാധികൾ ഒന്നും നിലവിലില്ല. പിന്നെയുള്ള മാർഗ്ഗം ഒരു യന്ത്രത്തിന്റെ അഥവാ ഒരു മൃഗത്തിന്റെ ബോധാവസ്ഥ മനുഷ്യന്റേതുമായി താരതമ്യപ്പെടുത്തുകയെന്നുള്ളതാണ്. ഒരു റോബോട്ട് മനുഷ്യനെപ്പോലെ പ്രവർത്തിക്കുന്നതുകൊണ്ട്, അതിന് ബോധം (Consciousness) ഉണ്ടാകണമെന്നില്ല. ഇംഗ്ലീഷ് ഗണിതശാസ്ത്രജ്ഞനായ അലൻ ടൂറിങ് (ചിത്രം -

ചിമ്പൻസികളുടെ ബോധാവസ്ഥ ചിത്രം-33

32) ആണ് ബോധാവസ്ഥ പരീക്ഷിക്കുന്നതിന് ഉചിതമായ ചില നിർദ്ദേശങ്ങൾ വച്ചത്. ടൂറിങ് ടെസ്റ്റ് (Turing Test) എന്നാണ് പില്ക്കാലത്ത് അത് അറിയപ്പെട്ടത്. ബുദ്ധിപരമായ ചില ചോദ്യങ്ങൾ കമ്പ്യൂട്ടറിനോട് ചോദിച്ചു. കിട്ടുന്ന ഉത്തരം ബോധാവസ്ഥയിലുള്ള ഒരു മനുഷ്യന്റെ ഉത്തരവുമായി താരതമ്യപ്പെടുത്തുകയാണ് ഇതിൽ ചെയ്യുന്നത്. എന്നാൽ എത്ര സങ്കീർണ്ണമായ ഒരു കമ്പ്യൂട്ടറിൽ നിന്നും കിട്ടുന്ന ഉത്തരം ഒരു മനുഷ്യ മസ്തിഷ്കത്തിൽ നിന്നുമുടലെടുക്കുന്ന ബുദ്ധിപരമായ ഉത്തരങ്ങളോട് കിടപിടിക്കുന്നതല്ലെന്ന് ജോൺ സീലേ (John Searle) എന്ന അമേരിക്കൻ ശാസ്ത്ര ജ്ഞൻ സ്ഥാപിക്കുകയുണ്ടായി. ഒരു കമ്പ്യൂട്ടർ ചെയ്യുന്ന എല്ലാ കാര്യങ്ങളും ഒരു മനുഷ്യനു ചെയ്യാൻ സാധിക്കും. കുറച്ചു സാവധാനത്തിൽ കൂടിയാണെങ്കിൽക്കൂടി. ഒരു മനുഷ്യനു കിട്ടുന്ന ഡാറ്റകൾ അതിൽ പറഞ്ഞിരിക്കുന്ന രീതിയിൽ ഒരു കാര്യം ചെയ്യുകയും വിവരങ്ങൾ പുറത്തു നല്കുകയും ചെയ്യുന്നു. അതുപോലെ ഒരു കമ്പ്യൂട്ടർ അതിന്റെ ഉള്ളിലേക്കു കൊടുക്കുന്ന ഡാറ്റകൾ ആവശ്യമായ കണക്കുകൂട്ടലുകൾക്കുശേഷം തയ്യാറാക്കിയ വിവരങ്ങൾ പുറത്തുവിടുന്നു. ഇതുകൊണ്ടൊക്കെ ഒരു കമ്പ്യൂട്ടറിന്റെ ബോധാവസ്ഥ മനുഷ്യന്റേതിനു തുല്യമാണന്നു പറയാൻ സാധിക്കുകയില്ല.

11. മൃഗങ്ങളും ബോധാവസ്ഥയും

ചിമ്പൻസി തുടങ്ങിയ മനുഷ്യക്കുരങ്ങുകൾക്കും മനുഷ്യനു തുല്യമായ ബോധാവസ്ഥയും മാനുഷികനിലയും ഉണ്ടോയെന്നുള്ള കാര്യം പണ്ടു മുതലേ ശാസ്ത്രജ്ഞന്മാരുടെ വിശകലനത്തിനു വിധേയമായിട്ടുണ്ട്. മൃഗങ്ങളുടെ ഭാഗത്തുനിന്നും പ്രതീക്ഷിക്കുന്ന പ്രതികരണങ്ങൾ ലഭിക്കാത്തതാണ് അവയുടെ ബോധാവസ്ഥയെപ്പറ്റി പഠിക്കുന്നതിന് വിലങ്ങുതടിയായിട്ടു നില്ക്കുന്നത്. ഏറ്റവും കൂടുതൽ പഠനം നടത്തിയിട്ടുള്ളത് ചിമ്പൻസി, ഒറാങ്ഗുട്ടാൻ എന്നിവയുടെ പെരുമാറ്റം, പ്രത്യേകിച്ച് അവയുടെ നോട്ടം, ചിന്ത, ബുദ്ധിപരമായ പെരുമാറ്റം തുടങ്ങിയവ മനുഷ്യക്കുഞ്ഞുങ്ങളുടെ മാതിരിയുള്ള ചേഷ്ടകളുമായി താരതമ്യപ്പെടുത്തിയാണ്. അടുത്തകാലത്തായി ആഫ്രിക്കൻ കാടുകളിൽ കാണപ്പെട്ട ചിമ്പൻസികളുടെ ചില കൂട്ടങ്ങൾ കാണിക്കുന്ന ബുദ്ധിപരമായ നീക്കങ്ങൾ അത്ഭുതാവഹമാണ്. ചുള്ളിക്കമ്പുകൾ ഉറുമ്പിൻ കൂട്ടിലേക്ക് കടത്തി അതിൽ പറ്റിപ്പിടിക്കുന്ന ഉറുമ്പുകളെ പിടിച്ചു

തിന്നുന്ന ചിമ്പൻസികളെ നേ രത്തെ കണ്ടിട്ടുണ്ട്. എന്നാൽ അതിൽ ഒരു പടികൂടെ കടന്ന്, ഉറുമ്പിൻ കൂട്ടിലേക്കു ഇടുന്ന ചുള്ളിക്കമ്പ് ചവച്ചുകീറി പല ശിഖരങ്ങളാക്കി കൂട്ടിലേക്കു കടത്തി അതിൽ പറ്റിപ്പിടി ക്കുന്ന കൂടുതൽ ഉറുമ്പുകളെ തിന്നുന്ന ചിമ്പൻസികൾ ബു ദ്ധിയിൽ അവരുടെ പൂർവ്വി കരേക്കാൾ ഒരുപടികൂടി മു ന്നിലാണ്. അതുപോലെ കട്ടിത്തൊലിയുള്ള അണ്ടി, മനുഷ്യർ ചെയ്യുന്നതുപോലെ വലിയതടിക്കഷ ണമെടുത്തു തല്ലിപ്പൊട്ടിച്ച് അണ്ടിപ്പരിപ്പെടുത്ത് തിന്നുന്ന ചിമ്പൻസികളു മുണ്ട് ചിത്രം – 33.

ഇഷ്ടമില്ലാത്ത സന്ദർശകരെ നേരത്തെ ശേഖരിച്ചുവച്ചിരുന്ന കല്ലെ ടുത്തെറിഞ്ഞ് ഓടിക്കുന്ന ചിമ്പൻസികളുടെ ബുദ്ധിവൈഭവം ലണ്ടൻ മ്യൂസിയത്തിൽനിന്നും റിപ്പോർട്ട് ചെയ്തിട്ടുണ്ട്. മനുഷ്യന്റെ ബുദ്ധിയോടു കിടപിടിക്കുന്ന മേധാശക്തി ഇവ കാട്ടുന്നു. വേദന ഉണ്ടാകുമ്പോൾ മൃഗങ്ങൾ കാണിക്കുന്ന വൈകാരിക മുഖഭാവം കുഞ്ഞുങ്ങളെ വളർ ത്തുന്നതിലും പരിചരിക്കുന്നതിലും കാണിക്കുന്ന സാമർത്ഥ്യം തുടങ്ങിയ കാര്യങ്ങൾ സൂചിപ്പിക്കുന്നത്. അവയുടെ പരിണാമപരമായ മാനസിക നിലയാണ്. മനുഷ്യന്റെയും മൃഗങ്ങളുടെയും മസ്തിഷ്ക ഭാഗങ്ങളിലുള്ള സാദൃശ്യം വേദന സഹിക്കാനും വേദനസംഹാരി മരുന്നുകളോട് കാണിക്കുന്ന സഹിഷ്ണുതയുമെല്ലാം അവയുടെ ബോധാവസ്ഥയുടെ നിലവാരം മനസ്സിലാക്കാൻപോന്ന കാര്യങ്ങളാണ്. അതുപോലെ മനുഷ്യ രുടെയും കുരങ്ങുകളുടെയും വിഷൽ കോർട്ടെക്സുകളുടെയും പ്രവർ ത്തന സാദൃശ്യം സ്റ്റോറിങ്, കോപ്പി (Storing and Cowey) എന്നീ ശാസ് ത്രജ്ഞന്മാർ നടത്തിയ പരീക്ഷണങ്ങളിൽ തെളിഞ്ഞിട്ടുണ്ട്. ഇങ്ങനെ യൊക്കെ ആണെങ്കിലും മൃഗങ്ങൾക്ക് മനുഷ്യനോട് തുല്യമായതോ അതി നടുത്തെത്തുന്നതോ ആയ ബോധാവസ്ഥയില്ലെന്ന് "പോവിനെല്ലി, ജിയാബ്രോൺ" (Povinelli and Giabroone) എന്നീ ശാസ്ത്രജ്ഞന്മാർ വാദിക്കുന്നു. ശബ്ദത്തിന്റെ പ്രതിദ്ധ്വനി സ്വീകരിച്ച് മാർഗ്ഗദിശ കണ്ടു പിടിക്കുന്ന വവ്വാലിന്റെ ബുദ്ധിവൈഭവവും കാലാകാലങ്ങളിൽ വളരെ സൂക്ഷ്മമായ കൃത്യനിഷ്ഠയോടുകൂടി ദേശാടനം നടത്തുന്ന പെൻഗ്വിൻ തുടങ്ങിയ പക്ഷികളുടെയും സീബ്ര തുടങ്ങിയ മൃഗങ്ങളുടെയും ബുദ്ധി വൈഭവം പഠനവിഷയമാക്കിയിട്ടുണ്ട്. എന്നാൽ അവയുടെ തലച്ചോ റിലുള്ള പരിമിതമായ നാഡീകോശങ്ങളുടെയും അനുബന്ധനാഡീ തന്തുക്കളുടെയും പ്രത്യേക തരത്തിലുള്ള വിന്യാസവും പ്രവർത്തനവും മാത്രമാണ് കാലാകാലങ്ങളിലുള്ള നീക്കങ്ങൾക്ക് ഉപാധി ആയിരിക്കു ന്നതെന്ന് അലൻ, ബിക്കോഫ് (Allen and Bekoff) തുടങ്ങിയ ശാസ് ത്രജ്ഞന്മാരുടെ വാദം. മൃഗങ്ങളെക്കൊണ്ട് കഠിനാദ്ധ്വാനം ചെയ്യിക്കുന്ന തിനെ (ഉദാ: കാളയെക്കൊണ്ട് വണ്ടി വലിപ്പിക്കുക, ആനയെക്കൊണ്ട് തടി പിടിപ്പിക്കുക) എതിർക്കുന്നവരും പട്ടി, പൂച്ച തുടങ്ങിയ മൃഗങ്ങളെ സ്നേഹിക്കുന്നവരും ഒരുപക്ഷേ, ഈ വാദഗതിയോട് അനുകൂലിക്കുക യില്ലായിരിക്കാം.

കുഞ്ഞുങ്ങളുടെ ബോധാവസ്ഥ (കുഞ്ഞുങ്ങൾ എത്രമാത്രം ബോധമുള്ളവരാണ്)

കുഞ്ഞുങ്ങളിൽ ബോധാവസ്ഥയുടെ നില എത്രമാത്രമാണെന്ന് ഇനി പരിശോധിക്കാം. ശിശുക്കളുടെ വിവേചനബുദ്ധി ആദ്യമായി സ്ഫുരിക്കുന്നത് എപ്പോഴാണ്? അത് മാതാപിതാക്കളിൽ നിന്നാണോ, അതോ തലച്ചോറിന്റെ പ്രകൃത്യാ ഉള്ള വളർച്ചകൊണ്ട് ലഭിക്കുന്നതാണോ? ഈ വക കാര്യങ്ങൾ വിശദമായി വിശകലനം ചെയ്യേണ്ടതുണ്ട്. ഡൊണാൾഡ് ഹോഫ്മാൻ (Donald Hofman) പറയുന്നത് കുട്ടികളുടെ കണ്ണിൽ പതിക്കുന്ന പ്രതിരൂപങ്ങൾ വഴി ആദ്യമായി വിഷ്വൽ കോർട്ടെക്സിൽ എത്തുമ്പോഴാണ് അവരുടെ ബുദ്ധിയുടെ വികാസം ആരംഭിക്കുന്നതെന്നാണ്. ഒരു വയസ്സ് എത്തുന്നതിനുമുമ്പ് തന്നെ കണ്ണിൽ പതിയുന്ന ചുറ്റുപാടുകളുടെ ത്രിമാന ചിത്രങ്ങൾ അവരെ കാര്യങ്ങൾ ഗ്രഹിക്കാനും ആളുകളെ തിരിച്ചറിയാനും പഠിപ്പിക്കുന്നു. ഒരു മാസമായ കുഞ്ഞുങ്ങളുടെ കണ്ണിനു നേരെ വിരൽ ചൂണ്ടിയാൽ അവർ കണ്ണു ചിമ്മുന്നത് നമ്മൾ കണ്ടിട്ടുണ്ട്. മൂന്നുമാസമാകുമ്പോഴേക്കും സ്ഫുടമായി കാണാനും വ്യക്തമായി മനസ്സിലാക്കാനും ഏഴുമാസമാകുമ്പോൾ ത്രിമാന (Three dimensional) വസ്തുക്കളെ കണ്ടറിയാനും ഒരു വയസ്സാകുമ്പോഴേക്കും അവർ കാഴ്ചയുടെ കാര്യത്തിൽ പൂർണ്ണത കൈവരിക്കാനും പ്രാപ്തരാകുന്നു. കുഞ്ഞുങ്ങളുടെ ബുദ്ധി വികാസത്തിന്റെ ആരംഭം വിഷ്വൽ കോർട്ടെക്സിൽ നിന്നാണെന്നാണ് ഇതു തെളിയിക്കുന്നത്.

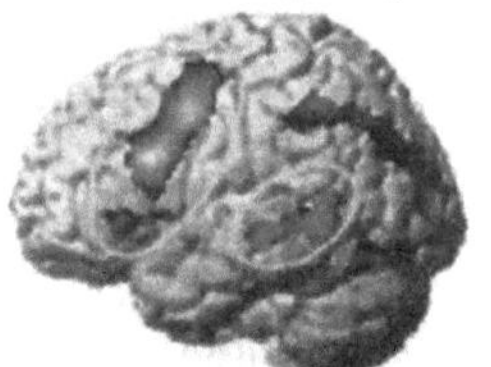

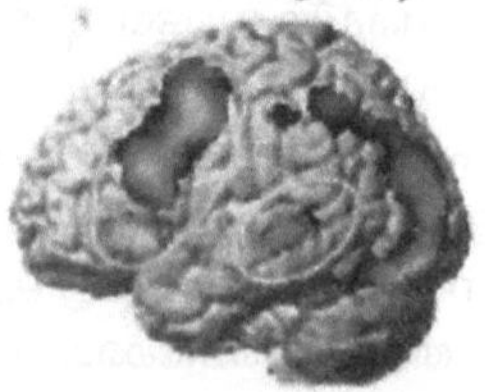

സാധാരണ ഒരു കുട്ടിയുടേയും ഓട്ടിസം ബാധിച്ച കുട്ടിയുടേയും (അടിയിൽ) സെറിബ്രൽ കോർട്ടെക് സിന്റെ ചിത്രം-34

13. മന്ദബുദ്ധിയുള്ളവരുടെ ബോധാവസ്ഥ

ബുദ്ധിമാന്ദ്യം ഉള്ള രോഗികൾക്കു എത്രമാത്രം ബോധാവസ്ഥയുണ്ട് എന്നുള്ള വസ്തുത മനസ്സിലാക്കുന്നതിന് നിരവധി പരീക്ഷണങ്ങൾ നടത്തിയിട്ടു ണ്ട്. PET ചിത്രങ്ങൾ പരിശോധിച്ചപ്പോൾ അവരുടെ മീഡിയൽ പ്രിഫോമൽ (Medial Prefromal Cortex - MPPC) കോർട്ടെക്സ് ആരോഗ്യമുള്ളവരുടേതിനെ അപേക്ഷിച്ച് പ്രവർത്തന മാന്ദ്യം ഉള്ളതായി കണ്ടിട്ടുണ്ട്. അതു പോലെ ആൾക്കാരെ തിരിച്ചറി യുന്നതിലും

മറ്റുമുള്ള പരീക്ഷ ണങ്ങൾ അവരിൽ നടത്തിയ പ്പോഴും അവരുടെ ഓർബിറ്റൽ ഫ്രണ്ടൽ കോർട്ടെക്സ് (Orbital Frontal Cortex - OFC) സുപ്പീ രിയർ ടെമ്പറൽ സുൽക്കസ് (Superior Temporal Sulucus) അമിഗ്ഡാലാ (Amigdala) എന്നീ കേന്ദ്രങ്ങളും തീരെ പ്രവർത്ത നനിരതമല്ലയെന്നാണ് F-MRI ചിത്രങ്ങൾ തെളിയിച്ചത്. ചിത്രം 34 ശ്രദ്ധിക്കുക. ബോധാവസ്ഥയ്ക്കു നിദാനമായ മസ്തി ഷ്ക ഭാഗങ്ങളും ബുദ്ധിമാന്ദ്യം ഉള്ളവരിൽ തീരെ പ്രവർത്തന നിരതമല്ലാത്തതുകൊണ്ട് അവരുടെ ബോധാവസ്ഥയ്ക്കു വളരെയധികം പരിമിതികളുണ്ട്. ഒരാളെ അന്ധനാക്കിയശേഷം അയാളിൽ നടത്തിയ പരീക്ഷണങ്ങൾ മാർസെൽ (Marcel) എന്ന ശാസ്ത്രജ്ഞൻ 1998 ൽ പ്രസിദ്ധീകരിച്ചിട്ടുണ്ട്. രണ്ടു കണ്ണും അടച്ചുപിടിച്ചാൽ കറുത്തിരുണ്ട ശൂന്യത മാത്രമാണ് നമുക്ക് അനുഭവപ്പെടുന്നത്. എന്നാൽ ഒരു കണ്ണുമാത്രം അടച്ചാൽ കറുത്തിരുണ്ട ഭാഗങ്ങൾ അവിടെ ഉണ്ടായിരു ന്നാലും നാം കാണുന്നില്ല. അതുപോലെ തന്നെയാണ് വിഷൽ കോർട്ടെക്സിൽ ഒരു ഭാഗം മാറ്റപ്പെട്ട ഒരാളിലും അനുഭവപ്പെട്ടിരുന്നത്.

14. കോൺഷ്യസ്നെസ് (Consciousness) എന്ന പ്രതിഭാസം

ജെഫ്രിക്ലൂഗർ ചിത്രം-35

കോടിക്കണക്കിന് ന്യൂറോണുകൾ ഉൾക്കൊണ്ടിരിക്കുന്ന മസ്തിഷ് കത്തിൽ ബോധാവസ്ഥയുടെ ഇരിപ്പിടം ഏതുഭാഗത്താണ് എന്നറിയുക ശ്രമകരമാണ്. എന്നാൽ, ഒരനുഭവത്തിൽനിന്ന് മറ്റൊന്നിലേ ക്കു മാറുമ്പോൾ മസ്തിഷ്കത്തിൽ ഏതുഭാഗത്താണ് വ്യതിയാനം ഉണ്ടാകുന്നതെന്ന് കണ്ടുപിടിച്ചിട്ടുണ്ട്. നിക്കോസ് ലോഗോത്തിഡിക്സ് (Nicos logothdics) എന്ന ന്യൂറോ ശാസ്ത്രജ്ഞൻ കുരങ്ങുകളിൽ നടത്തിയ ബൈനോക്കുലർ റൈ വൽറി (Binocular Rivalry) എന്ന പ്രത്യേകതരം പരീക്ഷണങ്ങൾ ഇതിലേക്കു വെളിച്ചം വീശുന്നുണ്ട്. ഒരു കണ്ണിന്റ മുന്നിൽ നെടുകയും മറ്റേക്കണ്ണിന്റെ മുന്നിൽ കുറുകെയുമുള്ള വരകൾ കാണിച്ചുകൊണ്ടുള്ള മേൽപ്പ റഞ്ഞ പരീക്ഷണങ്ങളിൽ വിഷൽ കോർട്ടെക്സിൽ യാതൊരു വ്യതിയാനങ്ങളുമുണ്ടാക്കിയില്ല. ഈ പരീക്ഷണങ്ങളെ അടി സ്ഥാ നമാക്കി ക്രിക്ക്, കോച്ച് (Crick, & Koch) എന്നീ ശാസ്ത്രജ്ഞർ സമർത്ഥിക്കുന്നത്, ബോധജ്ഞാ നത്തിന്റെ

സ്റ്റീവൻ പിങ്കർ ചിത്രം-36

ഇരിപ്പിടം വിഷ്വൽ കോർട്ടെക്സല്ല, പിന്നെയോ കോർട്ടെക്സും വൈകാരികമായ തീരുമാനങ്ങൾ എടുക്കുന്ന മറ്റു ചില കേന്ദ്രങ്ങളും തമ്മിൽ സന്ധിക്കുന്ന ഏതോ ഭാഗമായിരിക്കണമെന്നാണ്.

പരിണാമഘട്ടങ്ങളിൽ മനുഷ്യന്റെ മസ്തിഷ്കം മറ്റു ജീവികളുടേതിനെക്കാൾ വികാസം പ്രാപിച്ചു. എന്നാൽത്തന്നെ മനുഷ്യ മസ്തിഷ്കത്തിനു ധാരാളം പരിമിതികൾ ഉണ്ട്. ഉദാഹരണത്തിന് ആറ് സംഖ്യകൾ ഓർത്തുവയ്ക്കാനോ, ഏഴു വശങ്ങളുള്ള ഒരു സപ്തമാന പ്രതലത്തെ (Seven Sided object)പ്പറ്റി സങ്കല്പിക്കാനോ ഇന്നും നമുക്കു സാധിക്കുന്നില്ല. എന്നതുപോലെതന്നെ "ഞാൻ എന്ന അനുഭവം" മനസ്സിൽ എങ്ങനെ ഉണ്ടാകുന്നുവെന്നകാര്യം നമ്മുടെ മസ്തിഷ്കത്തിന്റെ പരിമിതികൾമൂലം സാധിക്കുന്നില്ല എന്നുവേണം കരുതാൻ.

ബോധാവസ്ഥയെപ്പറ്റിയുള്ള ഈ അദ്ധ്യായം അവസാനിപ്പിക്കുന്നതിനു മുമ്പായി പ്രശസ്തരായ ചില ന്യൂറോ ശാസ്ത്രജ്ഞർ കോൺഷ്യസ്നെസ്സിനെപ്പറ്റി അവരുടെ അഭിപ്രായം രേഖപ്പെടുത്തിയിരിക്കുന്നതെന്താണെന്ന് നോക്കാം.

കാലിഫോർണിയയിലെ "ലാജോല ന്യൂറോ സയൻസ് ഇൻസ്റ്റിറ്റ്യൂട്ടിൽ" (Neuro Science Institute, Lajolla, California) സീനിയർ ഫെലോ ആയ ബെർനാർഡ് ബാർസ് (Bernard Baars) (ചിത്രം - 13) പറയുന്നത് ഇപ്രകാരമാണ്:

> ലൈംഗികമായി സംസാരിക്കുന്നതിനുപോലും മതപരമായ വിലക്കു ണ്ടാ യിരുന്ന ഒരു കാലഘട്ടമുണ്ടായി രുന്നു. 18, 19-ാം നൂറ്റാണ്ടിൽ. എന്നാൽ ഇന്ന് എല്ലാവർക്കും അറിയാം ലൈംഗികത വെറും ജീവശാസ്ത്രപര മായ കാര്യമാണെന്ന്. അതിനെപ്പറ്റി സംസാരിക്കുന്നത് വലിയ പാപമൊന്നുമില്ലെന്നും. അതുപോലെ ബോധാവസ്ഥയെപ്പററി ചിന്തിക്കുന്നതുപോലും പലർക്കും വില

ഡോ. വി എസ് രാമചന്ദ്രൻ
ചിത്രം-37

ക്കുണ്ട്. എന്നാൽ, ബോധാവസ്ഥയും ഒരു ശാരീരിക ധർമ്മമാണെന്ന് മിക്കവർ ക്കും അറിയാം. അത് വളരെ സങ്കീർണ്ണമായ ഒരു പ്രശ്നമാണങ്കിൽ ക്കൂടി.

സുപ്രസിദ്ധ ശാസ്ത്ര ലേഖകനും വിഖ്യാതനായ ഫിലോസ ഫറുമായ ജെഫ്രി ക്ലൂഗർ (ചിത്രം - 35) പറയുന്നതിപ്രകാരമാണ്. നമ്മുടെ ശാരീരികമായ കമ്പ്യൂട്ടറിന്റ നിയന്ത്രണ കേന്ദ്രമാണ് മസ്തിഷ്കം. നാഡീകോശങ്ങളുടെയും നാഡീതന്തുക്കളുടെയും സങ്കീർണ്ണമായ പ്രക്രിയകളുടെ ആസ്ഥാനമായ മസ്തിഷ്കത്തിൽനിന്നും സംജാതമാകുന്ന ഒരു പ്രതിഭാസമാണ് കോൺഷ്യസ്നെസ്. 'ഞാനെന്ന ഭാവം' ഉടലെടുക്കുന്നത് ഇതിൽ നിന്നാണ്. എന്നാൽ ഈ ആശയത്തിൽനിന്നും ഉടലെടുക്കുന്ന എല്ലാ ചോദ്യങ്ങൾക്കും ഉത്തരം കണ്ടുപിടിക്കാൻ നമുക്ക് സാധിക്കുന്നില്ല. ബോധാവസ്ഥയുടെ ജീവശാസ്ത്രപരമായ സ്വഭാവങ്ങളും മസ്തിഷ്കത്തിന്റെ നാശത്തോടുകൂടി എല്ലാം അവസാനിക്കുന്നു എന്ന തത്ത്വം പിന്താങ്ങുന്ന പ്രശസ്ത ന്യൂറോ ശാസ്ത്രജ്ഞനായ സ്റ്റീവൻ പിങ്കർ (Steven Pinker, Professor, Harward University USA) പറയുന്നതു ശ്രദ്ധി ക്കുക (ചിത്രം - 36) ബോധാവസ്ഥയെപ്പറ്റി ചിന്തിക്കുമ്പോൾ നമ്മുടെ മനസ്സിൽ വരുന്നത് രണ്ടുതരത്തിലുള്ള പ്രശ്നങ്ങളാണ്. ഒന്ന് ലഘുവായതും (Easy Problem) മറ്റൊന്ന് ഗുരുതരവു (Hard Problem) മാണ്. നമ്മുടെ ഹൃദയസ്പന്ദനം, ശ്വസനം, പചനം തുടങ്ങിയ അനൈച്ഛിക പ്രവർത്തനങ്ങൾ എങ്ങനെ നടക്കുന്നുവെന്ന് നാം അറിയാറില്ല. നമ്മൾ നീണ്ടുനിവർന്നു നടക്കുന്നതോ, ആഹാരം ചവച്ചരച്ച് കഴിക്കുന്നതോ, നമ്മുടെ ബോധപൂർവ്വമുള്ള പ്രവൃത്തികൾ അല്ല. ഇങ്ങനെയുള്ള കാര്യങ്ങൾ നാം മനസ്സിലാക്കുക എന്ന നമ്മുടെ കഴിവാണ് ബോധാവസ്ഥയുടെ ലഘുവായ വശം. എന്നാൽ സെറിബ്രൽ കോർട്ടെക്സ്, തലാമസ്, റെക്ടിക്കുലർ സിസ്റ്റം തുടങ്ങിയ കേന്ദ്രങ്ങളുടെ നിരന്തരമായ ആശയവിനിമയത്തിൽക്കൂടി നാം ബോധവാന്മാരായി നിലനില്ക്കുന്നു. എന്നാൽ ഈ കേന്ദ്രങ്ങളുടെയും അവയെ തമ്മിൽ ബന്ധിപ്പിക്കുന്ന അനേകായിരം നാഡീതന്തുക്കളുടെയും കൂട്ടായ പ്രവർത്തനത്തിൽ 'ഞാനെന്ന ഭാവം' എന്നിൽ എങ്ങനെ ഉണ്ടാകുന്നുവെന്ന താണ് ഗുരുതരമായ പ്രശ്നം. അദ്ദേഹം ഇങ്ങനെ തുടർന്നു പറയുന്നു. എഫ് എം ആർ ഐ (FMRI) PET തുട ങ്ങിയ ആധുനിക സംവിധാനങ്ങളുടെ സഹായത്താൽ ഒരാൾ എന്തിനെപ്പറ്റി ചിന്തിക്കുന്നു അത് ഒരു സ്ഥലത്തെ പ്പറ്റിയോ, ഒരു സ്നേഹിതനെപ്പറ്റിയോ ആകാം എന്നുള്ള വിവരം ഇന്ന് ശാസ്ത്രജ്ഞന്മാർക്കു അറിയാൻ സാധിക്കുന്നു. ബോധാവസ്ഥ തികച്ചും ശാരീരികമായ ഒരു വ്യവസ്ഥിതി യാണെന്ന് സ്റ്റീവൻ പിങ്കർ തറപ്പിച്ചു പറയുന്നു.

ഇന്നു ജീവിച്ചിരിക്കുന്ന പ്രശസ്തരായ ന്യൂറോ ശാസ്ത്രജ്ഞരിൽ ഉന്നതസ്ഥാനീയനായ ഭാരതീയനായ ഡോക്ടർ വി എസ് രാമചന്ദ്രൻ

(Prof. V S Ramachandran) ബോധാവസ്ഥയെപ്പറ്റി തന്റെ അഭിപ്രായം രേഖപ്പെടുത്തിയിരിക്കുന്നത് ഇപ്രകാരമാണ്.

> കോൺഷ്യസ്നെസ് വളരെയധികം വശീകരണ ശക്തിയുള്ളതും പിടികൊടുക്കാത്തതുമാണ്. എന്നാൽ, അത് എന്താണന്നോ, അത് എന്തുചെയ്യുന്നുവെന്നോ, എങ്ങനെ ഉടലെടുക്കുന്നതെന്നോ ആർക്കും പറയാൻ സാധിക്കുകയില്ല. ശരിക്കും ബോധാവസ്ഥ യെപ്പറ്റി നിർവ്വചിക്കുക ശ്രമകരമാണ്. അധികം ശാസ്ത്രജ്ഞ ന്മാരും രണ്ടുതരം ആശയങ്ങളുമായിട്ടാണ് ബോധാവസ്ഥയെ ദർശിക്കുന്നത്. ഞാൻ എന്ന വികാരം ഒന്ന് അതിനെപ്പറ്റിയുള്ള അവബോധം മറ്റൊന്ന്.

അചേതന വസ്തുക്കൾ ഉൾപ്പെടെ എല്ലാ വസ്തുക്കളും ബോധ മുള്ളവയാണെന്ന് ചില തത്ത്വചിന്തകർ വിശ്വസിക്കുന്നു. എന്നാൽ ബോധാവസ്ഥ, മസ്തിഷ്ക സംബന്ധമായതോ, മസ്തിഷ്കത്തെപ്പോ ലെയുള്ള ഉപാധികളുമായി ബന്ധപ്പെട്ടിരിക്കുന്നു എന്ന് ബഹുഭൂരിപക്ഷം ന്യൂറോ ശാസ്ത്രജ്ഞരും സമർത്ഥിക്കുന്നു. എങ്കിലും മസ്തിഷ്കത്തി ലുള്ള നാഡീകോശങ്ങൾ എങ്ങനെ "എന്നിലെ ഞാൻ" എന്ന അവ ബോധം ഉണ്ടാക്കുന്നുവെന്നോ, എന്റെ ചിന്തയും വികാരവും, കാഴ്ച, കേൾവി എന്നിവയുടെ അനുഭവവും അതിനോട് എങ്ങനെ ബന്ധപ്പെട്ടി രിക്കുന്നുവെന്നോ ഇനിയും മനസ്സിലാക്കേണ്ടിയിരിക്കുന്നു. നമ്മുടെ മസ്തിഷ്കത്തിന്റെ മുഴുവൻ ഭാഗങ്ങളും ബോധാവസ്ഥയുമായി ബന്ധപ്പെട്ടിരിക്കുന്നുവോയെന്നും, അതോ ഏതാനും ഭാഗങ്ങൾ മാത്രമേ അതിൽ ഉൾപ്പെട്ടിട്ടുള്ളതെന്നും കണ്ടുപിടിക്കേണ്ടിയിരിക്കുന്നു. നമ്മുടെ പ്രധാനപ്പെട്ട എല്ലാ ശാരീരിക ധർമ്മങ്ങളും നടന്നുപോകുന്നത് നമ്മുടെ ബോധത്തോടുകൂടിയല്ല. അബോധാവസ്ഥയിലായ ഒരാളുടെ ശ്വസനവും ഹൃദയസ്പന്ദനവും പചനവും അഭംഗുരം നിർവ്വഹിക്കപ്പെടുന്നു. ബോധ മുള്ളപ്പോഴും മേൽപ്പറഞ്ഞ പ്രവൃത്തികൾ സംഭവിക്കുന്നത് നമ്മുടെ അറി വോടുകൂടിയല്ല. നമ്മൾ നേരെ നിവർന്നു നില്ക്കുന്നതിന് എത്രമാത്രം നാഡീതന്തുക്കളും പേശികളുമാണ് പ്രവർത്തിച്ചുകൊണ്ടിരിക്കുന്നത്. നമ്മൾ അറിയാതെതന്നെ.

ബോധാവസ്ഥ എന്നത് ഓരോരുത്തരുടെയും പെരുമാറ്റങ്ങളുടെ ബഹിർസ്ഫുരണമാണ്. ഇച്ഛാശക്തിയെന്നോ, ഉദ്ദേശ്യമെന്നോ, ആവശ്യ കതയെന്നോ ഒക്കെ പറയുന്നത് മാനസിക നിലയുടെ പ്രതികരണങ്ങൾ മാത്രമാണ്. മസ്തിഷ്കത്തിലെ നാഡീസംവിധാനങ്ങൾ എങ്ങനെ അവ ബോധം ക്രോഡീകരിക്കുന്നുവെന്നാണ് ഫ്രാൻസിസ് ക്രിക്കിന്റെ (Francis Crick) നേതൃത്വത്തിലുള്ള ഒരുകൂട്ടം ന്യൂറോശാസ്ത്രജ്ഞർ വാദി ക്കുന്നത്. ബോധാവസ്ഥ നിലനിർത്താനുള്ള ഏറ്റവും കുറഞ്ഞ ന്യൂറൽ സംവിധാനത്തെ മനസ്സിലാക്കിക്കഴിഞ്ഞാൽ ഇന്നു നിലവിലുള്ള അവ്യ

ക്തതയുടെ മൂടൽമഞ്ഞ് മാറിപ്പോകുമെന്നാണ് അദ്ദേഹത്തിന്റെ അഭിപ്രായം.

ഒരാൾ ബോധാവസ്ഥയിൽ സ്ഥിതിചെയ്യുമ്പോൾ അയാളുടെ മസ്തിഷ്കത്തിന്റെ ഏതെല്ലാം ഭാഗങ്ങളാണ് പ്രവർത്തനനിരതമായിരിക്കുന്നതെന്ന് ഇന്ന് മനസ്സിലാക്കാൻ സാധിക്കും. സെറിബ്രൽ കോർട്ടെക്സിന്റെ വിവിധ കേന്ദ്രങ്ങളിൽ സൂക്ഷ്മമായ ഇലക്ട്രോഡുകൾ കടത്തിവച്ചോ അല്ലെങ്കിൽ എഫ് എം ആർ ഐ (f-MRI) തുടങ്ങിയ ഇമേജുകളിലൂടെയോ ഇത് സാധിക്കാം. ഉദാഹരണത്തിന് ഒരാൾ ഒരു കാര്യത്തിൽനിന്ന് മറ്റൊരു കാര്യത്തിലേക്കു ശ്രദ്ധ തിരിക്കുമ്പോൾ അല്ലെങ്കിൽ ഒരു സ്നേഹിതന്റെ മുഖത്തെപ്പറ്റി ആലോചിക്കുമ്പോൾ അയാളുടെ മസ്തിഷ്കത്തിന്റെ വിവിധ കേന്ദ്രങ്ങളിൽ ഉണ്ടാകുന്ന വ്യതിചലനം പഠിച്ച് അവന്റെ ബോധത്തിന്റെ നിലപാട് മനസ്സിലാക്കാം. അതായത് അദൃശ്യമായ കാര്യങ്ങൾ നമ്മുടെ കൈക്കുമ്പിളിലേക്കു എത്തുന്നുവെന്ന് സാരം. സിൻഗുലേറ്റ് കോർട്ടെക്സ് (Cingulate Cortex) എന്ന മസ്തിഷ്ക കേന്ദ്രത്തിന്റെ മുൻഭാഗം ഈ വിഷയത്തിൽ വളരെ പ്രാധാന്യം അർഹിക്കുന്നു. ഈ ഭാഗത്തിനു കേടുവന്ന ഒരാൾ മനസ്സിൽ വിചാരിക്കാത്ത ചിലകാര്യങ്ങൾ ചെയ്യേണ്ടി വരുന്നു. എന്നാൽ ചില സമയത്ത് അയാൾ പൂർണ്ണമായി ബോധാവസ്ഥയിലാണെങ്കിലും ഒരു കാര്യവും ചെയ്യാൻ സാധിക്കാത്ത നിലയിലുമായിരിക്കും.

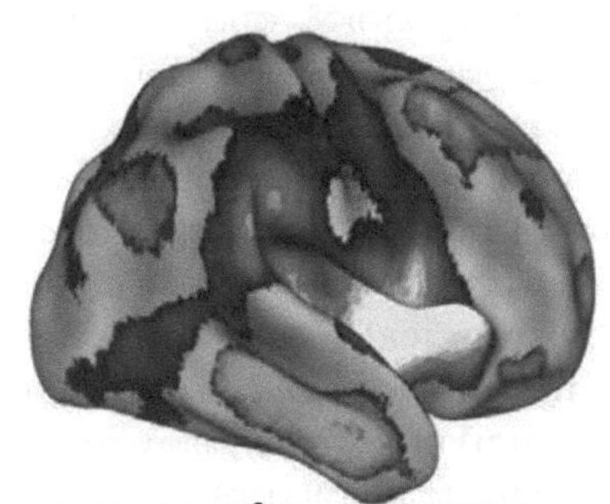

ഭാവന ന്യൂറൽ ശൃംഗലയുടേയും (ചുവപ്പു നിറം) നിർവ്വാഹക ശൃംഗലയുടേയും (പച്ചനിറം) കാണിച്ചിരിക്കുന്നു
ചിത്രം-37 എ

ഇരുപത്തൊന്നാം നൂറ്റാണ്ടിന്റെ ആദ്യഘട്ടങ്ങളിൽ ഈ വിഷയത്തിൽ വളരെയധികം കാഴ്ചപ്പാടുകൾ കാണാനിരിക്കുന്നതേയുള്ളു. ബോധാവസ്ഥയിലേക്കു വെളിച്ചം വീശുന്ന നിരവധി ന്യൂറൽ ബന്ധങ്ങൾ വിശകലനം ചെയ്യപ്പെടും.

ഡോക്ടർ രാമചന്ദ്രൻ തന്റെ ലേഖനം അവസാനിപ്പിക്കുന്നത് ഇപ്രകാരം രേഖപ്പെടുത്തിക്കൊണ്ടാണ്. "എത്ര വിശകലനങ്ങൾക്കും ചാമേർസിന്റെ (Chamers) കഠിന പ്രശ്ന (Hard Problem) ത്തിനു പരിഹാരം കാണാൻ സാധിക്കുകയില്ല. ഗുരുത്വാകർഷണം (Gravity) അനന്തത തുടങ്ങിയ പ്രതിഭാസങ്ങളെപ്പോലെ ബോധാവസ്ഥയും (Consciousness) ഒരു പ്രഹേളികയായി കുറെനാൾകൂടി ശേഷിക്കും."

മേൽ ഭാഗങ്ങളിൽ മനസ്സിന്റെ ഏറ്റവും പ്രധാന ഘടകമായ ബോധാവസ്ഥയെപ്പറ്റി വിശദമായി വിവരിച്ചു കഴിഞ്ഞു. ബോധാവസ്ഥ മനസ്സിന്റെ

ഘടകമല്ല - മനസ്സുതന്നെയാണ്.

15. മനസ്സിനെ നിയന്ത്രിക്കുന്ന മസ്തിഷ്ക കേന്ദ്രങ്ങൾ

ഒരാൾ ബോധാവസ്ഥയിൽ സ്ഥിതിചെയ്യുമ്പോൾ അയാളുടെ മാനസിക പ്രവർത്തനങ്ങളെ നിയന്ത്രിക്കുന്ന മസ്തിഷ്ക ഭാഗങ്ങളെ

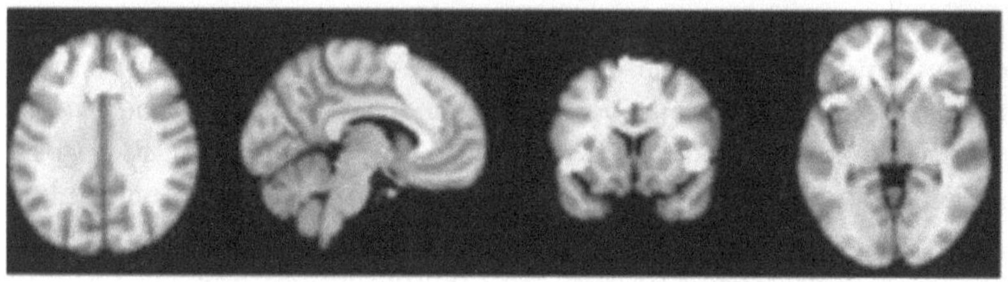

സാലിയൻസ് ശൃംഗല കാണിച്ചിരിക്കുന്നു ചിത്രം-37 ബി

വിശകലനം ചെയ്യാൻ പല പ്രശസ്ത ന്യൂറോശാസ്ത്രജ്ഞരും ശ്രമിച്ചിട്ടുണ്ട്. ഏതെങ്കിലും ഒരു മാനസിക വ്യാപാരം നമ്മുടെ ഉള്ളിൽ നാമ്പെടുക്കുന്നതു മുതൽ, അത് വികസിച്ച് പ്രവൃത്തി പഥത്തിൽ എത്തുന്നതു വരെയുള്ള ഘട്ടങ്ങളിൽ മസ്തിഷ്കത്തിന്റെ ഏതെല്ലാം കേന്ദ്രങ്ങളാണ് പ്രവർത്തന നിരതമാകുന്നതെന്ന് ന്യൂറോശാസ്ത്രജ്ഞർ മനസ്സിലാക്കിയിട്ടുണ്ട്. എഫ് എം ആർ ഐ (F-MRI) പോസിട്രോൺ എമിഷൻ ടോമോഗ്രാഫി (PET), "നിയർ ഇൻഫ്രാറെഡ് സ്പെട്രോസ്കോപ്പി" (Near Infrared Spectroscopy) ഇലക്ട്രോ ഫിസിയോളജി റിക്കാർഡിങ് (Electro Physiological Recording) തുടങ്ങിയ നവീന ഉപകരണങ്ങളാണ് പ്രസ്തുത പഠനങ്ങൾക്ക് ഉപയോഗപ്പെടുത്തുന്നത്.

നവീന സുഖസൗകര്യങ്ങളോടുകൂടിയ ഒരു ബംഗ്ലാവ് നിർമ്മിക്കണമെന്ന് ഒരാൾ വിചാരിക്കുന്നു എന്നു കരുതുക. അതിന്റെ ആകെയുള്ള ദൃശ്യം ആദ്യം മനസ്സിൽ പതിയുന്നു. പിന്നീട് ബംഗ്ലാവിന്റെ പ്ലാൻ, നിർമ്മാണം, അതിലെ സുഖസൗകര്യങ്ങൾ, ചുറ്റുപാടിലുള്ള പ്രകൃതി ദൃശ്യങ്ങൾ തുടങ്ങിയവയെല്ലാം അയാളുടെ മനസ്സിൽ ഒന്നൊന്നായി രൂപം കൊള്ളുന്നു. മനസ്സിന്റെ ഓരോ വ്യാപാരങ്ങളുടെയും പിറകിൽ പ്രവർത്തിക്കുന്നത് കേവലം ഒരു മസ്തിഷ്കഭാഗം മാത്രമല്ല, ഏതാനും കേന്ദ്രങ്ങളുടെ സഞ്ചയം തന്നെ. ഓരോ ചിന്തയ്ക്കും ആവിഷ്കാരത്തിനും കാ രണ മാകുന്നുണ്ട്. നേരത്തെ പറഞ്ഞ ബംഗ്ലാവിന്റെ പ്ലാൻ രൂപകല്പന ചെയ്യുമ്പോൾ ത്തന്നെ നിരവധി മസ്തി ഷ്ക കേന്ദ്രങ്ങളെ സംയോജിപ്പിച്ചുകൊണ്ടുള്ള ഒരു വലിയ ന്യൂറൽ ശൃംഖല തന്നെ പ്രവർത്തനനിരതമാകുന്നുണ്ട്. ഇതിൽ മനസ്സി ന്റെ രൂപ കല്പനാപരമായ പരിചിന്തനങ്ങൾക്കു "ഭാവ നാ ന്യൂറൽ ശൃംഖല" (Imagination neural network) എന്നും നിർമ്മാണ പ്രവർത്തനങ്ങളെ നിയന്ത്രിക്കുന്ന ന്യൂറൽ നെറ്റ്വർക്കിൽ നിർവ്വാഹക ശൃംഖല (Executive attention network)

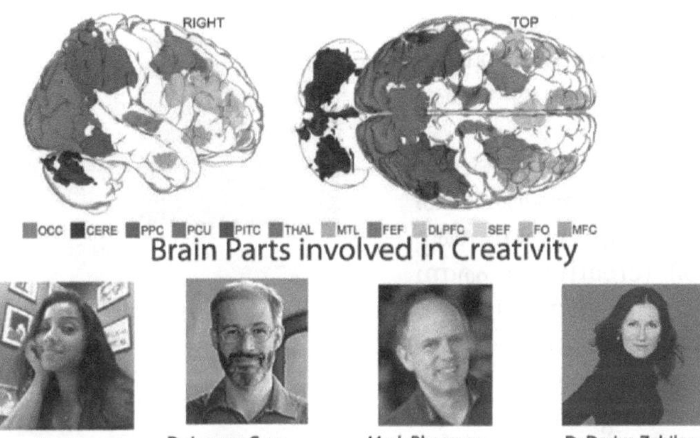

Creativity *യിൽ പ്രവർത്തന നിരതമാകുന്ന മസ്തിഷ്ക്ക ഭാഗങ്ങൾ പല നിറങ്ങളിൽ കാണിച്ചിരിക്കുന്നു ചിത്രം- 37 സി*

എന്നും പറയുന്നു. ചിത്രം 37 a യിൽ ഇതിന്റെ വിശദാംശങ്ങൾ കാണിച്ചിരിക്കുന്നു.

മറ്റുള്ളവർ എന്തു ചിന്തിക്കുന്നു എന്നോർത്ത് ആശങ്കപ്പെടുന്ന അവസരങ്ങളിൽ പ്രിഫ്രോണ്ടൽ കോർട്ടെക്സിന്റെയും ടെമ്പറൽ ലോബിന്റെയും ഉള്ളിലായി സ്ഥിതിചെയ്യുന്ന ഭാവന ന്യൂറൽ ശൃംഖല പ്രവർത്തനനിരതമാകുന്നു. പ്രിഫ്രോണ്ടൽ കോർട്ടെക്സിന്റെ പുറം ഭാഗങ്ങളിലും പാരിറ്റാൽ ലോബിന്റെ പിൻ ഭാഗത്തായും നിർവ്വാഹക ശൃംഖല വ്യാപിച്ചുകിടക്കുന്നു. വളരെ പ്രധാനപ്പെട്ട ഏതെങ്കിലും കാര്യങ്ങളിൽ ശ്രദ്ധിച്ചിരിക്കുമ്പോഴോ, സങ്കീർണ്ണമായ ഏതെങ്കിലും പ്രശ്നം കൈകാര്യം ചെയ്യുമ്പോഴോ ഈ ശൃംഖല പ്രവർത്തനനിരതമാകുന്നു.

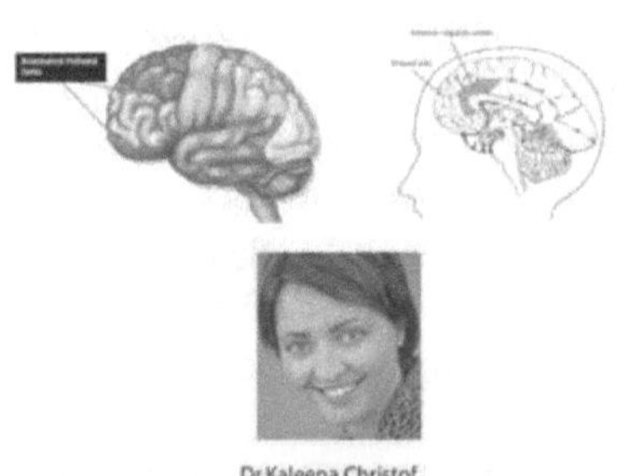

Wandering mind *നോടും ആത്മപരിശോധനയോടും ബന്ധപ്പെട്ടിരിക്കുന്ന മസ്തിഷ്ക്ക ഭാഗങ്ങൾ ചിത്രം- 37 ഡി*

ഇതുകൂടാതെ നമ്മുടെ ആന്തരികവും ബാഹ്യവുമായ പ്രശ്നങ്ങൾ സദാസമയവും പരിഹാരം കാണുന്ന ശ്രദ്ധേയമായ മറ്റൊരു ന്യൂറൽ ശൃംഖലയാണ് "സാലിയൻസ് നെറ്റ്‌വർക്ക്" (Salience network). ചിത്രം 37 b ശ്രദ്ധിക്കുക. മസ്തിഷ്കത്തിന്റെ ഡോർസൽ ആന്റീരിയർ സിംഗുലേറ്റ് കോർട്ടെ

ക്സിലും (DACC) ആന്റീരിയൽ ഇൻസുലായിലും (AI) ഈ ശൃംഖല വ്യാപിക്കുന്നു.

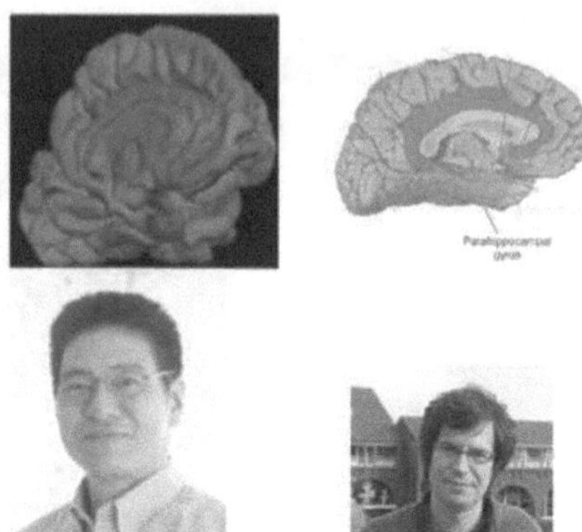

നമ്മുടെ ഭാവി പദ്ധതികളെപ്പറ്റി ചിന്തിക്കാനും തീരുമാനം എടുക്കാനും സഹായിക്കുന്ന മസ്തിഷ്ക ഭാഗങ്ങൾ ചിത്രം-37 ഇ

നമ്മുടെ മനസ്സിൽ ഒരു വിചാരം അല്ലെങ്കിൽ ചിന്ത രൂപംകൊള്ളുന്നതിന് സർഗ്ഗശക്തി (creativity) എന്നു പറയുന്നു. മനുഷ്യ മനസ്സിന്റെ അതിപ്രധാനമായ ഈ ശക്തിവിശേഷം മസ്തിഷ്കത്തിന്റെ ഏതേത് കേന്ദ്രങ്ങളിലാണ് ഉരിത്തിരിയുന്നത് എന്നു നോക്കാം. ഈ വിഷയത്തെപ്പറ്റി നിരവധി ന്യൂറോ ശാസ്ത്രജ്ഞർ ഗവേഷണം നടത്തിയിട്ടുണ്ട്. ഇംഗ്ലണ്ടിലെ ബെക്കെറ്റ് യൂണിവേഴ്സിറ്റിയിലെ ഡോ. അന്നാ ഏബ്രഹാം (Dr. Anna Abraham of Becket University, UK) നോർത്ത് വെസ്റ്റ് യൂണിവേഴ്സിറ്റിയിലെ പ്രൊഫസർമാർക്ക് ഭീമൻ (Prof. Mark Bheeman of North Western University) തുടങ്ങിയവർ അഭിപ്രായപ്പെടുന്നത് മനുഷ്യമനസ്സിൽ രൂപംകൊള്ളുന്ന സർഗ്ഗശക്തി (creativity) എന്ന പ്രതിഭാസം ഒന്നോരണ്ടോ മസ്തിഷ്ക ഭാഗങ്ങളിൽ കേന്ദ്രീകരിച്ചു നില്ക്കുന്നില്ല, പിന്നെയോ മസ്തിഷ്കത്തിന്റെ ഇരുഭാഗങ്ങളിലുമുള്ള നിരവധി കേന്ദ്രങ്ങളെ സംയോജിപ്പിച്ച് പ്രവർത്തിക്കുന്ന ഒരു പ്രതിഭാസം ആണെന്നുള്ളതാണ്. ചിത്രം 37 c ശ്രദ്ധിക്കുക. ക്രിയേറ്റിവിറ്റിയിൽ പ്രവർത്തനനിരതമാകുന്ന മസ്തിഷ്ക കേന്ദ്രങ്ങളും ഈ വിഷയത്തിൽ ഗവേഷണം നടത്തുന്ന ഏതാനും ന്യൂറോ ശാസ്ത്രജ്ഞരെയും കാണിച്ചിരിക്കുന്നു.

നമ്മുടെ മനസ്സിൽ ചിന്തകളും ഭാവങ്ങളും പെട്ടെന്നുവരുന്നതും പിന്നീട് പല സ്ഥലകാലങ്ങളിലേക്ക് വ്യാപിക്കുന്നതും സാധാരണമാണ് (wandering mind). ഈ അവസരങ്ങളിൽ പ്രവർത്തനനിരതമാകുന്നത് മസ്തിഷ്കത്തിലെ റൊസ്റ്ററോലാറ്ററൽ പ്രിഫ്രോണ്ടൽ കോർട്ടെക്സ് (Rostro Lateral Prefrontal Cortex) ആണ്. അതുപോലെ നമ്മുടെ അന്റീരിയർ പ്രിഫ്രോണ്ടൽ കോർട്ടെക്സ് (Anterior Prefrontal Cortex) ആത്മപരിശോധനയോടും നിതാന്ത ജാഗ്രതയോടും ബന്ധപ്പെട്ടിരിക്കുന്നുവെന്ന് ബ്രിട്ടീഷ് കൊളംബിയായിലെ ഡോ. കലീന ക്രിസ്റ്റോഫ് (Dr. kaleena Christof of Bristish Columbia) അഭിപ്രായപ്പെടുന്നു. ചിത്രം 37 d.

ബെൽജിയത്തിലുള്ള ലീഗ് യൂണിവേഴ്സിറ്റിയിലെ ഡോ. സ്ട്രാ

4

ഉറക്കം (Sleep)

ഇനിയും മനസ്സിന്റെ മറ്റു സുപ്രധാന വ്യാപാരങ്ങളിലേക്കു കടക്കാം. കുറച്ചു സമയത്തെ അദ്ധ്വാനത്തിനുശേഷം ശരീരത്തിനു വിശ്രമം ആവശ്യമാണ്. അതുപോലെ ശരീരത്തിന്റെതന്നെ ഒരു ഭാഗമായ മസ്തിഷ്കത്തിനും മസ്തിഷ്കാധിഷ്ഠിതമായ മനസ്സിനും വിശ്രമം ആവശ്യമാണ്. ഉറക്കം ശരീരത്തിനും മനസ്സിനും ഒരുപോലെ വിശ്രമത്തിനുള്ള ഉപാധിയാണ്.

ഭൂമിയിൽ ജീവിക്കുന്ന എല്ലാ ജീവജാലങ്ങളും പകലത്തെ അദ്ധ്വാനത്തിനുശേഷം രാത്രിയിൽ ഉറങ്ങുന്നു. ഉറക്കത്തിന്റെ വിവിധ വശങ്ങളെപ്പറ്റിയും ഉറക്കം ശരീരത്തിനും മനസ്സിനും എപ്രകാരമാണ് ഉപയോഗപ്രദമാണെന്നതിനെപ്പറ്റിയും താഴെ കൊടുത്തിരിക്കുന്ന ഖണ്ഡികകളിൽ വിവരിക്കുന്നതാണ്.

മനസ്സെന്ന പ്രതിഭാസത്തിന്റെ ഒഴിച്ചുകൂടാനാവാത്ത ഒരു പ്രക്രിയയാണ് ഉറക്കം. അതും ഭൂമിയിൽ ജീവിക്കുന്ന എല്ലാ ജീവജാലങ്ങൾക്കും അത്യാവശ്യം വേണ്ടതാണ്. കഴിഞ്ഞ നൂറ്റാണ്ടിന്റെ പകുതിവരെ മിക്കവരും ധരിച്ചിരുന്നത് ഉറക്കം എന്നത് നമ്മുടെ നിത്യേനയുള്ള ജീവിതത്തിലെ പ്രവർത്തനരഹിതവും നിഷ്ക്രിയയുമായ ഒരു ഭാഗം മാത്രമാണെന്നാണ്. എന്നാൽ ഇന്നു മിക്കവർക്കും അറിയാം ഉറക്കത്തിൽ നമ്മുടെ മസ്തി

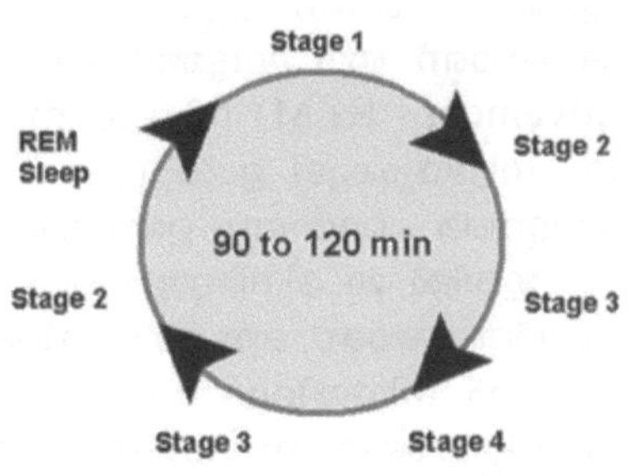

ഉറക്കത്തിന്റെ ഘട്ടങ്ങൾ ചിത്രം– 38

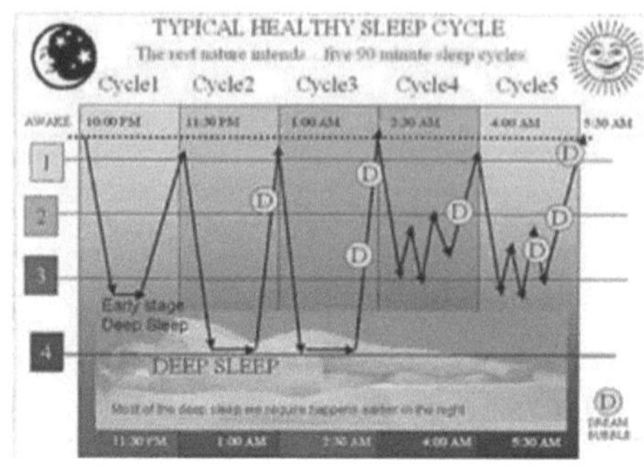

നിദ്രയുടെ നാലു ഭാഗങ്ങൾ കാണി ച്ചിരിക്കുന്നു എല്ലാ Steep cyecle *കളിലും ഇതാവർത്തിക്കുന്നു. ചിത്രം-39*

ഷ്കം ഉറങ്ങുന്നില്ല എന്നുള്ള പരമാർത്ഥം. ഉറക്കത്തിന്റെ മിക്കഘട്ടങ്ങളിലും അത് വളരെ ഊർജ്ജസ്വലവുമാണ്. കൂടാതെ ഉറക്കം ശരീരത്തിന്റെയും മനസ്സിന്റെയും പ്രവർത്തനങ്ങളെ സ്വാധീനിക്കുകയും ചെയ്യുന്നു. മസ്തിഷ്കത്തിലെ നാഡിയ പ്രേഷകങ്ങളാണ് പ്രേരക ആവേഗങ്ങളേയും സംവേദ ആവേഗങ്ങളേയും നിയന്ത്രിക്കുന്നത്. നാം ഉണർന്നിരിക്കണമോ എന്നു തീരുമാനിക്കുന്നതും ഇതുതന്നെ. മസ്തിഷ്കത്തിലെ നാഡീ കോശങ്ങളിൽനിന്നും പുറപ്പെടുന്ന സെറോറ്റിനിൻ (Serotinin) നോർഎപ്പിനെഫ്രൻ (Norepinephrine) എന്നീ നാഡീയപ്രേഷകങ്ങളാ (Neuro Transmitters)ണ് നാം ഉണർന്നിരി ക്കുമ്പോൾ നമ്മുടെ മസ്തിഷ്കത്തെ പ്രവർത്തനനിരതമാക്കുന്നത്. നാം ഉറങ്ങുമ്പോൾ മസ്തിഷ്കം പുറപ്പെടുവിക്കുന്ന മറ്റൊരു ന്യൂറോട്രാൻസ്മീറ്റർ ആദ്യം പുറപ്പെടുവിച്ച ന്യൂറോട്രാൻസ് മീറ്ററിനെ നിർവ്വീര്യമാക്കുന്നു. ഉണർന്നിരിക്കുമ്പോൾ അഡിനോസൈൻ (Adinosine) എന്ന രാസപദാർത്ഥത്തിന്റെ അളവ് രക്തത്തിൽ വർദ്ധിക്കുന്നു. ഇത് നാം ഉറങ്ങുന്നതിന് കാരണമാകുന്നു. ഉറക്കത്തിൽ ഈ രാസപദാർത്ഥം ക്ഷയിച്ച് ഇല്ലാതാകുന്നു. ഉറക്കത്തിൽ നമ്മൾ പ്രധാനമായും അഞ്ചു ഘട്ടങ്ങളിൽക്കൂടെ കടന്നുപോകുന്നു. ചിത്രം 38 കാണുക. സ്റ്റേജ് 1, 2, 3, 4, & 5 'റെം നിദ്ര' എന്നീ രീതിയിലാണ് ഉറക്കം കടന്നുപോകുന്നത്. ആദ്യത്തെ നാലു ഘട്ടങ്ങൾക്കുംകൂടി നോൺ റെം നിദ്ര (Non-REM Sleep) എന്നും അവസാന ഘട്ടത്തിൽ റെം നിദ്ര എന്നും പറയുന്നു. ഈ സമയത്ത് കണ്ണ് വളരെ വേഗത്തിൽ എല്ലാ ഭാഗത്തേക്കും ചലിച്ചുകൊണ്ടിരിക്കുന്നു. അതുകൊണ്ടാണ് ഈ ഘട്ടത്തിൽ റാപ്പിഡ് ഐ മൂവ്മെന്റ് (Rapid Eye - Movement - REM) നിദ്ര എന്നു വിളിക്കുന്നത്. നോൺ റെം നിദ്രയും റെം നിദ്രയുംകൂടി ഉൾപ്പെട്ട ഒരു ഭാഗത്തിന് ഏതാണ്ട് 90 മുതൽ 120 മിനിറ്റ്വരെ ദൈർഘ്യം ഉണ്ടായിരിക്കും.

ഇതിൽ 20 മിനിറ്റോളം റെം നിദ്രയാണ്. ഈ നിദ്രാ ഘട്ടങ്ങളുടെ ആവർത്തനമാണ് ഒരു രാത്രിയിലെ ഉറക്കം. ചിത്രം - 39 ശ്രദ്ധിക്കുക.

റെം നിദ്രയിലും നോൺ റെം നിദ്രയിലുമുള്ള പ്രത്യേകതകൾ എന്തെല്ലാമാണെന്നു നോക്കാം. നോൺ നിദ്രയെ ശാസ്ത്രജ്ഞർ നാലു ഭാഗമായിട്ട് തിരിച്ചിട്ടുണ്ട്. അതിൽ ആദ്യഭാഗം ലളിതമായ നിദ്രയാണ്. നാം ഉറക്കത്തിലേക്കു മെല്ലെ മയങ്ങി വീഴുന്ന സമയമാണ് ചിത്രം - 38/

39 ശ്രദ്ധിക്കുക. രണ്ടാമത്തെ ഭാഗം ഗാഢനിദ്രയ്ക്കു മുമ്പുള്ള സാമാന്യം ദീർഘമായ നിദ്രയാണ് ആകെയുള്ള ഉറക്കത്തിന്റ പകുതിയോളം ഈ ഘട്ടത്തിലാണ് സംഭവിക്കുന്നത്. മൂന്നു നാലും ഭാഗങ്ങൾ ഒന്നിച്ച് ഗാഢനിദ്ര (Deep sleep) എന്നു പറയാം. കൺമണികളുടെ ചലനമോ പേശികളുടെ പ്രവർത്തനമോ ഈ സമയത്തുണ്ടാകുകയില്ല. കുട്ടികൾ കിടക്കയിൽ മൂത്രമൊഴിക്കുന്നതും (Bed wetting)ചിലർ ഉറക്കത്തിൽ എഴുന്നേറ്റു നടക്കുന്നതും (sleep walking) ഉറക്കത്തിന്റെ ഈ ഘട്ടത്തിലാണ്. ഈ ഘട്ടത്തിൽ ഒരാൾ ഉണർത്തപ്പെടുകയാണെങ്കിൽ കുറച്ചുസമയം കഴിഞ്ഞേ അയാൾ സാധാരണനിലയിൽ എത്തുകയുള്ളൂ.

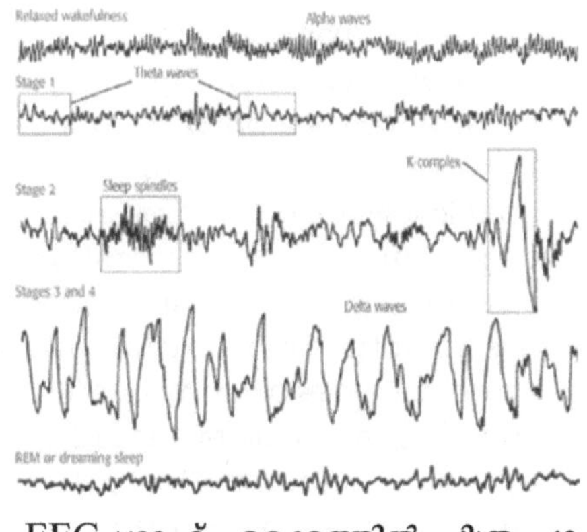

EEG ഗ്രാഫ്- ഉറക്കത്തിൽ ചിത്രം-40

അടുത്തഭാഗം റെം നിദ്രയാണ്. ഈ ഘട്ടത്തിൽ ഹൃദയസ്പന്ദനം വർദ്ധിക്കുകയും രക്തസമ്മർദ്ദം കൂടുകയും ചെയ്യുന്നു. കണ്ണുകൾ പല ഭാഗത്തേക്കും ചലിക്കുന്നു. കൂടുതൽ സ്വപ്നം കാണുന്നതും ചില പുരുഷന്മാരിൽ ലിംഗോദ്ധാരണം ഉണ്ടാകുന്നതും ഉറക്കത്തിന്റെ ഈ ഘട്ടത്തിലാണ്. ചിത്രത്തിൽ കാണിച്ചിരിക്കുന്നതുപോലെ രാത്രിയിലെ ഉറക്കത്തിൽ ഈ നിദ്രാഘട്ടങ്ങൾ അഞ്ചുപ്രാവശ്യം ആവർത്തിക്കപ്പെടുന്നതായി കാണാം. ഒന്നാം നിദ്രാചക്രത്തിലും നാം ഗാഢനിദ്രയിലേക്കു വീഴുന്നില്ലെന്നുകാണാം. പുലർച്ചയിലെ റെം നിദ്ര അത്ര ശാന്തമല്ലെന്നും ചിത്രം ശ്രദ്ധിച്ചാൽ അറിയാം.

ഉറക്കത്തിന്റെ വിവിധ ഘട്ടങ്ങളിൽ നമ്മുടെ മസ്തിഷ്കം പുറപ്പെടുവിക്കുന്ന പ്രത്യേകമായ തരംഗങ്ങളെപ്പറ്റി ഈ അവസരത്തിൽ പറയേണ്ടതുണ്ട്. മസ്തിഷ്ക കോശങ്ങൾ (Neurons) ഒറ്റയ്ക്കായും ഗ്രൂപ്പുകളായും ദോലനം (oscillate) ചെയ്യുമ്പോഴാണ് മസ്തിഷ്ക തരംഗങ്ങൾ (Brain waves) ഉത്ഭവിക്കുന്നത്. ഇലക്ട്രോ എൻസെഫലോഗ്രാഫ് (Electro Encephelograph) എന്ന സംവിധാനത്തിലാണ് മസ്തിഷ്ക തരംഗങ്ങൾ രേഖപ്പെടുത്തുന്നത്. ഉറക്കത്തിന്റെ പല ഘട്ടങ്ങളിൽ രേഖപ്പെടുത്തിയ ഇ ഇ ജി (EEG) ചിത്രങ്ങളാണ് ചിത്രം 40-ൽ കാണിച്ചിരിക്കുന്നത്.

ഉണർന്നിരിക്കുമ്പോൾ മസ്തിഷ്കം ആൽഫാ (Alpha) തരംഗങ്ങൾ (8-12H_z) പുറപ്പെടുവിക്കുന്നു. ഉറക്കത്തിന്റെ രണ്ടാം ഘട്ടത്തിൽ തീറ്റാ (Theta) (3-7 H_z) തരംഗങ്ങളും, രണ്ടാംഘട്ടത്തിൽ സ്ലീപ് സ്പിൻഡിൽസ് (Sleep Spindles) എന്ന ഹ്രസ്വമായ തരംഗങ്ങളും (Short bursts) (12

Hzs) മൂന്നും നാലുംകൂടിയ ഗാഢനിദ്രാസമയത്ത് ഡെൽറ്റാ (Delta) തരംഗങ്ങളും (1-3H_z) പുറപ്പെടുവിക്കുന്നു. റെംസ്ലീപ് ഘട്ടത്തിൽ ഏതാണ്ട് ഒന്നാം ഘട്ടത്തിലെപ്പോലെ ആൽഫാ തരംഗങ്ങളും ചിലപ്പോൾ ബീറ്റാ തരംഗങ്ങളും പുറപ്പെടുവിക്കുന്നു. നാം ഉറങ്ങുന്ന സമയത്തും ഉണർന്നിരിക്കുമ്പോഴും മസ്തിഷ്കം പുറപ്പെടുവിക്കുന്ന തരംഗങ്ങളിലുണ്ടാകുന്ന വ്യതിയാനം ചിത്രത്തിൽനിന്നും മനസ്സിലാക്കാം.

മസ്തിഷ്കഭാഗങ്ങളായ തലാമസും മസ്തിഷ്കത്തണ്ടും നമ്മുടെ ഉറക്കത്തെ നിയന്ത്രിക്കുന്നതിൽ പ്രധാന പങ്കുവഹിക്കുന്നു. പല ഹോർമോണുകളും ഉറക്കത്തെ നിയന്ത്രിക്കുന്നുണ്ട് എന്ന് നേരത്തെ പരാമർശിച്ചിരുന്നു. കോശങ്ങളിൽ നടക്കുന്ന പ്രക്രിയകളുടെ ഫലമായുണ്ടാകുന്ന അഡിനോസൈൻ (Adinosine) ഉണർന്നിരിക്കുന്ന സമയത്ത് മസ്തിഷ്കത്തിൽ അടിഞ്ഞുകൂടുന്നു. ഇത് ഉറക്കത്തിന് പ്രോത്സാഹനം നല്കുന്നു. കാപ്പിയിലുള്ള കഫീൻ (Coffine) എന്ന ഉത്തേജകവസ്തു ഈ അഡിനോസൈനിനെ നിർവ്വീര്യമാക്കുന്നതുകൊണ്ടാണ് ഉറക്കം വരാതിരിക്കാൻ കാപ്പി നല്ല പാനീയമാണെന്നു പറയുന്നത്. ഉറങ്ങുന്ന സമയത്ത് മറ്റു ചിലകാര്യങ്ങളും നടക്കുന്നുണ്ട്. ശരീരത്തിലെ കോശങ്ങളുടെ നിർമ്മാണവും വളർച്ചയും സംഭവിക്കുന്നത് പ്രധാനമായും ഗാഢനിദ്രാ സമയത്താണ്. നമ്മുടെ രോഗപ്രതിരോധശക്തി ശരിയായ രീതിയിൽ നിലനിർത്തുന്നതിനും ഉറക്കം അത്യാവശ്യമാണ്. നാം ഉണർന്നിരിക്കുമ്പോൾ പ്രവർത്തനനിരതമാകുന്ന മിക്ക നാഡീകോശ ങ്ങൾക്കും വിശ്രമവും സ്വയം കേടുപാടുകൾ നീക്കാൻ അവസരവും ലഭിക്കുന്നത് ഗാഢനിദ്രാസമയത്താണ്. നോബൽ സമ്മാന ജേതാവായ ഫ്രാൻസിസ് ക്രിക്ക് (Francis Crick) ചിത്രം - 41 അഭിപ്രായപ്പെടുന്നത് ഇപ്രകാരമാണ്: "ഉണർന്നിരിക്കുമ്പോൾ പഠിക്കുന്നതും ഓർമ്മയിൽ സൂക്ഷിക്കുന്നതുമായ പല കാര്യങ്ങളും നാം ഉറങ്ങുന്ന സമയത്ത് ആവർത്തിക്കപ്പെടുകയും ദീർഘകാല

Francis Crick ചിത്രം-41

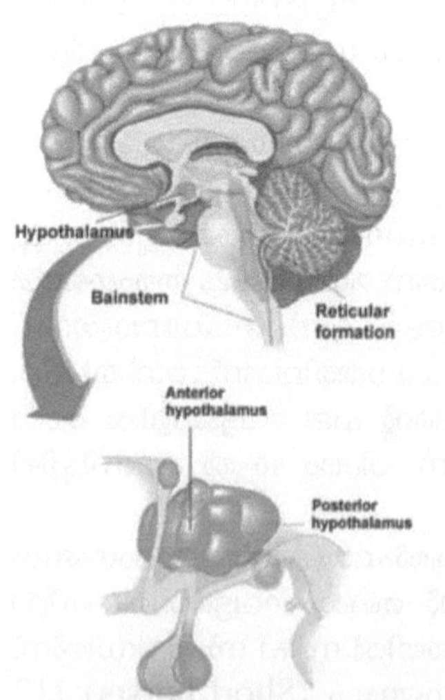

ഉറക്കത്തിൽ നിശ്ചലമാകുന്ന മസ്തിഷ്ക്ക ഭാഗങ്ങൾ ചിത്രം-42

ഓർമ്മയിൽ (Long Term Memory) സൂക്ഷിക്കപ്പെടുകയും ചെയ്യുന്നു. വൈകാരികത, തീരുമാനമെടുക്കൽ (Decision Making) സാമൂഹിക പ്രതിബദ്ധത തുടങ്ങിയ കാര്യങ്ങളിൽ പ്രവർത്തനനിരതമാകുന്ന മസ്തിഷ്ക ഭാഗങ്ങൾ ഉറങ്ങുന്ന സമയത്ത് നിശ്ചലമാകുന്നു.'' ഉറക്കത്തിൽ പങ്കെടുക്കുന്ന മസ്തിഷ്ക ഭാഗങ്ങൾ ചിത്രം - 42 കാണിച്ചിരിക്കുന്നു. ഉണർന്നുവരുമ്പോൾ വർദ്ധിച്ച ഉന്മേഷത്തോടുകൂടി മേൽപ്പറഞ്ഞ കാര്യങ്ങളിൽ വ്യാപൃതരാകാൻ ഉറക്കം സഹായകമാകുന്നു.

നേരത്തെ പഠിച്ച കാര്യങ്ങളിൽ വ്യക്തത വരുത്താനും ഓർമ്മയിൽ നിലനിർത്താനും റെം നിദ്ര സഹായകമാകുന്നുവെന്ന് ശാസ്ത്രജ്ഞരുടെ പഠനങ്ങൾ തെളിയിക്കുന്നു. റെം നിദ്രാസമയത്ത് ഉണർത്തപ്പെട്ടവർ, ആ സമയത്ത് നല്ലതുപോലെ ഉറങ്ങിയവരേക്കാൾ മോശമായാണ് അടുത്ത ദിവസത്തെ പരീക്ഷകൾ മുഴുവിക്കാനായത്.

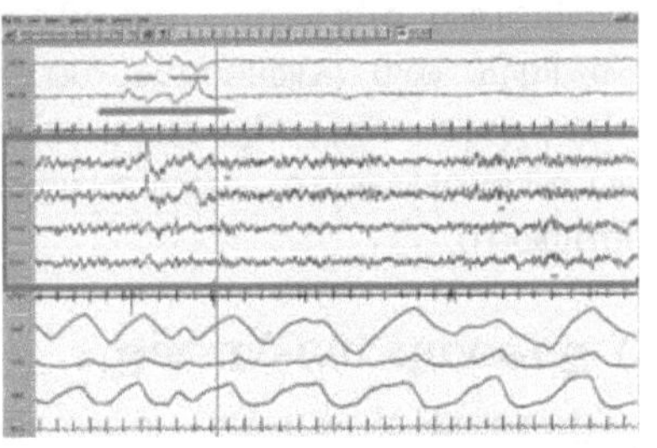
റെം നദ്രാ സമയത്തുണ്ടാകുന്ന കണ്ണുകളുടെ ചലനം കാണിച്ചിരിക്കുന്നു
ചിത്രം-43

റെം നിദ്രാസമയത്ത് ഇടയ്ക്കിടെ കണ്ണുകളുടെ ചലനം ഉണ്ടാകുന്നുവെന്ന് മുമ്പ് സൂചിപ്പിച്ചിട്ടുണ്ട്. ചിത്രം 43 പരിശോധിച്ചാൽ ഇത് മനസ്സിലാകും. ചുവന്ന ബോക്സിനുള്ളിൽ കാണുന്നത് റെം നിദ്രയുടെ ഗ്രാഫാണ്. ചുവന്ന ചെറിയ വര സൂചിപ്പിക്കുന്നത് കണ്ണുകളുടെ ചലനമാണ്. റെം നിദ്രാസമയത്തും നോൺ റെം നിദ്രാസമയത്തും മസ്തിഷ്കത്തിനുണ്ടാകുന്ന വ്യതിയാന ങ്ങൾ പഠനവിധേയമാക്കിയിട്ടുണ്ട്. ചിത്രം 44 ൽ കൊടുത്തിരിക്കുന്നത് ഈ രണ്ടു നിദ്രാസമയത്തുമുള്ള മസ്തിഷ്കത്തിന്റെ PET ചിത്രങ്ങളാണ്. ഈ രണ്ടു ചിത്രങ്ങളും പരിശോധിച്ചാൽ പ്രകടമായ വ്യത്യാസങ്ങൾ കാണാം.

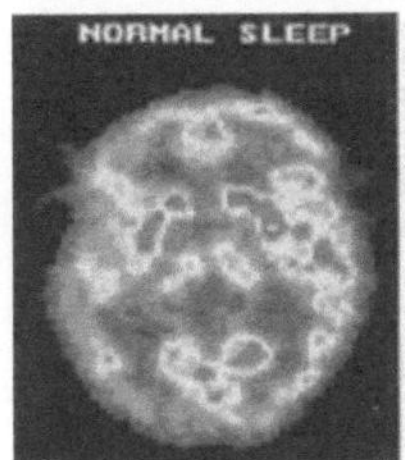

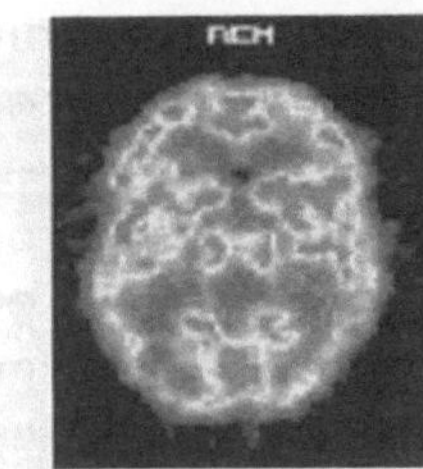

റെം നിദ്രാസമയത്തും സാധാരണ നിദ്രാസമയത്തും മത്സിഷ്ക്കത്തിലു ണ്ടാകുന്ന വ്യതിയാനം (PET) ചിത്രം-44

കുഞ്ഞുങ്ങളിലും ചെറുപ്പക്കാരിലും വളർച്ചയെ സഹായിക്കുന്ന ഹോർമോണുകൾ പ്രവർത്തിക്കുന്നതും ഗാഢ നിദ്രാസമയത്താണ്. എന്നാൽ തീരെ കൊച്ചുകുഞ്ഞുങ്ങളിൽ അവരുടെ മസ്തിഷ്കത്തിന്റെ വളർച്ചയ്ക്ക് സഹായി ക്കുന്നത് റെം നിദ്രയാണ്.

ആകെയുള്ള ഉറക്ക സമയത്ത് മൂന്നു മുതൽ അഞ്ചുവരെ പ്രാവശ്യം

നമ്മൾ റെം, നിദ്രയിൽ പ്രവേശിക്കാറുണ്ട്. ചിത്രം 45. ആദ്യത്തെ നിദ്രാഘട്ടത്തിൽ റെം, നിദ്ര ഏതാനും മിനിട്ടുകളെ ഉണ്ടാകുകയുള്ളൂ. പിന്നീടുള്ള ചക്രങ്ങളിൽ റെം നിദ്രയുടെ ദൈർഘ്യം വർദ്ധിച്ചുവരുന്നു. അവസാനത്തെ റെം ഏകദേശം മുപ്പതുമിനിട്ടു കൾ വരെ ഉണ്ടാകാറുണ്ട്. ചെറുപ്പക്കാരിൽ ആകെയുള്ള ഉറക്കത്തിന്റെ 25 ശത മാനം റെം നിദ്രയായിരിക്കും. റെം നിദ്രയ്ക്കു ഭംഗം വന്നാൽ പിന്നീട് ഉറങ്ങാൻ തുടങ്ങുമ്പോൾ അവർ നേരിട്ട് റെം നിദ്രയിലേക്കു വീഴുകയും ശേഷിക്കുന്ന റെം നിദ്ര ഉറങ്ങിത്തീർക്കുകയുംചെയ്യും. ഈ പ്രതിഭാസം റിബൗണ്ട് (REM rebound) എന്നാണ് അറിയപ്പെടുക. ഗാഢനിദ്ര സമയത്ത് നമ്മുടെ ബോധാവസ്ഥ (consciousness) നിശ്ചലമാകുന്നു. വാസ്തവത്തിൽ ഗാഢനിദ്ര ഒരു കൊച്ചു മരണം തന്നെയാണ്.

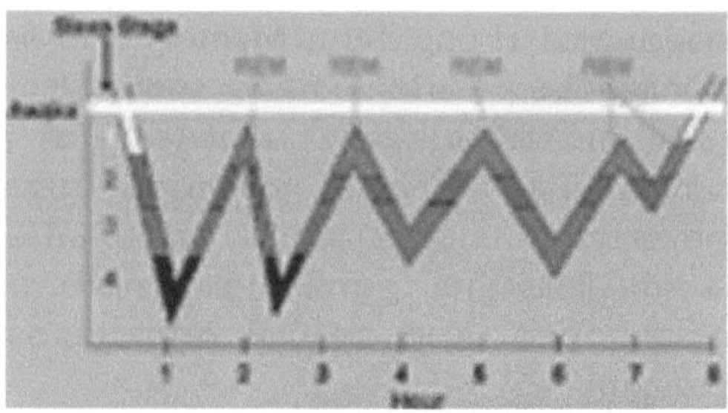

റെം നിദ്രയുടെ ദൈർഘ്യം ക്രമേണ കൂടി വരുന്നത് ശ്രദ്ധിക്കുക ചിത്രം- 45

(A) ഉറക്കവും സ്വപ്നങ്ങളും

ഉറക്കത്തിൽ സ്വപ്നം കാണാത്തവരായി ആരും ഉണ്ടാകുകയില്ല. പുരാതന കാലങ്ങളിൽ സ്വപ്നങ്ങൾ ഭാവിയിൽ വരാൻപോകുന്ന കാര്യങ്ങളുടെ ദീർഘദർശനമായി ആളുകൾ കരുതിപ്പോന്നിരുന്നു. ഫറവോൻ രാജാവ് കണ്ട വിഖ്യാതസ്വപ്നവും പൂർവ്വപിതാവായ ജോസഫ് അതിനു വ്യാഖ്യാനം കൊടുത്തതോടുകൂടി വരാനിരുന്ന ഭക്ഷ്യക്ഷാമത്തിനു പരിഹാരം കണ്ടെത്തിയതും പഴയനിയമത്തിൽ വിവരിക്കുന്നുണ്ട്. സിഗ്മണ്ട് ഫ്രോയിഡ് (ചിത്രം 5) എന്ന ആസ്ട്രിയൻ മനഃശാസ്ത്രജ്ഞനാണ് സ്വപ്നത്തിനു വിവേകപൂർണ്ണമായ വ്യഖ്യാനം നല്കിയത്. അബോധ മനസ്സിൽ ഒതുക്കപ്പെടുന്ന വിചാരങ്ങളും ചിന്തകളും ഉറക്കത്തിൽ ബോധമനസ്സിലേക്ക് (conscio us mind) വരുന്നതാണ് സ്വപ്നങ്ങൾ എന്ന് അദ്ദേഹം അഭിപ്രായപ്പെട്ടു. എന്നാൽ ആധുനിക കാലഘട്ടത്തിലെ മനഃശാസ്ത്രജ്ഞർ ഫ്രോ

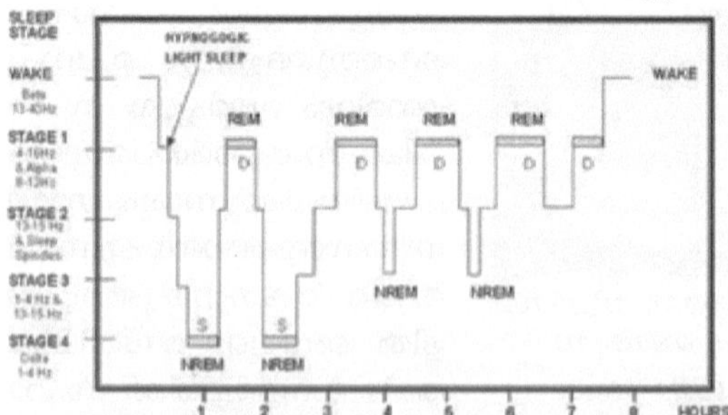

റെം നിദ്രസമയത്തുമാത്രമാണ് സ്വപ്നങ്ങൾ കാണുന്നത് D എന്നത് Dreams- നെ സൂചിപ്പിക്കുന്നു ചിത്രം-46

യിഡൻ സിദ്ധാന്തത്തിൽ വിശ്വ സിക്കുന്നില്ല ബോധ മനസ്സും അബോധ മ നസ്സും പലരും രണ്ടാ യിക്കാണുന്നില്ല. റെം നിദ്ര സമയത്തു മാത്ര മാണ് സ്വപ്നങ്ങൾ എന്നു വിളിക്കപ്പെടുന്ന വിചിത്രവും യുക്തിരഹിത വുമായ അനുഭവങ്ങൾ നമ്മുടെ ബോധമനസ്സിൽ ഉണ്ടാകുന്നത്. ചിത്രം 46 പരിശോധിച്ചാൽ ഇതു മനസ്സിലാകും. റെം സ്ലീപ് (REM sleep) സമയത്തു മാത്രമാണ് സ്വപ്നങ്ങൾ (Dreams-D) അടയാളപ്പെടുത്തി യിരിക്കുന്നത്. ഉറക്കത്തിന്റെ അവസാനഘട്ടത്തിൽ കാണുന്ന സ്വപ്ന ങ്ങൾ മാത്രമാണ് പലപ്പോഴും നമ്മുടെ ഓർമ്മയിൽ തങ്ങിനില്ക്കുന്നത്. അതിനുമുമ്പുള്ള റെം നിദ്രയിൽ കാണുന്ന സ്വപ്നങ്ങൾ പിന്നീട് ഉണ്ടാകുന്ന ഗാഢനിദ്ര കാരണം ഓർമ്മയിൽ നില്ക്കാറില്ല.

റെം നിദ്ര തുടങ്ങുന്നതുതന്നെ പോൺസ് (Pons) എന്ന മസ്തിഷ്ക ഭാഗത്തുനിന്നും പുറപ്പെടുന്ന ആവേഗങ്ങൾ തലാമസ് വഴി സെറിബ്രൽ കോർട്ടെക്സിൽ എത്തുന്നതോടുകൂടിയാണ്. ആ സമയത്ത് തന്നെ പോൺസിൽനിന്നും പുറപ്പെടുന്ന മറ്റൊരു ആവേഗം സുഷുമ്നയിലുള്ള നാഡീകോശങ്ങളെ നിശ്ചലമാക്കുകയും അതോടുകൂടി നമ്മുടെ ശരീരത്തിന്റെ കീഴ്ഭാഗം മിക്കവാറും തളർത്തപ്പെടുകയും ചെയ്യുന്നു. അതുകൊണ്ടാണ് ഓടുന്നതും ചാടുന്നതുമായ സ്വപ്നങ്ങൾ നാം കാണു ന്നുണ്ടെങ്കിലും കൈകാലുകൾ അനക്കാനാകാതെ നിശ്ചലമായി കിട ക്കുന്നത്. എന്നാൽ ചിലരെങ്കിലും സ്വപ്നത്തിൽ ചവിട്ടുകയും തൊഴി ക്കുകയും ചെയ്യുന്നത് സുഷുമ്നയിലേക്ക് അയക്കപ്പെടുന്ന ആവേഗ ങ്ങൾക്ക് താല്ക്കാലികമായ തടസ്സം നേരിടുന്നതുകൊണ്ടാണ്.

(B) സ്വപ്നങ്ങൾ ആധുനിക ന്യൂറോശാസ്ത്രത്തിന്റെ ദൃഷ്ടിയിൽ

സ്വപ്നങ്ങൾ കാണുന്നതു സംബന്ധിച്ച് ഫ്രോയിഡ് മുന്നോട്ടു വച്ച തത്ത്വങ്ങളോട് 20-ാം നൂറ്റാണ്ടിന്റെ അവസാനത്തോടുകൂടി പല ന്യൂറോ ശാസ്ത്രജ്ഞരും വിയോജിപ്പു പ്രകടിപ്പിച്ചു. അവരിൽ പ്രധാനികൾ ഹാർവാർഡ് സർവ്വകലാ ശാലയിൽനിന്നുമുള്ള രണ്ടു ന്യൂറോ ശാസ്ത്ര ജ്ഞരാ യിരുന്നു. ജോൺ അലൻ ഹോബ്സനും (John Allen Hobson) റോബർട്ട് മക്കർലി (Robert Macerly) എന്നിവരായിരുന്നു ആ രണ്ട് മനഃശാസ്ത്രജ്ഞർ (ചിത്രം 47 ശ്രദ്ധിക്കുക). ആക്ടിവേഷൻ - സിൻന്തെസിസ് ഹൈപ്പോത്തി സിസ് (Activation - Synthesis Hypothesis) എന്നൊരു

അലൻ ഹോബ്സനും റോബർട്ട് മാക്കർലിയും ചിത്രം 47

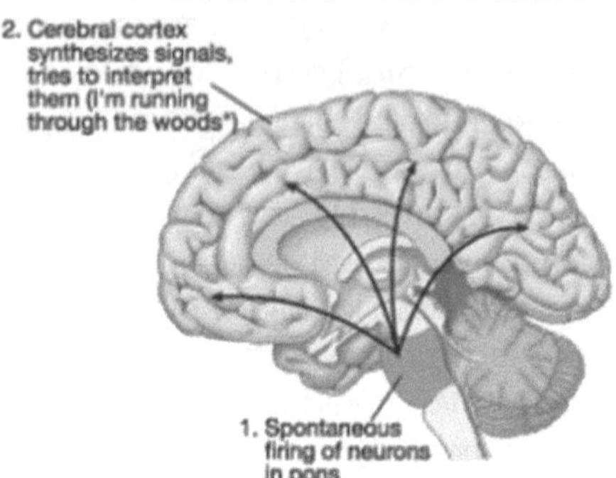

ഹോബ്സൺ മാക്കർലി സിദ്ധാന്തം വിശദീകരിക്കുന്ന ചിത്രം-48

പുതിയ സിദ്ധാന്തം അവർ മുന്നോ ട്ടുവച്ചു. റെം നിദ്ര (Rem sleep) തുടങ്ങുന്നതു തന്നെ മസ്തിഷ്കത്തി ലുള്ള (Brainstem) പോൺസ് (pons) എന്ന കേന്ദ്രത്തിൽ നിന്നും പുറപ്പെടുന്ന സിഗ്ന ലുകൾ സെറിബ്രത്തിലുള്ള ഫോർബ്രെ യിൻ (Fore-brain) എന്ന ഭാഗത്ത് എത്തു ന്നതോടു കൂടിയാണെന്ന് നേരത്തെ പരാമർശിച്ചിട്ടു ണ്ട്. റെം സ്ലീപ്പ് സമയത്ത് മാത്രമാണ് നമ്മൾ സ്വപ്ന ങ്ങൾ അധികവും കാണുന്നത്. ഇതിനുള്ള തെളിവുകളായി ശാസ്ത്ര ജ്ഞർ റെം നിദ്ര സമയത്തു ഒരാളെ വിളിച്ചുണർത്തി ചോദിച്ചാൽ അവർ കണ്ട സ്വപ്നങ്ങൾ കൃത്യമായി പറയുമെന്നുള്ളതാണ്. എന്നാൽ മറ്റുള്ള സമയത്ത് (Non-Rem Sleep) വിളിച്ചുണർത്തിച്ചോദിച്ചാൽ സ്വപ്നങ്ങൾ കണ്ടതായി അധികം പേർക്കും പറയാൻ സാധിക്കുകയില്ല. റെം നിദ്രസ മയത്ത് കാണുന്ന സ്വപ്നങ്ങൾ പിന്നീട് വരുന്ന ഗാഢനിദ്രസമയത്ത് മറന്നുപോകുകയുംചെയ്യും. റെം നിദ്രസമയത്ത് സെറിബ്രത്തിൽ എത്തുന്ന അവ്യക്തവും ബലഹീനവുമായ സിഗ്നലുകൾക്ക് ഫോർബ്രെ യിൻ വ്യക്തമായ ഒരു ചിത്രത്തിന്റെ രൂപം നല്കുന്നതാണ്. സ്വപ്നങ്ങൾ എന്നാണ് ഹോബ്സൺ- മെക്കർലി സിദ്ധാന്തം വ്യക്തമാക്കുന്നത്. ചിത്രം 48 കാണുക.

പിന്നീട് വന്ന പല ന്യൂറോ ശാസ്ത്രജ്ഞരും ഈ സിദ്ധാന്തവുമായി മുന്നോട്ടുപോയിട്ടുണ്ട്. അതിൽ പ്രധാനികൾ ജന്മംകൊണ്ട് ബ്രിട്ടീഷ് കാ രനും പിന്നീട് അമേരിക്ക യിൽ ജീവിച്ച ന്യൂറോ ശാസ് ത്രജ്ഞനായിരുന്ന ഡോ. ഒലിവർ സാക്സ് (Oliver sacks) ഉം ബർത്തലോമ ഹോസ്പിറ്റലിലെ (St.Ber thaloma Hospital, London) ഡോ. മാർക്ക് സോംസ് (Mark Solms)മായിരുന്നു.

Oliver Sacks

Mark Solms

ചിത്രം-49

ഒലിവർ സാക്സും മാർക്ക് സോളംസും

ചിത്രം 49 ശ്രദ്ധിക്കുക. മസ്തിഷ്കത്തിലുള്ള പോൺസിൽ നി ന്നും പുറപ്പെടുന്ന അസറ്റൈ യിൽ കോളിൻ (Acetyl choline) എന്ന ന്യൂറോട്രാൻസി മിറാണ് ഫോർബ്രെയിനിലെത്തുമ്പോൾ റെം നിദ്രയ്ക്കു

കാരണമാകു ന്നതെന്ന് അവർ വിശദീകരിച്ചു. പിന്നീട് പോൺസിൽനിന്നും പുറപ്പെടുന്ന നോർ അഡ്രീനാലിൻ (nor adrenaline) സെരോറ്റോനിൻ (serotonin) എന്നീ ന്യൂറോട്രാൻസ്ലിറ്ററുകൾ ഫോർബ്രെയിനിലെ ത്തുമ്പോൾ നേരത്തെ ഉണ്ടായിരുന്ന അസറ്റൈയിൻ കോളിനെ നിർവ്വീര്യമാക്കുകയും റെം നിദ്ര അവസാനിക്കുകയും ചെയ്യുന്നു. ഏതാണ്ട് 90 മിനിട്ടിൽ ഇത് സംഭവിക്കുന്നതുകൊണ്ടാണ് നമ്മുടെ നിദ്രാസൈക്കിളിൽ (sleep cycle) ഇടവിട്ട് റെം സ്ലീപ്പ് ഉണ്ടാകുന്നത്.

വാസ്തവത്തിൽ റെം സ്ലീപ്പ് സമയത്ത് ഫോർബ്രെയിനിലുള്ള ഏതാനും തന്തുക്കൾ (fibres) പുറപ്പെടുവിക്കുന്ന ഡോപ്പാമൈൻ എന്ന നാഡിയ പ്രേഷകമാണ് (Dopamine) സ്വപ്നങ്ങൾ കാണാൻ ഇട യാക്കുന്നത്. ഡോപാമൈൻ നാഡീപഥത്തെ (pathway) ഉത്തേജി പ്പിക്കുന്ന എൽ-ഡോപാ (L-Dopa) തുടങ്ങിയ മരുന്നുകൾ കൊടു ത്തപ്പോൾ കൂടുതൽ തെളിമ ഉള്ളതും നീണ്ടുനില്ക്കുന്നതുമായ സ്വപ്നങ്ങൾക്ക് ഇടയാക്കിയതായി ഈ ശാസ്ത്രജ്ഞർ സാക്ഷ്യപ്പെടുത്തുന്നു.

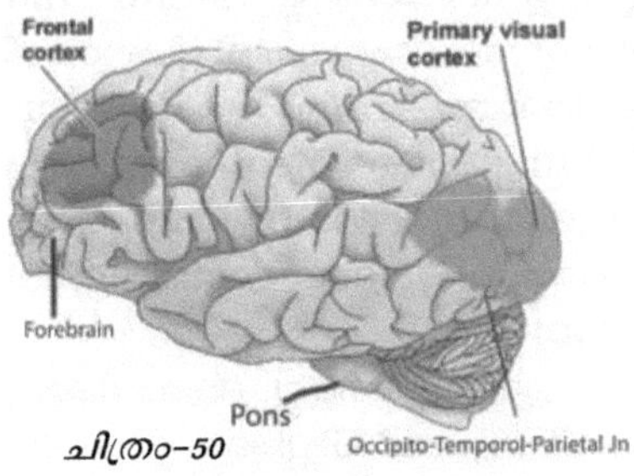

ചിത്രം-50
സ്വപ്നങ്ങളുമായി ബന്ധപ്പെട്ട മസ്തിഷ്ക്കകേന്ദ്രങ്ങൾ

നാം കാണുന്ന സ്വപ്നങ്ങൾ ജീവസ്സുറ്റതും യാഥാർത്ഥ്യവും (vivid and lively) ആയിതോന്നു ന്നതിനുള്ള കാരണങ്ങൾ ബോബ് സൺ - മക്കെർലി സിദ്ധാന്തത്തിൽ പറയുന്നത് ഇപ്രകാരമാണ്: ഫോർ ബ്രെയിനിൽ നിന്നുമെത്തുന്ന സിഗ്നലുകളെ സെറിബ്രൽ കോർ ട്ടെ ക്സ് പുറത്തുനിന്നുമെത്തുന്ന രീതിയിൽ പുറകോട്ടടിക്കുന്നത് (Backward) കൊണ്ടാണ് സ്വപ്ന ങ്ങൾ ജീവസുറ്റതായി അനുഭവപ്പെടുന്നത്. കൂടാതെ നമ്മുടെ മസ്തിഷ് കത്തിന്റെ പിൻഭാഗത്തുള്ള ഒസിപ്പിറ്റോ-ടെമ്പറോ- പാരിറ്റാൽ ജങ്ഷൻ (Occipito temporo - parietal junction) എന്ന മസ്തിഷ്കകേന്ദ്രങ്ങൾ പ്രവർത്ത നനി രതമാകു ന്നതും സ്വപ്നങ്ങൾ യാഥാർ ത്ഥ്യമായി അനുഭവപ്പെടുന്നതിന് കാരണമാ കുന്നു. സ്വപ്നങ്ങളുമായി ബന്ധപ്പെട്ട മസ്തിഷ്കഭാഗങ്ങളുടെ ചിത്രമാണ് (ചിത്രം -50 ൽ കാണിച്ചിരിക്കുന്നത്).

ഡോ. അലൻ ബ്രൗൺ PET ചിത്രങ്ങളിലൂടെ സ്വപ്നങ്ങ ളുടെ മസ്തിഷ്ക്കകേന്ദ്രം കണ്ടെത്തി ചിത്രം-51

അമേരിക്കയിലെ നാഷണൽ ഇൻസ്റ്റി റ്റ്യൂട്ട് ഓഫ് ഹെൽത്തിലെ (National Institute of Health - America) ഡോ.അലൻ

ആർ ബ്രൗൺ (ചിത്രം 51) എന്ന ശാസ്ത്ര ജ്ഞനും അദ്ദേഹത്തിന്റെ സഹപ്രവർത്തകരും സ്വപ്നങ്ങൾ കാണുന്ന സമയ ത്തുള്ള മസ്തിഷ്ക ത്തിന്റെ PET ചിത്ര ങ്ങൾ എടുത്തു വിശകലനം ചെയ്തിട്ടുണ്ട്. നിദ്രാസമയത്ത് സ്വപ്നങ്ങൾ കാണുന്ന സമയത്ത് മേൽപ്പറഞ്ഞ ഭാഗങ്ങൾക്കു കൂടുതൽ പ്രകാശമാനമായി കണ്ടിട്ടുണ്ട്.

കൂടാതെ നമ്മുടെ അബോധ മനസ്സിലുള്ള (unconscious mind) ചിന്തകൾക്കും ആഗ്രഹങ്ങൾക്കും അനുസരണമായാണ് ഫോർബ്രയിനും ഒസിപിറ്റോ-ടെമ്പറോ-പാരിറ്റാൽ കേന്ദ്രവും പ്രവർത്തനനിരതമാകുന്ന തെന്നാണ് ഏറ്റവും പുതിയ ന്യൂറോശാസ്ത്രജ്ഞരുടെ അഭിമതം - ഇത് ഏതാണ്ട് ഫ്രോയിഡൻ തത്ത്വങ്ങളോട് യോജിക്കുന്നതുമാണ്.

(C) ഉറക്കഗുളികകൾ (Sleeping pills)

ഉറക്കത്തിന്റെ വിവിധ വശങ്ങൾ വിശകലനം ചെയ്ത് ഈ അദ്ധ്യായം അവസാനിപ്പിക്കുന്നതിനു മുമ്പായി ആവശ്യത്തിനു ഉറക്കം ലഭിക്കാത്ത ഹതഭാഗ്യരായ ചില ആൾക്കാരുടെ കാര്യം കൂടി ഇവിടെ സൂചിപ്പിക്കാനാഗ്രഹിക്കുന്നു. വളരെ സമയം ഉറങ്ങാൻ ശ്രമിച്ചാലും നിദ്രാദേവത അനുഗ്രഹിക്കാത്ത ചില വ്യക്തികൾ ഉണ്ട്. അവർ മിക്കപേരും ഉറക്കം ലഭിക്കാൻവേണ്ടി പലവിധ മരുന്നുകളെ ആശ്രയി ക്കാറുണ്ട്.

ഉറക്കം മെല്ലെ ആരംഭിക്കാനും നിലനിർത്താനും ഉറക്കത്തിന്റെ ദൈർഘ്യം വർദ്ധിപ്പിക്കാനും ഉപയോഗിക്കുന്ന മരുന്നുകളാണ് ഉറക്കഗുളിക കളുടെ ഗണത്തിൽപ്പെടുന്നത്. ഒരു വിധത്തിൽ മനഃശാസ്ത്രപരമായ ചികിത്സ നല്കുന്ന, അനാവശ്യഭീതി നിർമ്മാർജ്ജനം ചെയ്യുന്ന ഉൽ ക്കണ്ഠവിരുദ്ധ മരുന്നാണ് ഇത്. ചെറിയ തോതിൽ ബോധം കെടുത്തു ന്നതും ഹിപ്നോട്ടിക് സ്വഭാവമുള്ള ഔഷധങ്ങളാണ് ഉറക്കഗുളികകൾ.

ഇരുപതാം നൂറ്റാണ്ടിന്റെ ആരംഭത്തോടുകൂടി ബാർബിറ്ററേറ്റ് (Barbitrate) എന്ന മരുന്ന് ഉറക്കം വരുന്ന തിന് ഉപയോഗിച്ചുതുടങ്ങി. 1970 കളിൽ അതിനേക്കാൾ ഭേദപ്പെട്ട ബെൻസോഡയാ, സെപ്പൈൻ (Bensodia Zepine - BZD) എന്ന മരുന്ന് വ്യാപകമായി ഡോക്ടർമാർ നിർദ്ദേശിച്ചു. 1960 ൽ ലിയോ സ്റ്റേൺബാക്ക് (Leo Sternbach) എന്ന പോളിഷ് അമേരി ക്കൻ ഡോക്ടറാണ് അവിചാരിതമായി BZD കണ്ടു പിടിച്ചത്. (ചിത്രം 52) വളരെ സുരക്ഷിതമായി ആബാലവൃദ്ധം ജന ങ്ങൾക്കും മിക്കവാറും എല്ലാ ഡോക്ടർ മാരും നിർദ്ദേശിക്കുന്ന ഒരു ഉറക്കമരു ന്നാണ് ബെൻസോഡയാസ്പൈൻ. ഇത്

ലിയോ സ്റ്റേൺ ബാക്ക് ഉറക്ക ഗുളിക കണ്ടുപിടിച്ചു
ചിത്രം-52

GABA എന്ന ന്യൂറോട്രാൻമീറ്ററിന്റെ ശക്തി വർദ്ധിപ്പിക്കുകയും അനാവശ്യ ഉൽക്കണ്ഠ, ഭയം ഇവ നിർമ്മാർജ്ജനം ചെയ്യുകയും ചെയ്യുന്നു. GABA ഉറക്കത്തിനുള്ള ഉത്തേജനം നല്കുന്ന ഒരു നാഡിയപ്രേഷകമാണ്. ബെൻസോഡ യാസ്പൈൻ എന്ന മരുന്നിന്റെ ഏറ്റവും ദൂഷ്യഫലം ഉറക്കത്തിൽ നിന്നുണർന്നു കഴിഞ്ഞാലും ഏറെ നേരത്തേക്കുകൂടി അതിന്റെ പ്രവർത്തന ശക്തിനിലനില്ക്കു മെന്നുള്ള താണ്. നോൺബെൻ സോഡാസ്പൈൻ (Non-benzodaspine) എന്ന നവീന ഉറക്കമരുന്ന് BZD യുടെ നവീകരിച്ച രൂപമാണ്. BZD യുടെ ദൂഷ്യഫലങ്ങൾ ഇതിനില്ലെന്നുള്ളതാണ് ഇതിന്റെ മെച്ചം. ഉറക്കമില്ലായ്മ (insomina) എന്ന രോഗത്തിനും, കൂടുതൽ സമയം നല്ല ഉറക്കം കിട്ടുന്നതിനുമായി മെലാറ്റോണിൻ (Melatonin) സെറാറ്റോണിൻ (Seratonin) എന്നീ നാഡിയപ്രേഷകങ്ങൾ നിരവധി ഡോക്ടർമാർ നിർദ്ദേശിക്കുന്നുണ്ട്.

വളരെനാൾ തുടർച്ചയായി ഉറക്കഗുളികകൾ ഉപയോഗിക്കുന്നതി നോട് മിക്ക ഡോക്ടർമാരും വിയോജിക്കുന്നു.

5

ഓർമ്മ (Memory)

മാനസിക വ്യാപാരങ്ങളിൽ എടുത്തുപറയേണ്ട മറ്റൊരു ഘടകം ഓർമ്മയാണ്. കുറച്ചു പ്രായമാകുമ്പോൾ പലർക്കും പറയാനുള്ള ഒരു പരാതി ഓർമ്മശക്തി കുറയുന്നു എന്നുള്ളതാണ്. ജനിക്കുമ്പോൾ ഒരു ശിശുവിലുണ്ടായിരുന്ന മസ്തിഷ്കകോശങ്ങളു (Neurons) ടെ എണ്ണം 100 ബില്യൺ ആകുമെന്നാണ് ന്യൂറോ ശാസ്ത്രജ്ഞർ വിലയിരുത്തുന്നത്. ഒരാൾ വളരുന്തോറും മസ്തിഷ്ക കോശങ്ങളുടെ എണ്ണം വർദ്ധിക്കുന്നില്ല എന്നുമാത്രമല്ല കുറേശ്ശെ നശിച്ചുകൊണ്ടിരിക്കുന്നതുകൊണ്ട് എണ്ണത്തിൽ കുറവ് വരികയും ചെയ്യുന്നു. പ്രായമാകുമ്പോൾ ഓർമ്മയുടെ മസ്തിഷ്ക കോശങ്ങളും ആനുപാതികമായി കുറയുന്നതുകൊണ്ട് ഓർമ്മശക്തി (Memory Power) കുറയാൻ ഇടയാകുന്നു. ഇതു കൂടാതെ ചില രോഗങ്ങൾകൊണ്ടും ഓർമ്മശക്തി കുറഞ്ഞുവരുന്നതും കാലാന്തരത്തിൽ നിശ്ശേഷം നശിച്ചുപോകുന്നതുമാണ്.

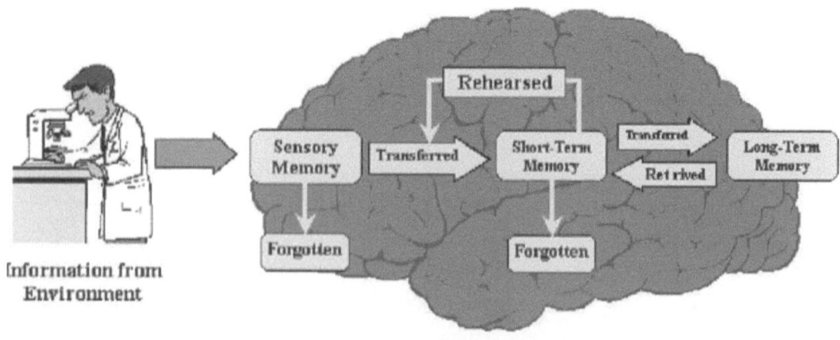

സെൻസറി ഓർമ്മ ചിത്രം–53

ആധുനിക കാലത്ത് വളരെയധികം കേൾക്കുന്ന ഒരു മാനസിക പ്രശ്നമാണ് ഡിമെൻഷ്യ (Dimentia) യും അൾസ്ഹൈമേർസ് (Alzhaimers) എന്നറിയപ്പെടുന്ന മറവിരോഗവും. ഈ രോഗങ്ങളെപ്പറ്റി കൂടുതൽ വിവരിക്കുന്നതിനുമുമ്പ് ഓർമ്മയേയും ഓർമ്മയുടെ അടി സ്ഥാനമായ മസ്തിഷ്ക കോശങ്ങളെയുംപറ്റി അല്പം മനസ്സിലാക്കാം.

ഓർമ്മയെ പ്രധാനമായും മൂന്നു തരത്തിലാണ് ശാസ്ത്രജ്ഞർ തിരി ച്ചിട്ടുള്ളത്. സെൻസറി ഓർമ്മ (Sensory Memory), ഹ്രസ്വകാല ഓർമ്മ (Short Term Memory), ദീർഘകാല ഓർമ്മ (Long Term Memory) എന്നിവയാണ് ഓർമ്മയുടെ വിവിധ ഭാവങ്ങൾ. ഇതിൽ സെൻസറി ഓർമ്മ ഹ്രസ്വകാല ഓർമ്മയുടെ ഒരു ഭാഗമായിട്ടാണ് കണക്കാക്കുന്നത്. ഇതിന്റെ പേരു സൂചിപ്പിക്കുന്നതുപോലെ കണ്ണ്, ചെവി, മൂക്ക്, നാക്ക്, ത്വക്ക് എന്നീ പഞ്ചേന്ദ്രിയങ്ങളിൽ നിന്നുമെത്തുന്ന സെൻസറി ആവേഗങ്ങളാണ് നമ്മുടെ ഓർമ്മയുടെ കോശങ്ങളിൽ എത്തുന്നത്. ഈ ആവേഗങ്ങൾ മസ്തിഷ്ക കോശങ്ങളിലുണ്ടാക്കുന്ന കമ്പനം വളരെ കുറഞ്ഞ സമ യത്തേക്ക് (ഏകദേശം 0.2 - 0.5 സെക്കന്റ്സ്) മാത്രമേ നിലനില്ക്കു ന്നുള്ളു. ഈ ഓർമ്മയാണ് സെൻസറി ഓർമ്മയെന്നു സാധാരണ വിവ ക്ഷിക്കുന്നത്. ചിത്രം 53 കാണുക.

1. ഹ്രസ്വകാല ഓർമ്മ

സെൻസറി ഓർമ്മ പെട്ടെന്നുതന്നെ ഹ്രസ്വകാല ഓർമ്മയുടെ കേന്ദ്ര ങ്ങളിലേക്കും അതിനേക്കാൾ കൂടുതൽ നാൾ സൂക്ഷിക്കേണ്ട ഓർമ്മകൾ അതിനുള്ള കേന്ദ്രങ്ങളിലേക്കും പോകുന്നു. ഹിപ്പോക്കാമ്പസ് (Hippo-campus), തലാമസ് റെക്ടിക്കുലർ സിസ്റ്റം തുടങ്ങിയ മസ്തിഷ്ക ഭാഗ ങ്ങളാണ് ഏതൊക്കെ അറിവുകളാണ് ദീർഘകാലം സൂക്ഷിക്കേണ്ടത്, ഏതൊക്കെയാണ് തള്ളിക്കളയേണ്ടത് എന്നു തീരുമാനിക്കുന്നത്. ഹ്രസ്വകാല ഓർമ്മയ്ക്കുവേണ്ടി കൂടുതൽ പ്രവർത്തനനിരത മാകു ന്നത് പ്രിഫ്രോണ്ടൽ കോർട്ടെക്സ് (Prefrontal Cortex) ആണെന്നു മനസ്സിലാക്കിയിട്ടുണ്ട്. നമ്മൾ മനസ്സിൽ ചെറിയതോതിൽ ഒരു വ്യവകലനം (Substraction) നട ത്തു മ്പോൾ ഹ്രസ്വകാല ഓർമ്മ എന്താണെന്നു മനസ്സിലാകും. കുറ യ്ക്കപ്പെടേണ്ട സംഖ്യ ഏതാണെ ന്നു നാം അല്പനേരം ഓർത്തുവയ് ക്കുന്നു. പിന്നീട് അതിനെപ്പറ്റി ഓർ ക്കാറില്ല. അതിന്റെ ആവശ്യവുമില്ല. അതുപോലെ മറ്റൊരാളുമായി

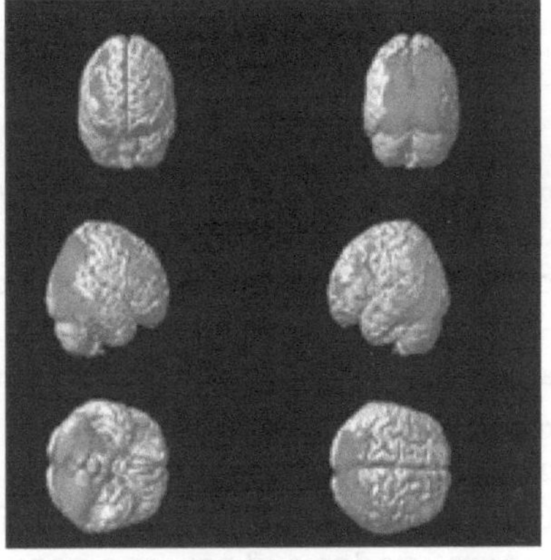

ഹ്രസ്വകാല ഓർമ്മയിൽ ഉത്തേജിക്ക പ്പെടുന്ന ഭാഗങ്ങൾ ചിത്രം-54

തർക്കിച്ചുകൊണ്ടി രിക്കുമ്പോൾ തർക്കിച്ചുകൊണ്ടി രിക്കുന്ന ആൾ അവസാനം പറഞ്ഞുനിർത്തിയ വാക്കെന്താണന്നു അല്പം നേരം ഓർത്തുവയ്ക്കുന്നു. നമ്മുടെ എതിരാളി എന്താണ് അടുത്തതായി പറയുന്നതെന്നു കേൾക്കുന്നു ഓർക്കുന്നു. ഹ്രസ്വകാല ഓർമ്മയുടെ ആയുസ്സ് വളരെ കുറച്ചേയുള്ളു. അതുകൊണ്ടാണ് അതിനെ വർക്കിങ് ഓർമ്മ (working memory) എന്ന് പറയുന്നത്.

പ്രിഫ്രോണ്ടൽ കോർട്ടെക്സിനെ കൂടാതെ, തലാമസ് (Thalamus) കോഡറ്റ് ന്യൂക്ലിയസ് (Caudate Nucleus), ഗ്ലോബസ് പാലിഡസ് എന്നീ മസ്തിഷ്ക ഭാഗങ്ങളും ഹ്രസ്വകാല ഓർമ്മയുടെ സമയത്ത് ഉത്തേജിക്കപ്പെടുന്നുണ്ടന്ന് എഫ് എം ആർ ഐ (f-MRI) പരീക്ഷണങ്ങൾ തെളിയിച്ചിട്ടുണ്ട്. ചിത്രം 54 ശ്രദ്ധിക്കുക.

3. ദീർഘകാല ഓർമ്മ (Long Term Memory)

ദീർഘകാല ഓർമ്മ എങ്ങനെയാണ് മസ്തിഷ്കത്തിൽ ബലപ്പെടുന്നതെന്ന് നോക്കാം. നാഡികോശങ്ങളിൽ (Neurons) ഉണ്ടാകുന്ന ചെറിയ കമ്പനങ്ങളാണ് ഹ്രസ്വകാല ഓർമ്മകൾക്കു കാരണമാകുന്നതെങ്കിൽ, നാഡീകോശങ്ങളുടെയും അവയുടെ സഞ്ചാരപഥങ്ങളുടെയും (Pathways) ഘടനയിലുണ്ടാകുന്ന സ്ഥിരമായ രൂപാന്തരങ്ങളാണ് ദീർഘകാല ഓർമ്മകൾക്കു കാരണമാകുന്നത്. ഹ്രസ്വകാല ഓർമ്മകളെ

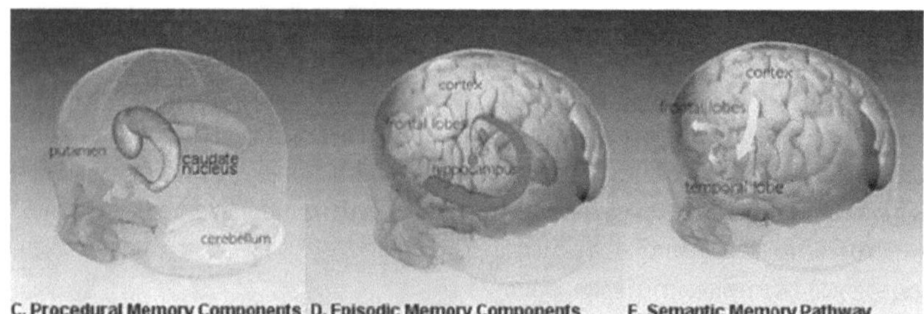

ദീർഘകാല ഓർമ്മയുമായി ബന്ധപ്പെട്ട മസ്തിഷ്ക്ക ഭാഗങ്ങൾ ചിത്രം-55

ഹിപ്പോക്കാമ്പസ് (Hippo campus) മീഡിയൻ ടെമ്പറൽ ലോബ് (medial Temporal Lobe) എന്നീ മസ്തിഷ്ക കേന്ദ്രങ്ങളിൽക്കൂടി കടത്തിവിട്ടാണ് ദീർഘകാല ഓർമ്മയായി മാറ്റപ്പെടുന്നത് ചിത്രം - 55 കാണുക. പുതിയതായി എത്തുന്ന ഓർമ്മകൾ ഹിപ്പോക്കാമ്പസ് എന്ന വാതിൽ കടന്നാണ് ദീർഘകാല ഓർമ്മകളായി മാറുന്നത്. ഹിപ്പോക്കാമ്പസിന് ഏതെങ്കിലും തരത്തിൽ തകരാറു സംഭവിച്ചാൽ പുതിയ ഓർമ്മകൾ മനസ്സിൽ സ്ഥിരപ്പെടാതെ വരും. ആൻട്രോഗ്രേഡ് അമ്നേഷ്യ (Antrograde Amnesia) എന്ന സ്ഥിതിവിശേഷം, അതായത് ചെറുപ്പകാലത്തെ ഓർമ്മകൾക്കു തകരാറു സംഭവിക്കുന്നില്ലെങ്കിലും പുതിയ ഓർമ്മകൾ സൂക്ഷിക്കാൻ കഴിയാതെ വരികയും ചെയ്യുന്ന അവസ്ഥ

സംജാതകമാകും. ഹൃദയാഘാതം, സ്ലീപ് അപ്നിയ, ശ്വാസതടസ്സം, വിഷവാതക ശ്വസനം, വെള്ളത്തിൽ മുങ്ങിത്താഴൽ തുടങ്ങിയ കാരണങ്ങൾകൊണ്ട് ഹിപ്പോക്കാമ്പസ് തകരാറിലാകും.

ഹിപ്പോക്കാമ്പസിന് ഓർമ്മയുമായുള്ള ബന്ധം ശാസ്ത്രലോകത്തിന് കൂടുതൽ വ്യക്തമാക്കിയത് എച്ച് എം എന്ന രോഗിയിൽ ചെയ്ത ഒരു ശസ്ത്രക്രിയയെ തുടർന്നാണ് 1953 ൽ ഹെൻഡ്രി മൊളൈസൺ (Henry Molison)(H M) (ചിത്രം - 56) എന്നയാളുടെ കടുത്ത അപസ്മാര രോഗം സുഖപ്പെടുത്താനായി അദ്ദേഹത്തിന്റെ ഹിപ്പോക്കാമ്പസും (Hip-

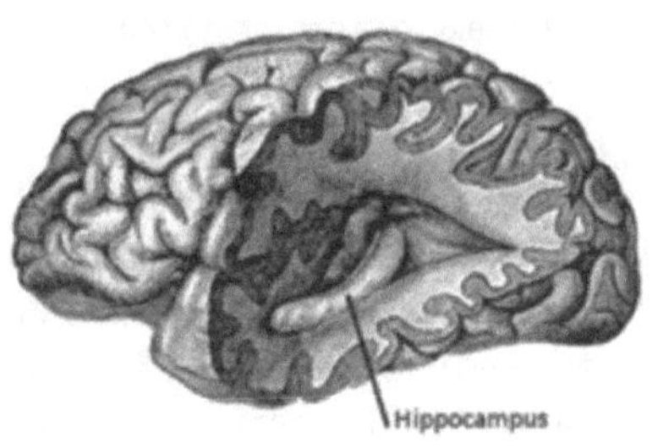

Henry Molison(H.M.)

ഹെൻഡ്രി മൊളൈസനും അദ്ദേഹത്തിന്റെ മുറിച്ചു മാറ്റിയ മസ്തിഷ്ക ഭാഗവും ചിത്രം-56

pocampus) മീഡിയൽ ടെമ്പറൽ ലോബി (Medial Temporal Lobe) ന്റെ ഒരു ഭാഗവും മുറിച്ചുമാറ്റുകയുണ്ടായി.

അമേരിക്കയിൽ ഹാർഡ്ഫോർഡ് (Hardford) ആശുപത്രിയിലാണ് ഡോ. ഡബ്ല്യു ബി സ്കോവിൽ (Dr. W B Scovil) (ചിത്രം 57) എന്ന ഡോക്ടർ ഈ ശസ്ത്രക്രിയ ചെയ്തത്. ഹെൻഡ്രി മൊളൈസന്റെ അപസ്മാരം സുഖപ്പെട്ടെങ്കിലും അയാളുടെ ഓർമ്മശക്തിയിൽ കാര്യമായ തകരാറു സംഭവിച്ചു. പുതിയതായി ഒരു കാര്യങ്ങളും ഓർമ്മയിൽ സൂക്ഷിക്കാൻ അദ്ദേഹത്തിന് സാധിച്ചില്ല. അതേസമയം ചെറുപ്പകാലത്തെ കാര്യങ്ങൾ ഓർത്തെടുക്കാൻ അദ്ദേഹത്തിനു സാധിച്ചു. “റിട്രോഗ്രേഡ് മെമ്മറി ലോസ്” (Retrograde Memory Loss) എന്ന പ്രത്യേക അവസ്ഥ അദ്ദേഹത്തിനു വന്നുചേർന്നു. അതായത് പുതിയതായി ഒന്നും ഓർക്കാൻ സാധിക്കാതിരിക്കുകയും അതേ സമയം ബാല്യകാലങ്ങളിലെ കാര്യങ്ങൾ ഓർക്കാൻ സാധിക്കുകയും ചെയ്യുന്നു എന്ന അവസ്ഥ. 27-ാമത്തെ വയസ്സിൽ ശസ്ത്രക്രിയയ്ക്കു

ഡോ. ഡബ്ളിയു ബി. സ്കോവിൽ ചിത്രം-57

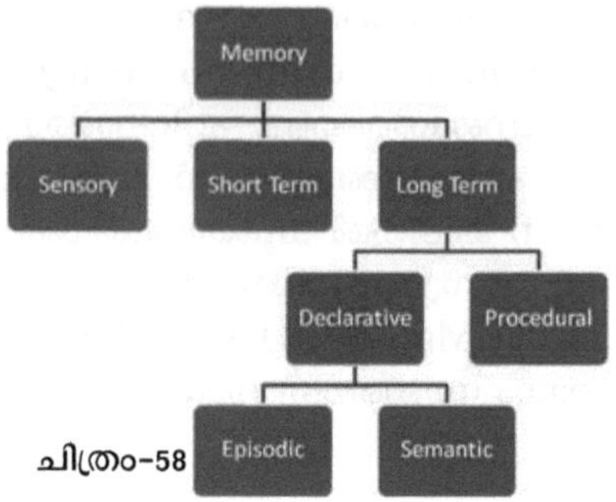

ചിത്രം-58

ദീർഘകാല ഓർമ്മയെ ശാസ്ത്രജ്ഞർ രണ്ടു വിഭാഗങ്ങളായി തിരിച്ചിട്ടുണ്ട്

വിധേയനായ മോളൈസൺ 2008 ൽ മസാച്ചുസെറ്റിൽ മരണമടയു ന്നതു വരെ നീണ്ട 50 വർഷങ്ങളിൽ എം ഐ റ്റി (MIT - Masachusettes) യിൽ ശാസ്ത്രജ്ഞർ അദ്ദേഹ ത്തിൽ നടത്തിയ പരീക്ഷണങ്ങൾ ഓർമ്മയുടെ കാര്യത്തിൽ മെഡി ക്കൽ സയൻസിന് ഒരു മുതൽക്കൂട്ടായി. മരണശേഷം അദ്ദേഹത്തിന്റ മസ് തിഷ്കം അനേകം കഷണങ്ങളാക്കി ലോകമെമ്പാടുമുള്ള തെരഞ്ഞെ ടുക്കപ്പെട്ട പരീക്ഷണശാലകളി ലേക്ക് അയച്ചുകൊടുക്കുകയുണ്ടായി. H M ൽ നടത്തിയ പരീക്ഷണങ്ങ ളിൽനിന്നു മനസ്സിലാക്കുന്നത്, ബാല്യകാല സ്മരണകൾ ഹിപ്പോ ക്കാമ്പസിനെയോ മീഡിയൽ ടെമ്പറൽ ലോബിനേയോ ആശ്രയിക്കുന്നില്ല എന്നതാണ്. എന്നാൽ പുതിയ ദീർഘകാല ഓർമ്മകൾ ഈ കേന്ദ്രങ്ങളെ ആശ്രയിക്കുന്നു എന്നതാണ് വാസ്തവം.

ദീർഘകാല ഓർമ്മയെ ശാസ്ത്രജ്ഞർ രണ്ടു വിഭാഗങ്ങളായി തിരിച്ചിട്ടുണ്ട് (ചിത്രം 58 ശ്രദ്ധിക്കുക), ഒന്നാമത്തേത് പ്രാവർത്തിക ഓർമ്മ (Procedural Memory) യും രണ്ടാമത്തേത് പ്രഖ്യാപിത ഓർമ്മ (Declaration Memory) യുമാണ് അവ. ഭാഷാപഠനവും തൊഴിൽ പരിശീലനവും പല പ്രാവശ്യം ആവർത്തിച്ചു വശമാക്കുന്ന വിദ്യകളും പ്രാവർത്തിക ഓർമ്മയുടെ പരിധിയിൽ വരും. ഒരു സംഗീത ഉപകരണം ഉപയോഗിക്കാൻ പഠിച്ചുകഴിഞ്ഞാൽ അത് ആവശ്യമുള്ളപ്പോൾ നമ്മുടെ വിരൽത്തുമ്പിൽ ഓടിയെത്തും. ഡ്രൈവിങ് പഠിച്ച ആൾ വാഹനം ഓടി ക്കാൻ ഇരിക്കുമ്പോൾത്തന്നെ കൈകളും കാലുകളും ഏതു വിധമാണ് പ്രവർത്തിപ്പിക്കേണ്ടതെന്ന് അയാളുടെ ഓർമ്മയിൽ എത്തും. ഇതെല്ലാം പ്രൊസീഡിയർ ഓർമ്മയുടെ മറ്റുദാഹരണങ്ങളാണ്. ഇത് വളരെനാൾ നമ്മുടെ ഓർമ്മയിൽ നിലനില്ക്കുകയും ചെയ്യും.

അതേപോലെ ഡിക്ലറേറ്റീവ് ഓർമ്മകളും ദീർഘകാലം നിലനില് ക്കുന്നതാണ്. നമ്മുടെ സാമൂഹ്യമായ ആചാരങ്ങൾ മനസ്സിലുറച്ചിട്ടുള്ള മതവിശ്വാസങ്ങൾ തുടങ്ങിയവയെല്ലാം മസ്തിഷ്കത്തിന്റെ ഓർമ്മയുടെ കേന്ദ്രങ്ങളിൽ ഉറച്ചിരിക്കുന്നു. ഇതിനെ പ്രഖ്യാപിത ഓർമ്മകളായി (Declarative memory) കണക്കാക്കാം. ന്യൂറോ ശാസ്ത്രജ്ഞർ പ്രഖ്യാപിത ഓർമ്മയെ രണ്ടായി തരംതിരിച്ചിട്ടുണ്ട്. സിമാന്റിക് ഓർമ്മയും (Semantic Memory) എപ്പിസോഡിക് ഓർമ്മയും (Episodic Memory) (ചിത്രം 58)

4. എപ്പിസോഡിക് ഓർമ്മയും സീമാന്റിക് ഓർമ്മയും

എൻഡൽ തുൾവിങ് (Endel Tulwing) എന്ന മനഃശാസ്ത്രജ്ഞ

നാണ് ദീർഘകാല ഓർമ്മയുടെ വിഭാഗങ്ങളായ ഈ രണ്ട് ഓർമ്മകളേയുംപറ്റി കൂടുതൽ പഠനം നടത്തിയതും ശാസ്ത്രീയമായി വിശകലനം ചെയ്തതും. എൻഡൽ തുൾവിങ്ങിന്റെ ചിത്രമാണ് ചിത്രം 59 ൽ കൊടുത്തിരിക്കുന്നത്. ഒരു പ്രത്യേക സമയത്തും സ്ഥലത്തും വച്ചു നടക്കുന്ന ഒരു സംഭവത്തെപ്പറ്റിയുള്ള ഓർമ്മയെ എപ്പിസോ ഡിക് ഓർമ്മയെന്നു കരുതാം. നമ്മുടെ ജീവിതത്തിൽ ഉരുത്തിരിയുന്ന സംഭവങ്ങളുടെ തീയതിയും സമയവും അതു നടന്ന സ്ഥലവും നമ്മുടെ മനസ്സിൽ ഉറച്ചുനില്ക്കും. ഉദാഹരണ ത്തിന് ബാല്യത്തിൽ

എൽഡൽ തുൾവിംഗ്-ദീർഘകാല ഓർമ്മയെപ്പറ്റി വിശകലനം നടത്തി ചിത്രം- 59

ആഘോഷമായി കൊണ്ടാടിയ ഏതെങ്കിലും ഒരു ജന്മദിനത്തിന്റെ ഓർമ്മ നമ്മുടെ മനസ്സിൽ മായാതെ നില്ക്കും. അന്നു കിട്ടിയ ജന്മദിന സമ്മാനങ്ങളും ആശംസകളും അതിൽ പങ്കെടുത്ത വിശിഷ്ട വ്യക്തികളുടെ വിശദവിവരങ്ങളും ഒരു ചിത്രം പോലെ നമ്മുടെ ഓർമ്മകളിൽ തിളങ്ങിനില്ക്കുന്നുണ്ടാകും. സമയബന്ധിതമായ ഓർമ്മകളുടെ അതുപോലെ ആത്മകഥാബന്ധിതമായ ഓർമ്മകളുടെ (auto-biographical memory) ഉദാഹരണമായി ഇതിനെ കണക്കാക്കാം. വ്യക്തിപരമായി ഇങ്ങനെയുള്ള സംഭവങ്ങളല്ലാതെ, കഴിഞ്ഞ കാലത്ത് നടന്ന ചില പ്രധാനപ്പെട്ട സംഭവങ്ങളെയും ഉദാഹരണമായി ഗാന്ധിജിയുടെ വധം, അമേരിക്കൻ ട്രേഡ് സെന്ററിന്റെ തകർച്ച തുടങ്ങിയവ എപ്പിസോഡിക് ഓർമ്മയായി നമ്മുടെ മനസ്സിൽ തങ്ങിനില്ക്കും.

പ്രഖ്യാപിത ഓർമ്മയുടെ രണ്ടാമത്തെ ഭാഗമായ സീമാന്റിക് ഓർമ്മ എന്താണെന്നു നോക്കാം.

അമൂർത്തമായ ഒരു വാക്കോ (Abstract word) ആശയമോ നിയമമോ ആയ അർത്ഥബന്ധിതമായ ഓർമ്മയെ സിമാന്റിക് ഓർമ്മ (semantic memory)യുടെ ഗണത്തിൽപ്പെടുന്നു. നേരത്തെ സൂചിപ്പിച്ച ഡോ.തുൾവിങ് (Dr.Thulwing) എന്ന ശാസ്ത്രജ്ഞനാണ് (1972) ആദ്യമായി സിമാന്റിക് ഓർമ്മയും എപ്പിസോഡിക് ഓർമ്മയും തമ്മിലുള്ള വ്യത്യാസം പുറത്തുകൊണ്ടുവന്നത്. സത്യങ്ങൾ, ആശയങ്ങൾ, പ്രായോഗിക പരിജ്ഞാനങ്ങൾ എന്നിങ്ങനെയുള്ള വസ്തുതകളാണ് സിമാന്റിക് ഓർമ്മകൾ. പ്രഖ്യാപിത ഓർമ്മ പൂർണ്ണമാകുന്നത് എപ്പിസോഡിക് - സീമാന്റിക് ഓർമ്മകൾ യോജിച്ച് രൂപംനല്കുമ്പോൾ മാത്രമാണ്. പ്രഖ്യാപിത ഓർമ്മയെന്ന ചിത്രത്തിനു നിറവും ഭംഗിയും ഒത്തുചേരുമ്പോഴാണ് പൂർണ്ണത കൈവരിക്കുന്നത്. മീഡിയൽ ടെമ്പറൽ ലോബിനെ (Medial Temporal Lobe) തകരാറിലാക്കുന്ന ആൻട്രേ ഗ്രേഡ് അമ്നേഷ്യ (Antegrade Amnesia) പ്രഖ്യാപിത ഓർമ്മയെ ബാധിക്കുമ്പോൾതന്നെ

എപ്പിസോഡിക് ഓർമ്മയേയും തകരാറിലാക്കുന്നു.

ഭാഗികമായി ഓർമ്മ നഷ്ടപ്പെട്ട (Amnesia) കെന്റ് കൊക്രെയിൻ (Kent Chochrane - K C) എന്ന രോഗിയിൽ ഡോ. തുൾവിങ് നടത്തിയ ഗവേഷണങ്ങൾ എപ്പിസോഡിക്, സിമാന്റിക് ഓർമ്മകളുടെ കാര്യത്തിൽ കൂടുതൽ വിവരങ്ങൾ ലഭിക്കുന്നതിന് ഇടയായിട്ടുണ്ട്. ഒരു മോട്ടോർ സൈക്കിൾ അപകടത്തെത്തുടർന്ന് കെന്റ് കൊക്രെയിൻ (ചിത്രം 60) എന്ന കാനഡാക്കാ രന് ഹിപ്പോക്കാമ്പസ് ഉൾപ്പെട്ട മസ്തിഷ്ക ഭാഗത്തിന് തകരാറു പറ്റി. അതിനു ശേഷം അദ്ദേഹത്തിന് ഓർമ്മ ശക്തിക്ക് കാര്യമായ കോട്ടം സംഭവിച്ചു. അപകടത്തിനുമുമ്പുള്ള കാര്യങ്ങൾ ഒന്നും തന്നെ അദ്ദേഹത്തിന് ഓർത്തെടുക്കാൻ സാധിച്ചില്ല. ആൻട്രേ ഗ്രേഡ് അമ്നേഷ്യ ബാധിച്ച അദ്ദേഹത്തിനെ പിന്നീട് വളരെ യധികം പരീക്ഷണങ്ങൾക്ക് വിധേയനാക്കി. അമേരിക്കയിലെ ബെഡ്ഫോർഡിൽ ഹെൻട്രി, മൊളൈസന്റെ (H M ന്റെ കാര്യങ്ങൾ നേരത്തെ വിവരിച്ചിട്ടുണ്ട്) മേൽ ഡോ. സ്കൂവിൽ (Scovil) നടത്തിയ പരീക്ഷണങ്ങൾപോലെ, കെ സി എന്നു പിന്നീട് അറിയപ്പെട്ട കെന്റ് കൊക്രെയിനിന്റെമേലും ഡോ. എൻഡൽ തുൾവിങ് നിരവധി പരീക്ഷണങ്ങൾ നടത്തുകയുണ്ടായി. അപകടത്തിനുശേഷം അദ്ദേഹ ത്തിന്റെ എപ്പിസോഡിക് ഓർമ്മ നിശ്ശേഷം പ്രവർത്തനരഹിതമായി. അതേസമയം സിമാന്റിക് ഓർമ്മയ്ക്ക് ഒന്നും സംഭവിച്ചുമില്ല. അതുകൊണ്ടാണ് കൊക്രെയിന് ആക്സിഡന്റിനു മുമ്പുള്ള കാര്യങ്ങൾ ഓർത്തെടുക്കാൻ സാധിക്കാതെ വന്നത്. അദ്ദേഹത്തിന്റെ വ്യക്തിപരമായ കാര്യങ്ങൾ എല്ലാം മുറപോലെ നടത്തിയിരുന്നു. ഒരു സംഗീതജ്ഞനായിരുന്ന അദ്ദേഹം അപകടത്തിനുശേഷവും സംഗീത ബാൻഡിൽ പ്രവർത്തിച്ചു. പക്ഷേ, പുതിയതായി ഒരു സ്വരം (Note) പോലും പ്രയോഗിക്കാൻ അദ്ദേഹത്തിന് സാധിച്ചില്ല. 2014 ൽ, 62-ാമത്തെ വയസ്സിൽ ടൊറന്റോ (Toranto)യിൽ വച്ച് മരിക്കുന്നതുവരെ അദ്ദേഹം എല്ലാവിധ മാനസിക പരീക്ഷണങ്ങൾക്കും സന്തോഷത്തോടുകൂടി വിധേയനായിരുന്നു. അദ്ദേഹം ഓർമ്മയുടെ കാര്യത്തിൽ പ്രത്യേകിച്ച് എപ്പിസോഡിക്-സിമാന്റിക് ഓർമ്മകളുടെ കാര്യത്തിൽ ന്യൂറോ ശാസ്ത്രജ്ഞർക്ക് കൂടുതൽ വ്യക്തത നല്കുകയുണ്ടായി.

കെന്റ് കൊക്രെയിൻ. എപ്പിസോഡിക്- സിമാന്റിക് ഓർമ്മകൾക്ക് സഹായിയായി ചിത്രം-60

എപ്പിസോഡിക്, സിമാന്റിക് ഓർമ്മകളെ സംബന്ധിച്ച് കൂടുതൽ വിവരങ്ങൾ നല്കുന്ന സി എൽ (C L) എന്ന ഒരു കുട്ടിയുടെ മസ്തിഷ്ക തകരാറിനെപ്പറ്റിയുംകൂടി ഇവിടെ വിവരിക്കാം. സി എൽ എന്ന പെൺകുട്ടിക്ക് ബാല്യത്തിൽത്തന്നെ ഒരു വൈറൽ അസുഖത്തെ ത്തുടർന്ന് ഹിപ്പോക്കാമ്പസ് ഉൾപ്പെട്ട മസ്തിഷ്കഭാഗത്തിന് കാര്യമായ തകരാറു സംഭവിച്ചു. കുട്ടിക്ക് 4 വയസ്സുമുതൽ ആൻട്രോഗ്രേഡ് അമ്നീഷ്യ ബാധിച്ചതുകാരണം ജീവിതത്തിൽ കഴിഞ്ഞുപോയ യാതൊരു സംഭവങ്ങളും ഓർക്കാൻ സാധിച്ചില്ല. എപ്പിസോഡിക് ഓർമ്മ തീർത്തു നഷ്ടമായി. പക്ഷേ, സിമാന്റിക് ഓർമ്മ തകരാറില്ലാതെ പ്രവർത്തിച്ചു. അവളുടെ ബുക്കുകളിലെ വാക്കുകൾകണ്ട് ഉച്ചരിക്കുന്ന തിനും സ്ഥലങ്ങൾ കണ്ട് പേരു പറയുന്നതിനും സാധിച്ചു. സീമാന്റിക് ഓർമ്മകൾ നന്നായി പ്രവർത്തിച്ചിരുന്നതുകൊണ്ട് ചുറ്റുപാടുകളെപ്പറ്റി യുള്ള പൊതുവായ ഓർമ്മ തൃപ്തികരമായിരുന്നു. പക്ഷേ, കണ്ടതും കേട്ടതുമെല്ലാം അല്പസമയത്തിനുശേഷം മറന്നുപോകുമായിരുന്നു. യാത്ര ചെയ്ത സ്ഥലങ്ങളുടെ പേരുപോലും ഓർത്തെടുക്കാൻ സാധിച്ചില്ല. ചുരുക്കത്തിൽ എപ്പിസോഡിക് ഓർമ്മ തൃപ്തികരമായി പ്രവർത്തിച്ചു.

5. ഡക്ലറേറ്റീവ് ഓർമ്മയും പാപ്പേസ് സർക്യൂട്ടും

1937 ൽ ജയിംസ് പാപ്പേസ് (James Papez) എന്ന ന്യൂറോ ശാസ്ത്ര ജ്ഞനാണ് പാപ്പേസ് സർക്യൂട്ട് എന്ന ആശയം ആദ്യമായി മുന്നോട്ടു വച്ചത്. മസ്തിഷ്കത്തിലുള്ള ഹിപ്പോക്കാമ്പസ്, അമിഗ്ഡാല മാമില്ലറി ബോഡിസ് തുടങ്ങിയ അതിപ്രധാനമായ കേന്ദ്രങ്ങളെ യോജിപ്പിച്ചു കൊണ്ടുള്ള ന്യൂറൽ സർക്യൂട്ടാണ് പാപ്പേസ് സർക്യൂട്ട് (Papez Circuit). എൻട്രോഹിനൽ കോർട്ടെക്സിൽ (Entrohinal Cortex) തുടങ്ങി മേൽപ്പറഞ്ഞ മസ്തിഷ്ക കേന്ദ്രങ്ങളെ കടന്ന് ഫോർനിക്സ് (Forenix) ഹൈപ്പോത്തലാമസ്, തലാമസ് ഇവകടന്ന് വീണ്ടും പ്രീഫ്രോ ണ്ടൽ കോർട്ടെക്സിൽ എത്തി നില്ക്കുന്നു. (ചിത്രം 61 എ, ബി) ഈ സർ ക്കൂട്ട് പ്രധാന മായ പ്രഖ്യാപിത ഓർമ്മ കളുമായി (De clarative memory) ബന്ധപ്പെട്ടു കിടക്കുന്നു. പാപ്പേസ് സർക്യൂട്ടിൽ ഏതെ ങ്കിലും കേന്ദ്രത്തിനു തകരാർ സംഭവിച്ചാ ൽ അത് പ്രഖ്യാപിത ഓർ

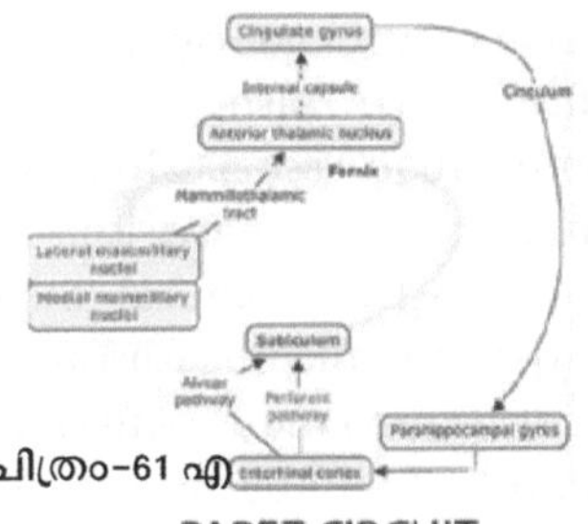

ചിത്രം-61 എ

പാപ്പേസ് സർക്കൂട്ട്

James Papez

ചിത്രം- 61 ബി

ജയിംസ് പാപ്പേസ്

മ്മയുടെ ഭാഗങ്ങളായ എപ്പിസോഡിക് ഓർമ്മയേയും ബാധിക്കും. കൂടാതെ "ഓർമ്മ ഉറപ്പിക്കൽ" (memory consolidation) എന്ന പ്രക്രിയ നടക്കാതെ വരും. ആൻട്രേ ഗ്രേഡ് അമ്നീഷ്യ, റിട്രോഗ്രേഡ് അമ്നീഷ്യ, എന്നിവയ്ക്കു കാരണമാകുന്ന എപ്പിസോഡിക്-സിമെന്റിക് ഓർമ്മകൾക്ക് തകരാറു സംഭവിക്കുന്നത് പാപ്പേസ് സർക്യൂട്ടിൽ വരുന്ന കേടുപാടുകളാണ്. നേരത്തെയുള്ള ഖണ്ഡികയിൽ പരാമർശിച്ച ബെഡ്ഫോർഡുകാരൻ ഹെൻട്രി മൊളൈസനെ (Henry Molison- H M) പ്പോലെ പ്രാവർത്തിക ഓർമ്മയ്ക്കു യാതൊരു തകരാറും പറ്റാതെ പ്രഖ്യാപിത ഓർമ്മ നഷ്ടപ്പെടുന്നതിനുകാരണം പാപ്പേസ് ന്യൂറൽ സർക്യൂട്ടിൽ പടരുന്ന തകരാറുകളാണ്.

ഓർമ്മകൾ കൂട്ടി യോജിപ്പിക്കുന്ന ഒരു പശപോലെയാണ് പാപ്പേസ് സർക്യൂട്ട് പ്രവർത്തിക്കുന്നത്. ഒരാളുടെ മുഖം കാണുകയും ശബ്ദം കേൾക്കുകയും ചെയ്യുമ്പോൾ പാപ്പേസ് സർക്യൂട്ട് അത് യോജിപ്പിച്ച് ദീർഘകാല ഓർമ്മയിൽ (Long Term Memory) സൂക്ഷിക്കുന്നു. ആ കാഴ്ചയും ശബ്ദവും വീണ്ടും ആവർത്തിക്കുമ്പോൾ അതു ദൃഢമായി യോജിക്കപ്പെടുന്നു (consolidation). ഓർമ്മ തിരിച്ചെടുക്കുന്ന സമയത്ത് (memory retrival) ഈ ഓർമ്മ സൂക്ഷിക്കപ്പെട്ട സ്ഥലത്തുനിന്നും പാപ്പേഴ്സ് സർക്യൂട്ടിന്റെ സഹായത്താൽ പെട്ടെന്ന് വീണ്ടെടുക്കപ്പെടുന്നു.

ഹിപ്പോക്കാമ്പസ് ഉൾപ്പെട്ട ടെമ്പറൽ മീഡിയൽ ലോബിന്റെ സഹായമില്ലാതെ എപ്പിസോഡിക് മെമ്മറി സൂക്ഷിക്കാൻ സാധിക്കുകയില്ല. ഒരു പക്ഷേ, ഏതെങ്കിലും വിദ്യ അഭ്യസിക്കുവാൻ സാധിച്ചാലും അത് വീണ്ടും പ്രയോഗിക്കാൻ ഹിപ്പോക്കാമ്പസിന്റെ സഹായം വേണം. നേരത്തെ വിവരിച്ച ആളുകളുടെ അനുഭവത്തിൽ അപകടത്തിനോ അസുഖത്തിനോ മുമ്പുള്ള കാര്യങ്ങൾ ഓർക്കാൻ സാധിക്കാതിരുന്നത് ഇതുകൊണ്ടാണ്. പ്രീഫ്രോണ്ടൽ കോർട്ടെക്സിന്റെ (Prefrontal Cortex)പ്രത്യേകിച്ച് ഇടതുഭാഗത്തിന്റെ സഹായമില്ലാതെ പുതിയ എപ്പിസോഡിക് ഓർമ്മകൾ രൂപപ്പെടുത്താൻ സാധിക്കുകയില്ല. അങ്ങനെയൊന്ന് ഓർമ്മയിൽ വന്നാൽ ക്രമമായും ചിട്ടയായും ഓർത്തെടുക്കാൻ പ്രീഫോണ്ടൽ കോർട്ടെക്സിന്റെ സഹായം വേണം. ഒരു വസ്തുവിനെ കണ്ടാൽ പെട്ടെന്ന് ഓർക്കുമെങ്കിലും എവിടെ വച്ചു കണ്ടു, എപ്പോൾ കണ്ടു തുടങ്ങിയ കാര്യങ്ങൾ ഓർക്കാൻ സാധിക്കുകയില്ല. അതിനു പ്രീഫ്രോണ്ടൽ കോർട്ടെക്സിന്റെ സഹായം കൂടിയേതീരൂ. എപ്പിസോഡിക് മെമ്മറി കുറച്ചുനാൾ മാത്രമേ ഹിപ്പോക്കാമ്പസിൽ സൂക്ഷിക്കാറുള്ളൂ. അതിനു ശേഷം അത് ദൃഢപ്പെടുത്തി നിയോകോർട്ടെക്സിൽ (Neo cortex)ൽ സൂക്ഷിക്കപ്പെടുന്നു. ഹിപ്പോക്കാമ്പസ് നഷ്ടപ്പെട്ട ബെഡ്ഫർ ഡുകാരൻ ഹെൻട്രി മൊളൈസനും കാനഡാക്കാരൻ കെന്റ് കൊക്രെ യിനും ബാല്യകാല ഓർമ്മകൾ നഷ്ടപ്പെടാതിരുന്നത് ഇതുകൊണ്ടായിരിക്കാം.

6. ഹിപ്പോക്കാമ്പസിന്റെ പ്രാധാന്യം കുറയുന്നു

ദീർഘകാല ഓർമ്മയുടെ ഉറവിടം പ്രധാനമായും ഹിപ്പോക്കാമ്പ സാണെന്ന വിശ്വാസത്തെ ചോദ്യം ചെയ്യുന്നതായിരുന്നു അടുത്ത കാലത്തു യൂറോപ്പിൽനിന്നുള്ള രണ്ടു ന്യൂറോ ശാസ്ത്രജ്ഞന്മാർ മുന്നോട്ടു വച്ച സിദ്ധാന്തങ്ങൾ. ജർമ്മനിയിലെ മാക്സ് പ്ലാങ്ക് ഇൻസ്റ്റിറ്റ്യൂട്ടിലെ ഡോ. മഷീർ, ടി ഹസ്സൻ (Mashir, T Hassen) പാബ്ലോ ഡി ഒലിവിഡേ (University of Pablo de olivide-Spain) യൂണിവേഴ്സിറ്റിയിലെ ഡോ. ജോസ് മറിയ ഡെലിഗാഡോ ഗ്രാസിയും (Dr. Jose Maria Deligado Gracia) എന്നിവരായിരുന്നു ആ ശാസ്ത്രജ്ഞർ ചിത്രം 62 (A & B). അവർ മുന്നോട്ടുവച്ച തിയറി ഇതായിരുന്നു. സെറിബ്രൽ കോർട്ടെക്സിൽ മാത്രമാണ് ദീർഘകാല ഓർമ്മ രൂപംകൊള്ളുന്നതും ശേഖരിക്കപ്പെടുന്നതും എന്നായിരുന്നു അവരുടെ അഭിപ്രായം.

Dr.Jose Maria
ചിത്രം-62 എ

Dr.Mazir T.Hassan
ചിത്രം-62 ബി

മസ്തിഷ്കത്തിന്റെ ഏതു ഭാഗത്താണ് ഓർമ്മയുടെ കോശങ്ങൾ സ്ഥിതി ചെയ്യുന്നുവെന്നതിൽ ന്യൂറോശാസ്ത്രജ്ഞന്മാരുടെ ഇടയിൽ ഏക അഭിപ്രായമില്ല. ഹിപ്പോക്കാമ്പസിൽ രൂപംകൊള്ളുന്ന ദീർഘകാല ഓർമ്മകൾ പിന്നീട് പ്രിഫ്രോണ്ടൽ കോർട്ടെക്സിലേക്കു മാറ്റപ്പെടുകയാണ് ചെയ്യുന്നതെന്ന് അധികം പേരും വിശ്വസിക്കുന്നു. ഓർമ്മ ആവശ്യാനുസരണം വീണ്ടെടുക്കുന്നത് (Recall of memory) കോർട്ടെക്സിൽ നിന്നുമാണെന്ന് ശാസ്ത്രജ്ഞർ സ്ഥിരീകരിക്കുന്നു.

7. ഓർമ്മയുടെ വീണ്ടെടുക്കൽ (Recall of Memory)

ഒരു വാർത്തയോ വിജ്ഞാനമോ നാം നമ്മുടെ ഓർമ്മയിൽ സൂക്ഷിച്ചുകഴിഞ്ഞാൽ അത് ആവശ്യമുള്ളപ്പോൾ തിരിച്ചെടുക്കണം. അറിവുകൾ മനസ്സിൽ സൂക്ഷിച്ചുവയ്ക്കുന്നതുപോലെതന്നെ പ്രാധാന്യമുള്ളതാണ് അത്. ആവശ്യാനുസരണം വീണ്ടെടുക്കുക എന്നതും നമ്മുടെ നിത്യജീവിതത്തിൽ ഒരു പ്രായോഗിക പരിജ്ഞാനം സമ്പാദിച്ചു കഴിഞ്ഞാൽ അത് ഉപയുക്തമായ സമയത്തും സ്ഥലത്തും പ്രയോഗിക്കണം. നാം ഒരിടത്തു കാർ പാർക്കു ചെയ്തുകഴിഞ്ഞാൽ പിന്നീട് എവിടെയാണ് പാർക്കു ചെയ്തിരിക്കുന്നതെന്ന് ഓർത്തെടുക്കണം. ഇങ്ങനെ പല കാര്യങ്ങളും ഹ്രസ്വകാല ഓർമ്മയിൽനിന്നും ദീർഘകാല ഓർമ്മയിൽനിന്നും വീണ്ടെടുക്കേണ്ടതുണ്ട്.

വാസ്തവത്തിൽ എന്താണ് ഈ ഓർമ്മ തിരിച്ചെടുക്കൽ? ശേഖരിച്ചു വച്ചിരിക്കുന്ന നമ്മുടെ ഓർമ്മയുടെ ഭണ്ഡാരത്തിൽനിന്നും ആവശ്യാനുസ രണം അതിനെ പ്രാപിക്കുകയും തിരി ച്ചെടുക്കുകയും (Retrival) ചെയ്യുക എന്നുള്ളതാണ് ഓർമ്മ തിരിച്ചെടുക്കൽ. ഒരിക്കലും ലളിതമായ ഒരു കാര്യമല്ല പ്രയാസമുള്ളതുതന്നെയാണ് ഇത്. പലപ്പോഴും ഒരു ചോദ്യത്തിന് ഉത്തരം നമുക്ക് അറിയാം എന്നു തോന്നലു ണ്ടാകും. എന്നാൽ ആവശ്യത്തിനു നമുക്ക് അത് ഓർത്തെടുക്കാൻ സാധി ക്കുന്നില്ല. “നമ്മുടെ നാവിൻ തുമ്പത്തു ണ്ട്” (Tip of Tongue) എന്നൊരു തോന്നൽ നമുക്കുണ്ടാകും. പക്ഷേ, പൂർണ്ണമായി ഓർത്തെടുക്കാൻ ഒട്ടും സാധിക്കുകയുമില്ല. ഇത് പലപ്പോഴും നമ്മെ പ്രയാസപ്പെടുത്തുകയും അലോസരപ്പെടുത്തുകയും ചെയ്യും. പ്രായമായവരിൽ ഇത് വളരെ പ്രാവശ്യവും ചെറുപ്പക്കാരിൽ താരതമ്യേന കുറഞ്ഞ അവസരങ്ങളിലും അനുഭവപ്പെടുമെന്ന് ഷാക്റ്റർ (Shactor) എന്ന ശാസ്ത്രജ്ഞൻ അഭിപ്രായപ്പെടുന്നു.

ഹെർമാൻ എബിൻഗാസ്
ചിത്രം- 63

ആദ്യമായി ഓർമ്മ വീണ്ടെടുക്കലിനെപ്പറ്റി പഠനം നടത്തിയത് ഹെർ മാൻ എബിൻഗാസ് (Herman Ebbingaus) എന്ന ശാസ്ത്രജ്ഞനാ യിരുന്നു. (ചിത്രം - 63)

ഓർമ്മക്കുറവ് ഏറ്റവും കൂടുതൽ ഉണ്ടാകുന്നത് ദിവസത്തിന്റെ ആദ്യമണിക്കൂറുകളിലാണെന്നും പിന്നീടുള്ള സമയത്ത് ക്രമേണ ഓർമ്മ ശക്തി കുറഞ്ഞു വരുന്നുവെന്നും അദ്ദേഹം സ്ഥിരീകരിച്ചു. കൂടാതെ വിവിധ തരത്തിലുള്ളതും അധികമായതും ഇടവിട്ടുള്ള പഠനങ്ങളാണ് ഓർമ്മയിൽ കൂടുതൽ സമയം നിലനില്ക്കാൻ സഹായകമാകുന്നതെന്നും അദ്ദേഹം നിരീക്ഷിച്ചു. പ്രതീകാത്മകമായി ബന്ധപ്പെട്ട വാക്കുകളും മറ്റും പെട്ടെന്ന് തിരിച്ചെടുക്കാൻ സാധിക്കുമെന്ന് അലൻ പാൽവീയോ (Allan Palvio) എന്ന ശാസ്ത്രജ്ഞൻ സ്ഥിരീകരിച്ചു.

ഓർമ്മ വീണ്ടെടുക്കുന്നതിന് ഉപോദ്ബലകമായ പ്രധാന നാലു ഉപാധികൾ താഴെ പറയുന്നവയാണ്. നേരത്തെ ശേഖരിച്ചുവച്ചിരുന്ന ചിട്ട യായ കാര്യങ്ങൾ.

ഒന്നാമത്തേത് സ്വതന്ത്രമായ വീണ്ടെടുക്കൽ (Free Recall) എന്നു ള്ളതാണ്. നേരത്തെ ശേഖരിച്ചു വച്ചിരുന്ന ചിട്ടയായ കാര്യങ്ങൾ യാതൊ രുവിധമായ മുൻവിധിയുമില്ലാതെ നേരിട്ട് ഓർമ്മയിൽ നിന്നും ഉത്തരം കിട്ടുകയെന്നുള്ളത്, വിട്ടുപോയ ഭാഗം പൂരിപ്പിക്കുന്നു (Fill in the blanks) എന്ന രീതിയിലുള്ള ചോദ്യങ്ങൾക്കുള്ള ഉത്തരം എഴുതുമ്പോഴാണ് ഈ

മാതിരിയുള്ള വീണ്ടെടുക്കൽ (Retrival) നമുക്ക് അനുഭവപ്പെടുന്നത്.

തിരികെ ഓർമ്മിച്ചെടുക്കുക (Recollection) എന്നതാണ് രണ്ടാമത്തെ ഉപാധി. ഭാഗികമായ ഓർമ്മവച്ചോ, യുക്തി വിചാരംകൊണ്ടോ മെനഞ്ഞുണ്ടാക്കുന്ന (Reconstruct) ഓർമ്മയാണിത്. ഉപന്യാസങ്ങൾ മാത്രം ഉത്തരമായിട്ടെഴുതേണ്ട ഒരു ചോദ്യക്കടലാസിലെ ഉത്തരങ്ങൾ എഴുതുന്നതിന് ഇപ്രകാരമുള്ള ഓർമ്മ വീണ്ടെടുക്കാൻ ഉപകാരപ്രദമാകും. ഉപന്യാസത്തിലെ തലവാചകം മാത്രംവച്ച് ബാക്കിയുള്ളത് മെനഞ്ഞുണ്ടാക്കുകയാണ് ഈ മാതിരി ഓർമ്മ തിരിച്ചെടുക്കലിൽ ചെയ്യുന്നത്. കാര്യങ്ങൾ നേരത്തെ പരിചയമുള്ളതാണോ, അതോ പുതിയ കാര്യമാണോ എന്ന് തിരിച്ചറിയുക എന്നുള്ളതാണ്.

തിരിച്ചറിയൽ (Recognition) ആണ് മൂന്നാമത്തേത്.

ഓർമ്മയിൽനിന്നും പഠിച്ചെടുത്ത കാര്യങ്ങൾ വീണ്ടും തിരിച്ചെടുക്കുന്നതാണ് (Relearning) ആണ് നാലാമത്തെ ഉപാധി. വീണ്ടെടുക്കേണ്ട കാര്യങ്ങൾ മുമ്പ് പഠിച്ചതും പരിചയിച്ചതുമായ കാര്യങ്ങൾ ഓർമ്മിച്ചെടുക്കുന്നത് നമ്മുടെ ഓർമ്മ ശക്തിയെ ബലപ്പെടുത്താൻ ഉപകരിക്കും.

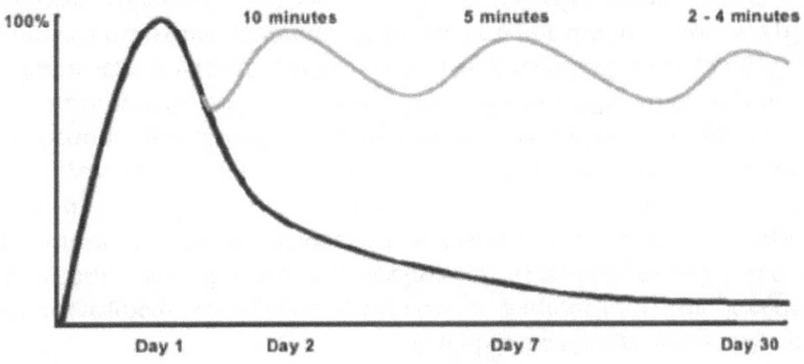

ഓർമ്മയുടെ ആയുസ് കാണിക്കുന്ന ഗ്രാഫ് ചിത്രം-64

നമ്മൾ ഓർത്തുവയ്ക്കുന്ന കാര്യങ്ങൾ എത്ര സമയത്തേക്കു നമ്മുടെ മനസ്സിൽ ഉണ്ടാകുമെന്നു കാണിക്കുന്ന ഒരു ഗ്രാഫാണ് ചിത്രം 64 ൽ കാണിച്ചിരിക്കുന്നത്. ക്ലാസിൽ ഒരു പ്രഭാഷണം കേൾക്കുന്നതായി വിചാരിക്കാം. കേൾക്കാൻ തുടങ്ങുന്ന സമയത്ത് നമ്മുടെ അറിവ് 0% ആയിരിക്കും (x-axis). പ്രഭാഷണം കേട്ട് മനസ്സിലാക്കി കഴിയുമ്പോൾ ആദ്യത്തെ ദിവസം അത്100% ആയിരിക്കും. രണ്ടാം ദിവസം മുതൽ അതിനെ വീണ്ടും ഓർക്കുന്നില്ലെങ്കിൽ ക്രമേണ അത് നമ്മുടെ മനസ്സിൽ നിന്നു മാഞ്ഞു തുടങ്ങും. രണ്ടു ദിവസം കഴിഞ്ഞ്, ഒരാഴ്ച കഴിഞ്ഞ്, ഒരു മാസം കഴിഞ്ഞ് അത് നമ്മുടെ ഓർമ്മയിൽ എത്രമാത്രമുണ്ടെന്ന് ഗ്രാഫിൽനിന്നു മനസ്സിലാക്കാം. ദിവസങ്ങൾ കഴിയുമ്പോൾ ആ പ്രഭാഷണത്തെപ്പറ്റി രണ്ടോ, മൂന്നോ, അഞ്ചോ മിനിട്ട് മാത്രമേ ഓർമ്മ

യ്ക്കു ആയുസ്സുള്ളുവെന്ന് മഞ്ഞ നിറത്തിലുള്ള ഗ്രാഫ് കാണിക്കുന്നു. ഓർമ്മ വീണ്ടെടുക്കൽ സമയത്ത് കൂടുതൽ സജീവമാകുന്ന മസ്തിഷ്ക ഭാഗങ്ങൾ ഏതൊക്കെയാണെന്നു പരിശോധിക്കാം (ചിത്രം - 65).

അന്റീരിയർ സിൻഗുലേറ്റ് കോർട്ടെകസ് (Anterior Cingulate Cortex), ഗ്ലോബസ് പാലിഡസ് (Globus Pallidas), തലാമസ് (Thalamus), സെറിബെല്ലം (Cerebellom) എന്നീ മസ്തിഷ്ക കേന്ദ്രങ്ങളാണ് ഓർമ്മ വീണ്ടെടുക്കാൽ സമയത്ത് കൂടുതൽ പ്രവർത്തന നിരതമാ കുന്നത്. ഇതിൽനിന്നും മനസ്സിലാകുന്നത് സെറിബെല്ലോ - ഫ്രണ്ടൽ പാത (Cerebello Frontal Pathways) ഓർമ്മ വീണ്ടെടുക്കൽ പ്രക്രിയയിൽ പ്രധാന പങ്കുവഹിക്കുന്നു ണ്ടെന്നു ള്ളതാണ്.

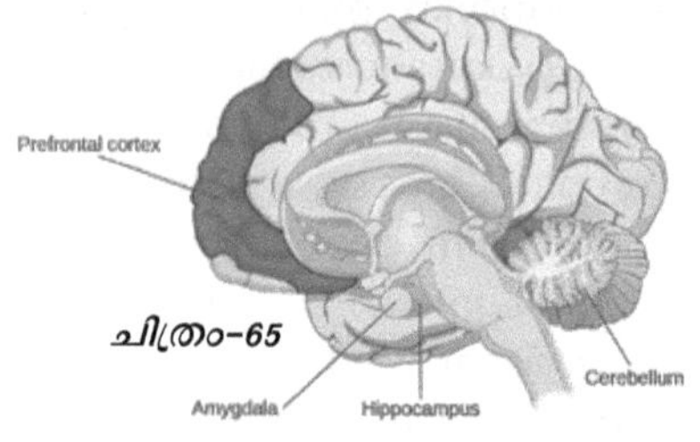

ചിത്രം-65
ഓർമ്മ വീണ്ടെടുക്കലിൽ ഉൾപ്പെട്ട

ഓർമ്മ വീണ്ടെടുക്കാൻ ശാസ്ത്രജ്ഞർ നിർദ്ദേശിക്കുന്ന മാർഗ്ഗം ലളിതമാണ്. പ്രായോഗികമായി ഒരു സംഗതി ഓർത്തെടുക്കാൻ വിദ്യാർത്ഥികൾക്കും പ്രായമായവർക്കും വളരെ ഗുണപ്രദമായ മാർഗ്ഗം ഇപ്രകാരമാണ്. ഏതെങ്കിലും ഒരു കാര്യം ഓർത്തിരിക്കണമെങ്കിൽ അതുമായി ബന്ധപ്പെടുത്തി വൈകാരികമായി അല്ലെങ്കിൽ അസാധാരണമായ ഒരു സംഭവം അതിന്റെകൂടെ ചേർത്തുവച്ച് ഓർമ്മയിൽ വയ്ക്കാൻ ശ്രദ്ധിക്കുക. ഒരപകടം അല്ലെങ്കിൽ നൊമ്പരപ്പെടുത്തുന്ന ഒരു വേർപെടൽ, വാത്സല്യം തുളുമ്പുന്ന ഒരു സംഗമം തുടങ്ങിയ വൈകാരികമായ ഏതെങ്കിലും ഒരു സംഭവുമായി ബന്ധപ്പെടുത്തി ഒരാളിന്റെ മുഖമോ, ഒരു സ്ഥലത്തിന്റെ പേരോ ഓർത്തെടുക്കാൻ സാധിക്കുമെന്ന് ശാസ്ത്രജ്ഞർ അഭിപ്രായപ്പെടുന്നു.

8. ഓർമ്മ ദൃഢപ്പെടുത്തൽ (Memory Consolidation)

ആദ്യമായി ഓർമ്മ രൂപീകരിച്ചു കഴിഞ്ഞാൽ അത് മനസ്സിൽ ഉറപ്പിച്ചു വയ്ക്കേണ്ടതുണ്ട്. ഓർമ്മയെ അങ്ങനെ ബലപ്പെടുത്തുന്നതിനാണ് ഓർമ്മ ദൃഢപ്പെടുത്തൽ (Memory Consolidation) എന്നു പറയുന്നത്. ഒരു കാര്യം ഒരിക്കൽ മനസ്സിലാക്കിക്കഴിഞ്ഞാൽ ഒന്നുരണ്ടു മണിക്കൂറിനകം അത് ബലപ്പെടുന്നുവെങ്കിൽ അതിനെ സിനപ്റ്റിക് കൺസോളിഡേഷൻ (Synaptic Consolidation) എന്നു പറയുന്നു. എന്നാൽ ഹിപ്പോകാമ്പസിനെ ആശ്രയിച്ചും പിന്നീട് ഹിപ്പോക്കാമ്പസിനെ ബൈപ്പാസു ചെയ്തുമാണ് ദീർഘകാല ഓർമ്മകൾ വർഷങ്ങളോളം സൂക്ഷിക്കപ്പെടുന്നുവെങ്കിൽ അതിനെ സിസ്റ്റം കൺസോളിഡേഷൻ (System Consolidation) എന്നു പറയുന്നു. ഓർമ്മ ബലപ്പെടുത്തുന്നത് മസ്തിഷ്ക കോശങ്ങളിൽ നടക്കുന്നു. ദീർഘകാല പൊട്ടെൻസിയേഷൻ (Long Term

Potentiation) (LTP) ൽ കൂടിയാണ്. രണ്ട് ന്യൂറോണുകൾ ഒരേ റിഥത്തിൽ ഫയറു ചെയ്യുന്നത് പൊട്ടെൻസിയേഷൻ (Potentiation) എന്നും, അനേകം ന്യൂറോണുകൾ ഒന്നിച്ച് ഗ്രൂപ്പായി ഫയറു ചെയ്യുന്നതിന് ദീർഘകാല പൊട്ടെൻസിയേഷൻ (Long Term Potentiation) എന്നും പറയുന്നു. വാസ്തവത്തിൽ ഓർമ്മ ദൃഢപ്പെടുത്തൽ സംഭവിക്കുന്നത് LTP യിൽക്കൂടിയാണ് - ന്യൂറോണുകൾ ഒരു ഗ്രൂപ്പായി ഫയറു ചെയ്യുന്നു. ഒരു പുതിയ പഠനം അല്ലെങ്കിൽ ഒരഭ്യാസം ഉടലെടുക്കുന്നതിന് കൂടുതൽ ബന്ധങ്ങൾ (Connecions) ഉണ്ടാകുകയും കൂടുതൽ സഞ്ചാരപഥങ്ങൾ (Pathways) രൂപപ്പെടുകയും ചെയ്യുന്നു. മസ്തിഷ്കകോശങ്ങളുടെ പാത ദൃഢമായാൽ അതിൽക്കൂടി പ്രതിരോധമില്ലാതെ സിഗ്നലുകൾ പ്രവഹിക്കുകയും ഓർമ്മ ദൃഢീകരിക്കപ്പെടുകയും ചെയ്യുന്നു. ഇതിനുവേണ്ടി ന്യൂറോണുകളുടെ പാതയിൽ പുതിയ പ്രോട്ടീനുകൾ (Neural Proteins) ചേർന്ന് ബലപ്പെടുന്നു.

കെൻ പാലർ ഓർമ്മ വീണ്ടെടുക്കലിനെപ്പറ്റി ഗവേഷണം നടത്തുന്ന ശാസ്ത്രജ്ഞൻ
ചിത്രം-66

ഉദാഹരണത്തിന് ഒരു പാട്ട് തുടർച്ചയായി കേൾക്കുമ്പോൾ ആരംഭത്തിൽ ഏതാനും ന്യൂറോണുകളുടെ ഫയറിങ് നടക്കുകയും പിന്നീട് അത് വീണ്ടും പുനർജ്ജനിപ്പിക്കുന്നതിന് പ്രയാസമില്ലാതായി തീരുകയും ചെയ്യുന്നു. അങ്ങനെ ഒരു പാട്ട് നമുക്ക് സുപരിചിതമാകുന്നു. ഇങ്ങനെയാണ് നമ്മൾ പുതിയതായി കേൾക്കുന്നതും കാണുന്നതും പരിചയപ്പെടുന്നതുമായ കാര്യങ്ങൾ നമ്മുടെ ഓർമ്മയിൽ തങ്ങിനില്ക്കുന്നത്.

ഉറക്കത്തിന്റെ പല സ്റ്റേജുകളിലും ഓർമ്മയുടെ ദൃഢീകരണം നടക്കുന്നുണ്ട്. പ്രധാനമായും ഗാഢനിദ്ര (Deep sleep) സമയത്ത്. നോർത്ത് വെസ്റ്റേൺ യൂണിവേഴ്സിറ്റിയിലെ (North Western University, USA) ഡോ. കെൻ പാലർ (Dr. Ken Paller) (ചിത്രം - 66) ഈ വിഷയത്തിൽ അനവധി ഗവേഷണങ്ങൾ നടത്തിയിട്ടുണ്ട്. അദ്ദേഹത്തിന്റെ അഭിപ്രായത്തിൽ ഓർമ്മ ഏറ്റവും കൂടുതൽ ബലപ്പെടുത്തുന്നതും (Consolidate) വർദ്ധിപ്പിക്കുന്നതും (Enhance) നോൺ റെംനിദ്ര (Non REM Sleep) സമയത്താണ്. സാധാരണ ഗതിയിൽ ഓർമ്മ ബലപ്പെടുത്തുന്നതിന് ഉണർന്നിരിക്കുമ്പോൾതന്നെ നാം പല പ്രാവശ്യം അത് ഓർത്തെടുക്കേണ്ടതായിട്ടുണ്ട്.

ഭാവിയിൽ ഉറക്കത്തിൽ, പ്രത്യേകിച്ച് ഗാഢനിദ്രസമയത്ത് ഒരാളിൽ ഓർമ്മ വളർത്തുന്നതിന് കമ്പ്യൂട്ടറിന്റെ സഹായത്തോടുകൂടി പഠിക്കേണ്ട

കാര്യങ്ങൾ അയാളുടെ പക്കലേക്ക് ഉരുവിട്ടാൽ മതിയാകും. വിശ്വപ്രസിദ്ധ എഴുത്തുകാരനായ ആൽഡസ് ഹക്സിലിയും (Aldous Huksely) (ചിത്രം - 67) ഇതേ പാതയിലാണ് ചിന്തിക്കുന്നത്. അദ്ദേഹം പറയുന്നത് ഒരാളിലേക്ക് അറിവ് പകർന്നുകൊടുക്കാൻ അറിവിന്റെ പാഠങ്ങൾ അയാളിലേക്ക് പ്ലേ ചെയ്തു കൊടുക്കുന്ന കാലം വരുമെന്നതാണ്.

1966 ൽ റൂഫ് വാങ് (Roof Wang) മ്യൂസിയോ (Musio), ഡെമെന്റ് (Dement) എന്നീ ശാസ്ത്രജ്ഞരാണ് ഓർമ്മ ദൃഢപ്പെടുത്തലിന് റെം നിദ്രയുമായുള്ള ബന്ധം വിശദീകരിച്ചിട്ടുള്ളത്. റെം സ്ലീപ് സമയത്ത് ഭ്രൂണത്തിലുണ്ടാകുന്ന തുടർച്ചയായ ന്യൂറോൺ ഫയറിങ്ങുകൾ പിന്നീട് മനുഷ്യൻ വലുതാകുമ്പോഴും തുടർന്നു പോകുന്നു. ഇതാണ് ഓർമ്മ ബലപ്പെടുത്തൽ എന്നുള്ളതാണ് അവരുടെ വാദം. റെം സ്ലീപ്പു സമയത്തുണ്ടാകുന്ന ഡയാനമിക് സ്റ്റെബി ലൈസേഷൻ (Dynamic Stabilization) ന്യൂറോബന്ധങ്ങളുടെ പുനർ നിർമ്മാണ ത്തിനും ബലപ്പെടുത്തലിനും ഇടയാക്കുന്നു. ഇത് മിക്ക വാറും സംഭവിക്കുന്നത് റെം നിദ്ര സമയത്തുണ്ടാകുന്ന സ്വപ്നങ്ങ ളുടെ സമയത്താണ്.

ആൾഡസ് ഹാക്സിലി ചിത്രം-67

എലികളിൽ നടത്തിയ പരീ ക്ഷണങ്ങളിൽ റെം സ്ലീപ് സമയത്താണ് ഓർമ്മകൾ ദൃഢപ്പെടുന്നതെന്ന് തെളിഞ്ഞിട്ടുണ്ട്. മനുഷ്യരുടെ കാര്യത്തിലും റെം നിദ്ര കിട്ടാത്ത ആൾക്കാർ അവർക്കു പിന്നീടു വരുന്ന പരീക്ഷകളിലും മോശമായ പ്രകടനമാണ് കാഴ്ചവയ്ക്കാൻ സാധിച്ചിട്ടുള്ളത്. രണ്ടുമൂന്നു രാത്രികളിലെ റെം നിദ്ര ഒഴിവാക്കിയതുകൊണ്ട് അവർക്ക് ഓർമ്മ തീരെ നഷ്ടപ്പെട്ടുപോയതായി കണ്ടിട്ടുണ്ട്. കൂടാതെ വളരെ സങ്കീർണ്ണമായ പ്രശ്നങ്ങൾ ഹൃദിസ്ഥമാക്കിയതിനുശേഷം റെം നിദ്ര കൂടുതൽ പ്രാവശ്യവും കൂടുതൽ സമയത്തേക്കും ഉണ്ടാകുന്നതായി കണ്ടിട്ടുണ്ട്.

എല്ലാ ന്യൂറോശാസ്ത്രജ്ഞരും റെം നിദ്ര സമയത്ത് ഓർമ്മ ബലപ്പെടുത്തൽ നടക്കുന്നതായി സമ്മതിക്കുന്നില്ല. അവരുടെ അഭിപ്രായത്തിൽ റെം നിദ്രാസമയത്തു നടക്കുന്നത് റിവേസ്ലേണിങ് (Reverse Learning) എന്ന സംഗതിയാണ്. അതായത് ആവശ്യമില്ലാത്ത ഓർമ്മകൾ നിരാകരിക്കുകയാണ് റെം നിദ്രാ സമയത്ത് നടക്കുന്നത് എന്നാണ്. അവരുടെ മസ്തിഷ്കത്തെ ഓവർലോഡിൽ (Over Load) നിന്നും രക്ഷിക്കുകയാണ് ചെയ്യുന്നത്. മസ്തിഷ്കവും മസ്തിഷ്കത്തണ്ടും (Brain stem) കൂടി ചെയ്യുന്ന ഒരു പ്രവൃത്തിയാണിത്. ഒറ്റയ്ക്കുള്ള സിനാപ്സുകളുടെ (Synapse) ബലത്തിൽ മാറ്റം വരുന്നതുകൊണ്ട് പിന്നീട് ആ ഓർമ്മകളെ സജീവമാക്കാൻ ആ സിനാപ്സുകൾക്ക് സാധിക്കുകയില്ല.

ഓർമ്മ മസ്തിഷ്കത്തിൽ സൂക്ഷിക്കപ്പെടുന്നത് ഏതേതു കേന്ദ്രങ്ങളിലാണെന്നുള്ള കാര്യത്തിനു ഇന്നും ന്യൂറോശാസ്ത്രജ്ഞർക്കിടയിൽ അഭിപ്രായ ഐക്യം ഇല്ല. ഒരു ചെറിയ കാര്യംപോലും ഓർമ്മയിൽ സൂക്ഷിക്കുന്നതിന് മസ്തിഷ്കത്തിൽ ഒന്നിലധികം കേന്ദ്രങ്ങൾ സജീവമാകണം. അതുപോലെ ഓർമ്മ വീണ്ടെടുക്കുന്നതിനും നിരവധി കേന്ദ്രങ്ങളിലുള്ള ന്യൂറോണുകളും അതിന്റെ നിരവധിയായ ഡെൻഡ്രൈറ്റുകളും പ്രവർത്തനനിരതമാകണം. ഷെൽഫിൽ ബുക്കുകൾ അടുക്കിവയ്ക്കുന്ന രീതിയിലല്ല ഓർമ്മകൾ മസ്തിഷ്കത്തിൽ സൂക്ഷിക്കപ്പെടുന്നത്. അതുകൊണ്ടുതന്നെ ഷെൽഫിൽനിന്നും ബുക്ക് തെരഞ്ഞെടുക്കുന്നതുപോലെ അത്ര ആയാസരഹിതമായി ഓർമ്മകൾ വീണ്ടെടുക്കാനും സാധിക്കുന്നതല്ല.

ഓർമ്മയുടെ സൂക്ഷിക്കലിനെപ്പറ്റി ഒരു ഉദാഹരണം ഇവിടെ കുറിക്കാം. റോഡരികിൽക്കൂടി നടന്നുപോകുന്ന ഒരു വഴിപോക്കൻ ഒരു ബൈക്കപകടം നേരിൽ കാണുന്നു എന്നു വിചാരിക്കുക. ബൈക്കു വരുന്നതും നായ കുറുകെ ചാടുന്നതും ബൈക്കു യാത്രക്കാരൻ ബ്രേക്കു ചെയ്തതു കാരണം ഒരു വശത്തേക്കു തലയടിച്ചു വീഴുന്നതും ഏതാനും പേർ അയാളെ ഹോസ്പിറ്റലിലേക്കു കൊണ്ടുപോകുന്നതും അയാൾ നേരിട്ടു കാണുന്നു. കണ്ണിൽകൂടെ കണ്ട കാര്യങ്ങളും ചെവിയിൽക്കൂടി കേട്ട കാര്യങ്ങളും എല്ലാം അയാളുടെ സെൻസറി, ഹ്രസ്വകാല ഓർമ്മ, ദീർഘകാല ഓർമ്മകൾ കടന്ന് മനസ്സിൽ സൂക്ഷിക്കപ്പെടുന്നു. രണ്ടുമൂന്നു മണിക്കൂർ കഴിഞ്ഞ് വീട്ടിൽ വരുമ്പോഴും കണ്ട കാര്യങ്ങൾ അയാൾ വ്യക്തമായി ഓർക്കുന്നു. ഹാർഡ്ഫർഡിലെ ഹെൻഡ്രി മൊളൈസന്റെ അനുഭവത്തിന്റെ വെളിച്ചത്തിൽ, അയാളുടെ ഹിപ്പോക്കാമ്പസുകൾ നീക്കം ചെയ്തു എന്നു വിചാരിക്കുക. അതോടുകൂടി ബൈക്കപകടത്തിന്റെ ഓർമ്മ അയാളിൽനിന്നും അപ്രത്യക്ഷമാകുന്നു. അങ്ങനെ ഒരു സംഭവമേ അയാളുടെ മനസ്സിലില്ല. അതിനർത്ഥം കുറഞ്ഞ സമയത്തേക്കുള്ള ദീർഘകാല ഓർമ്മ ഹിപ്പോക്കാമ്പസുമായി ബന്ധപ്പെട്ടു കിടക്കുന്നുവെന്നാണ്. എന്നാൽ, അയാളുടെ ഹിപ്പോക്കാമ്പസ് രണ്ടുമൂന്നാഴ്ച കഴിഞ്ഞേ നീക്കം ചെയ്യുന്നുള്ളു എന്നു വിചാരിക്കുക. അതിനു ശേഷവും ബൈക്കപകടത്തെപ്പറ്റിയുള്ള അയാളുടെ ഓർമ്മയ്ക്കു യാതൊരു കോട്ടവും സംഭവിക്കാതെ അയാളുടെ ഓർമ്മയിൽ ഉണ്ടാകും. അതായത് രണ്ടുമൂന്നാഴ്ചയ്ക്കകം ഹിപ്പോക്കാമ്പസിൽനിന്നും ദീർഘകാല ഓർമ്മ അയാളുടെ സെറിബ്രൽ കോർട്ടെക്സിലുള്ള ഏതോ കേന്ദ്രങ്ങളിലേക്കു മാറ്റപ്പെട്ടു എന്നുവേണം വിചാരിക്കാൻ. അതുകൊണ്ടാണ് രണ്ടുമൂന്നാഴ്ചയ്ക്കുശേഷം ഹിപ്പോക്കാമ്പസ് നീക്കം ചെയ്തിട്ടും അയാളുടെ ദീർഘകാല ഓർമ്മയ്ക്കു കോട്ടം തട്ടാതിരുന്നത്.

6

മനസ്സിന്റെ വികൃതികൾ

മനസ്സ് എന്നു പറയുന്നത് വളരെ സങ്കീർണ്ണമായ ഒരു പ്രതിഭാസമാണ്. മാനസികാവസ്ഥയെ നിയന്ത്രിക്കുന്ന ഘടകങ്ങളായ ബോധാവസ്ഥ, ഓർമ്മ, ഉറക്കം തുടങ്ങിയ കാര്യങ്ങളെപ്പറ്റി വിശദീകരിച്ചു കഴിഞ്ഞു. നേരെയല്ലാത്ത മനസ്സിന്റെ ചില വികൃതികളെപ്പറ്റി ഇനി വിവരിക്കേണ്ടതുണ്ട്.

ഏറ്റവും പ്രധാനമായി പറയേണ്ടത് മറവിരോഗങ്ങളെപ്പറ്റിയാണ്. അൽസ്ഹൈമേർസ്, പാർക്കിൻസൺ ഡിസീസ്, ഹണ്ടിങ്ടൺ ഡിസീസ് ഇവയാണ് മറവിരോഗങ്ങളുടെ മുൻനിരയിൽ നില്ക്കുന്നത്.

1. അൽസ്ഹൈമേഴ്സ് രോഗം (Alzheiomer's disease)

ലോകത്തിലാകമാനം ഏകദേശം രണ്ടരക്കോടി ജനങ്ങളിൽ ഈ രോഗം കാണപ്പെടുന്നു. അധികവും 65 വയസ്സ് കഴിഞ്ഞവരെയാണ് ഈ രോഗം ബാധിക്കുന്നത്. എന്തെങ്കിലും ലക്ഷണങ്ങൾ പുറമെ കാണുന്നതിനും വളരെ മുമ്പേ ഈ അസുഖം മനസ്സിനെ ബാധിച്ചിട്ടുണ്ടാകും. ഹ്രസ്വകാല ഓർമ്മയെയാണ് ഇത് ആദ്യം ബാധിക്കുക. ദേഷ്യം കൂടെക്കൂടെ മാറിവരുന്ന മനോനിലകൾ, മ്ലാനത ഇവയൊക്കെയാണ് ആരംഭത്തിലുള്ള ലക്ഷണങ്ങൾ. ദീർഘകാല ഓർമ്മകൾ ക്രമേണ മാഞ്ഞു തുടങ്ങും. ആദ്യം ചെറിയ ശാരീരിക ധർമ്മങ്ങളെയും പിന്നീട് പ്രധാനപ്പെട്ട ജീവൽ പ്രവർത്തനങ്ങളെയും ബാധിക്കും. 5 മുതൽ 20 വർഷത്തിനകം മരണം സംഭവിക്കുന്നതാണ്.

ഈ രോഗത്തെപ്പറ്റി ആദ്യമായി ഗവേഷണങ്ങൾ നടത്തുകയും മസ്തിഷ്കത്തകരാറാണ് രോഗകാരണമെന്ന് സ്ഥാപിക്കുകയും ചെയ്തത് ജർമ്മൻ ഡോക്ടറായ അലോയിസ് അൾഷിമർ (Alois Alzheimer,

അലോഷിയസ് അൾസ്ഹൈമർ
ചിത്രം-68

1864 -1915) ആയിരുന്നു. ചിത്രം 68. മസ്തിഷ്കത്തിന്റെ ചില ഭാഗങ്ങളിൽ രൂപംകൊള്ളുന്ന പ്ലാക്കുകളും (Amyloid plaques) ടാങ്കിളുകളുമാണ് (Tangles) അൾസ് ഹൈമേർസ് രോഗത്തിനു കാരണം. ആരോഗ്യമുള്ള മസ്തിഷ്ക കോശങ്ങളിൽ (Neurons) ടാങ്കിളുകൾ കടന്നു കയറി അവയെ നശിപ്പിക്കുകയും ന്യൂറോണു കളുടെ ഇടയിൽ ടാങ്കിളുകൾ വളർന്ന് അവയുടെ പ്രവർത്തനത്തെ തടയുകയും ചെയ്യുന്നതു കാരണം പല മസ്തിഷ്ക കേന്ദ്രങ്ങളും നിഷ്പ്രഭമാകുന്നു. ചിത്രം 69 ൽ മസ്തിഷ്കകോശങ്ങൾ എങ്ങനെയാണ് ആക്രമിക്കപ്പെടുന്നതെന്ന് കാണിച്ചിരിക്കുന്നു.

ഓർമ്മയുടെ കേന്ദ്രങ്ങളെന്നു വിശ്വസിക്കപ്പെടുന്ന ഹിപ്പോക്കാമ്പസും (Hippocampas) പ്രീഫോണ്ടൽ ലോബും (Prefontal lobe) ടാങ്കിളുകളും പ്ലാക്കുകളുംകൊണ്ട് നിറഞ്ഞുപോകുന്നതുകൊണ്ട് ഓർമ്മ കുറേശ്ശെ മാഞ്ഞുതുടങ്ങും. ആരംഭകാലത്ത് പ്ലാക്കുകളും ടാങ്കിളുകളും ഓർമ്മ, പഠനം, ചിന്ത, ആസൂത്രണം എന്നിവയുടെ മസ്തിഷ്ക കേന്ദ്രങ്ങളിലേക്കു വ്യാപിക്കാൻ തുടങ്ങും (ചിത്രം 70).

പ്ലാക്കുകളും ടാങ്കിളുകളും ആരോഗ്യമുള്ള നാഡികോശങ്ങളെ ആക്രമിക്കുന്നു.
ചിത്രം- 69

ചില ആളുകളിൽ രോഗം തുടങ്ങി 10-15 വർഷം കഴിഞ്ഞതിനുശേഷമേ ഏതെങ്കിലും ലക്ഷണങ്ങൾ കണ്ടുതുടങ്ങുകയുള്ളു. രോഗം അത്ര തീക്ഷ്ണമാകുന്നതിനുമുമ്പേ സംസാരശേഷിയേയും കേൾവിശക്തിയേയും ബാധിക്കും. മസ്തിഷ്കത്തിൽ പ്ലാക്കുകളുടേയും വ്യാപനം വർദ്ധിക്കുന്നതിനോടുകൂടി രോഗിക്കു സ്ഥലകാലബോധം നഷ്ടപ്പെട്ടുതുടങ്ങുന്നു. ഈ അവസരത്തിൽ മസ്തിഷ്കകേന്ദ്രങ്ങൾ ഉണങ്ങി ചുരുണ്ടു തുടങ്ങുന്നു. (ചിത്രം 71) ഹിപ്പോക്കാമ്പസും പ്രീഫോണ്ടൽ കോർട്ടെക്സും ചുരുങ്ങിപ്പോകുന്നതുകൊണ്ട്

രോഗങ്ങൾ വർധിക്കുന്നതോടുകൂടി പ്രധാന മസ്തിഷ്ക കേന്ദ്രങ്ങൾ ആക്രമിക്കപ്പെടുന്നു. ചിത്രം-70

അത് ഓർമ്മയേയും വളരെ യേറെ ബാധിക്കും.

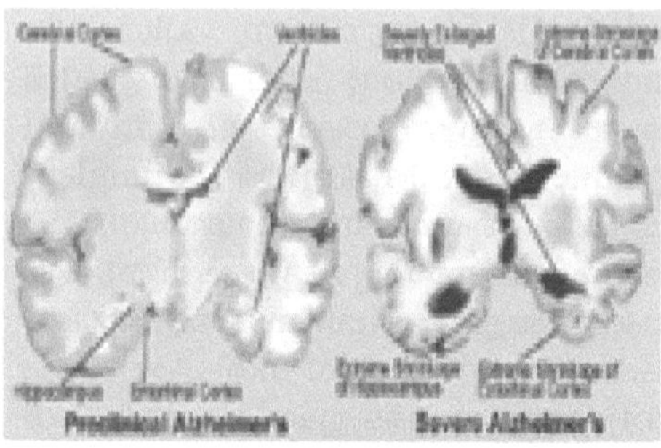

വെൻട്രിക്കിളുകൾ വികസിച്ചിരിക്കുന്നു
ചിത്രം-72

അൽസ്ഹൈമേഴ്സ് രോഗം വളരെ ഗുരുതരമായ അവസ്ഥയിൽ സെറിബ്രോ സ്പൈനൽ ദ്രാവകം (cere bro spinal fluid) ഉൾക്കൊള്ളുന്ന വെൻട്രിക്കിളുകൾ വികസിക്കുകയും ഇതര മസ്തിഷ്കഭാഗങ്ങൾ പൊതുവെ ചുരുങ്ങിപ്പോകുകയും ചെയ്യുന്നു. (ചിത്രം 72) ഈ അവസ്ഥയിൽ പരസ ഹായമില്ലാതെ രോഗിക്ക് ഒന്നും തന്നെ ചെയ്യാൻ സാധിക്കുകയില്ല. രോഗം മൂർച്ഛിച്ചു കഴിഞ്ഞാൽ ഒന്നു രണ്ടു വർഷത്തിനകം മരണം സംഭവിക്കുന്നു. പ്ലാക്കുകളെയും ടാങ്കിളുകളെയും നേരിടുന്നതിനു ഇതുവരെ മരുന്നുകൾ ഒന്നും കണ്ടുപിടിച്ചിട്ടില്ല. അതുതന്നെയുമല്ല നാശം സംഭവിച്ച മസ്തിഷ്കകോശങ്ങൾ പിന്നീട് പുനർജ്ജീവിപ്പിച്ച് ആരോഗ്യസ്ഥിതിയിലേക്കു മാറാനും സാധിക്കുകയില്ല. അല്പമെങ്കിലും ആശ്വാസം കിട്ടാൻവേണ്ടി ഡോക്ടർമാർ കോളിൻ സ്റ്റെറൈൻ ഇൻഹിബിറ്റേഴ്സ് (Cholin sterine inhibitors) വർഗ്ഗത്തിൽപ്പെട്ട മരുന്നുകളാണ് സാധാരണ നിർദ്ദേശിക്കുന്നത്. അസെറ്റയിൽ കോളിൻ (Accetyl choline) സംരക്ഷണത്തിനാണ് ഈ മരുന്നുകൾ പ്രയോജനം ചെയ്യുക. നമ്മുടെ അവബോധം, ഓർമ്മശക്തി എന്നിങ്ങനെയുള്ള പലവിധ മാനസികവ്യാപാരങ്ങളിലും ഇത് മുഖ്യപങ്ക് വഹിക്കുന്നു.

യഥാർത്ഥത്തിൽ അൽസ്ഹൈമേഴ്സ് രോഗം ഓർമ്മക്കുറവിന്റെ എന്തെങ്കിലും ലക്ഷണങ്ങൾ കാണിക്കുന്നതിനു വളരെ മുമ്പ് തന്നെ മസ്തിഷ്കത്തിൽ പ്രവർത്തനം ആരംഭിച്ചിരിക്കുമെന്നാണ് ഡോക്ടർമാരുടെ അഭിപ്രായം. എന്നാൽ അത് നേരത്തെ മനസ്സിലാക്കുന്നതിനു ചില ടെസ്റ്റുകൾ അവർ നിർദ്ദേശിക്കുന്നു. രോഗം വരാൻ സാദ്ധ്യതയുള്ളവരുടെ ഉമിനീരിലുള്ള ചില ഘടകങ്ങൾ (saliva) അൽസ്ഹൈമേഴ്സ് രോഗത്തിന്റെ അടയാളങ്ങൾ കാണിക്കുമത്രെ. ആരംഭദിശയിലുള്ള രോഗത്തിനു മൃദുലമായ അവബോധക്ഷയം (mild cognitive impairment - MCI) എന്നാണ് പറയുന്നത്. MCI സമയത്ത് ചെറിയ തോതിലുള്ള അമിലോയിഡ് പ്ലാക്കുകൾ (amyloid plaques) അലിയിച്ചുകളയുന്നതിനുള്ള മരുന്നുകളും ഇന്നു ലഭ്യമാണ്. മറ്റു ചില പ്രധാന കാര്യങ്ങളും ശാസ്ത്രജ്ഞർ എടുത്തു പറയുന്നുണ്ട്. അവബോധക്ഷയം (cognitive impairment) പുരുഷന്മാരെ അപേക്ഷിച്ച് സ്ത്രീകളിൽ വളരെ കൂടുതലാണ്. അതുകൊണ്ടാണ് കൂടുതൽ സ്ത്രീകളിൽ അൽസ്ഹൈമേഴ്സ് രോഗം കാണുന്നതിനു കാരണം. രണ്ടാമത്തെ കാര്യം ചെറുപ്പ

ത്തിൽ ഐക്യൂ (IQ Intelligent Quotient) കൂടുതലുള്ളവർക്ക് അവ ബോധക്ഷയം വളരെ സാവധാനത്തിലേ ഉണ്ടാകുകയുള്ളൂ എന്നുള്ളതാണ്.

2. ഹണ്ടിങ്ടൺ രോഗം (Huntington Disease)

പ്രായമാകുന്നതോടുകൂടി ഓർമ്മകൾ കുറയുന്നതിന് മറ്റൊരു കാരണം ഹണ്ടിങ്ടൺ രോഗമാണ്. തികച്ചും ജനിതകമായി ഉണ്ടാകുന്ന ഒരു രോഗമാണിത്. ഹണ്ടിങ്ടൺ രോഗമുള്ള മാതാപിതാക്കളിൽനിന്നും

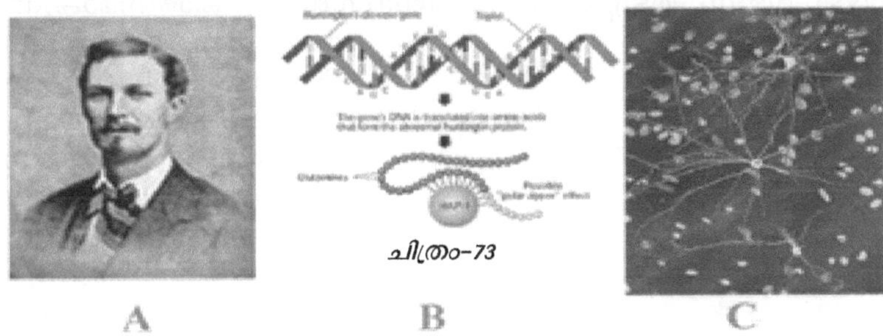

ചിത്രം-73

A ജോർജ്ജ് ഹണ്ടിംഗ്ടൺ B ജീൻ തകരാറിലാകുന്നു C ന്യൂറോണുകളിൽ ഉണ്ടാകുന്ന വ്യതിയാനം

ഉണ്ടാകുന്ന കുട്ടികളിൽ 50 ശതമാനം പേർക്കെങ്കിലും ഈ രോഗം വരാൻ സാദ്ധ്യതയുണ്ട്. 1872 ൽ ജോർജ്ജ് ഹണ്ടിങ്ടൺ (George Huntington) (ചിത്രം 73) എന്ന അമേരിക്കൻ ഡോക്ടറാണ് ഈ രോഗത്തെപ്പറ്റി ആദ്യമായി കൂടുതൽ വിശദീകരണങ്ങൾ നല്കിയത്. അടുത്ത തലമുറയിലേക്കു സംക്രമിക്കുന്ന ഒരു ജീനി (gene) ലുണ്ടാകുന്ന തകരാറാണ് ഹണ്ടിങ്ടൺ രോഗമുണ്ടാക്കുന്നത് (ചിത്രം 68 b) ഓർമ്മ നഷ്ടപ്പെടൽ, ഡിപ്രഷൻ, മാനസിക നിലയിലുണ്ടാകുന്ന വ്യതിയാന ങ്ങൾ ഇവയാണ് പ്രാരംഭലക്ഷണങ്ങളായി കാണുന്നത്. മസ്തിഷ്ക കോശങ്ങളിലുണ്ടാകുന്ന തകരാറാണ് ചിത്രം 68 c യിൽ കാണിച്ചിരി ക്കുന്നത്. രോഗം വർദ്ധിക്കുന്നതോടുകൂടി തനിയേ ജോലികൾ ചെയ്യു ന്നതിനു ബുദ്ധിമുട്ടുണ്ടാകും. വളരെ ചെറിയ ശതമാനം ആൾക്കാരിലേ ഈ രോഗം കാണാറുള്ളൂ.

3. പാർക്കിൻസൺ രോഗം (Parkinson disease)

ഡൊപാമൈൻ (Dopamine) എന്ന ന്യൂറോ ട്രാൻസ്മിറ്റർ ഉല്പാദിപ്പിക്കുന്ന മസ്തിഷ്ക കോശങ്ങൾക്ക് തകരാറു സംഭവിക്കുന്നതു കൊണ്ടാണ് പാർക്കിൻസൺ രോഗം ഉണ്ടാകുന്നത്. ജയിംസ് പാർക്കിൻ

ജെയിംസ് പാർക്കിൻസണും അദ്ദേഹത്തിന്റെ സുപ്രസിദ്ധ പുസ്തകവും
ചിത്രം-74

സൺ (1750 – 1824) എന്ന ബ്രിട്ടീഷ് ഭിഷഗ്വരൻ (ചിത്രം 74) അദ്ദേഹത്തിന്റെ "An essay of shaking Palsy" എന്ന ഗ്രന്ഥത്തിലാണ് ആദ്യമായി ഈ രോഗത്തെപ്പറ്റി വിവരിക്കുന്നത്. പാർക്കിൻസൺ രോഗത്തിന്റെ പ്രധാന ലക്ഷണം വിറയൽ, പേശികൾ വലിഞ്ഞ് മുറുകുക എന്നിവയാണെങ്കിലും നല്ലൊരു ശതമാനം രോഗികളിൽ മറവിരോഗവും കണ്ടുവരാറുണ്ട്.

ഡൊപാമൈനിന്റെ അപര്യാപ്തത കാരണം ബേസിൽ ഗാംഗ്ലിയായിൽനിന്നും മോട്ടോർ കോർട്ടെക്സിലേക്കുള്ള സഞ്ചാരപഥത്തിൽ (pathways) വരുന്ന തടസ്സങ്ങൾ പാർക്കിൻസണിനു കാരണമാകുന്നു. സബ്സ്റ്റാൻഷ്യ നൈഗ്രാ (Substantia Nigra) എന്ന മസ്തിഷ്കകേന്ദ്രത്തിലുള്ള കോശങ്ങളുടെ നാശവും ഈ രോഗത്തിനു കാരണമാകുന്നുണ്ട്. (ചിത്രം 75) സബ്സ്റ്റാൻഷ്യ നൈഗ്ര എന്ന ഈ ഭാഗം പാർക്കിൻസൺ രോഗികളിൽ താരതമ്യേന ചെറുതായി കാണപ്പെടുന്നു. കൂടാതെ കോഡറ്റ് ന്യൂക്ലിയസ്, പുട്ടാമിൻ, തലാമസിലുള്ള സബ് തലാമിക് ന്യൂക്ലിയസ് എന്നീ ഭാഗങ്ങളിലുണ്ടാകുന്ന തകരാറുകളും പാർക്കിൻസൺ രോഗത്തിന് കാരണമാകുന്നുവെന്ന് ഏറ്റവും പുതിയ ഗവേഷണ ഫലങ്ങൾ കാണിക്കുന്നു. അൾസ്ഹൈമേഴ്സ് രോഗം പോലെ പാർക്കിൻസൺ രോഗവും, ഡൊ പാമൈനിന്റെ നിലവാരം ഉയർത്താനുതകുന്ന 'എൽഡോപാ' തുടങ്ങിയ മരുന്നുകൾ നല്കുക എന്നതു മാത്രമാണ് സ്വല്പമെങ്കിലും ആശ്വാസം നല്കുന്ന ചികിത്സ - രോഗം വളരെയധികം മൂർച്ഛിച്ച രോഗികളിൽ ചെറിയ ഇലക്ട്രോഡുകൾ ഗ്ലോബസ് പാലിഡസിൽ (globus pallidu) കടത്തിവച്ചുള്ള ഡിപ്ബ്രെയിൻ സ്റ്റിമുലേഷൻ എന്ന ആധുനിക ചികിത്സയും നല്കാറുണ്ട്. (ചിത്രം 76) ചിത്രത്തിൽ കാണിച്ചിരിക്കുന്ന തുപോലെ ഒരു ചെറിയ ഇലക് ട്രോഡ്

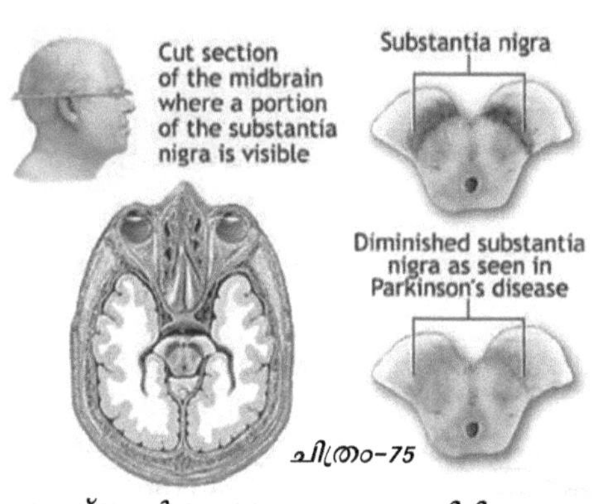

ചിത്രം–75

സബ്സ്റ്റാൻഷ്യ നൈഗ്ര ചറുതായിരിക്കുന്നു

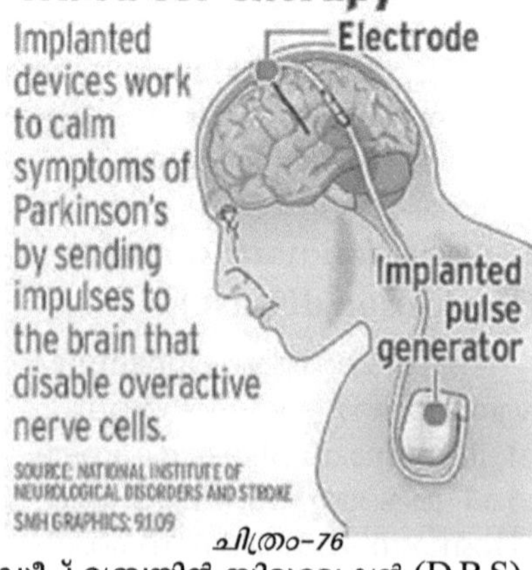

ചിത്രം–76

ഡീപ് ബ്രെയിൻ സ്റ്റിമുലേഷൻ (D B S)

മസ്തിഷ്കത്തിൽ കടത്തി വച്ച് തലയോട്ടിക്ക് പുറത്തു ഘടിപ്പിച്ചിരിക്കുന്ന ഒരു പൾസ് ജനറേറ്ററിൽനിന്നും (Pulse generator) ഒരു സെക്കന്റിൽ 100 പൾസ് എന്ന നിരക്കിൽ ഇലക്ട്രിക്കൽ സിഗ്നൽ കടത്തിവിടുക എന്നതാണ് ഈ ചികിത്സയുടെ രീതി. പൂർണ്ണമായ ഫലങ്ങൾ ഡോക്ടർക്കു ലഭ്യമല്ലെങ്കിലും അനേകം രോഗികളിൽ അവരുടെ വിറയലിനും കോച്ചിപ്പിടുത്തത്തിനും വളരെ ആശ്വാസം ലഭിക്കുന്നുണ്ട്.

4. മന്ദബുദ്ധി (Autism)

മാനസിക വ്യാപാരങ്ങളെ തകരാറിലാക്കുന്ന മറ്റു പല രോഗങ്ങളെപ്പറ്റിയും ഇവിടെ പരാമർശിക്കേണ്ടിയിരിക്കുന്നു. അതിൽ ഏറ്റവും പ്രധാനപ്പെട്ടത് കുട്ടികളിൽ കാണപ്പെടുന്ന ഓട്ടിസം (Autism) മാണ്. തലച്ചോറിലും അനുബന്ധ നാഡീവ്യൂഹങ്ങളിലും സംഭവിക്കുന്ന വൈകല്യങ്ങൾമൂലമാണ് ഓട്ടിസം ഉണ്ടാകുന്നത്. മറ്റുള്ളവരുമായി ആശയവിനിമയം നടത്തുന്നതിനുള്ള ബുദ്ധിമുട്ടും കാര്യങ്ങൾ ഗ്രഹിക്കുന്നതിനുള്ള കഴിവ് കുറവും ബുദ്ധിപരമായ പ്രവർത്തനങ്ങളിലുള്ള മന്ദബുദ്ധിയും ഇങ്ങനെയുള്ളവരിൽ കാണപ്പെടുന്നു (ചിത്രം - 68). ലോകാരോഗ്യ സംഘടനയുടെ കണക്കുപ്രകാരം ആയിരത്തിൽ ആറ് കുട്ടികൾക്കെങ്കിലും ഓട്ടിസം ഉണ്ട്. മന്ദബുദ്ധികളായി ജനിക്കുന്നതിനു പ്രധാന കാരണം ജനിതക തകരാറു കളാണെന്നു പറയാം. തലയുടെ ക്രമാതീതമായ വലിപ്പം, രക്തകുഴലുക ളിലെ തടസ്സം എന്നിവ ഓട്ടിസത്തിനു കാരണങ്ങളായി കാണുന്നു. ചില രോഗപ്രതിരോധ കുത്തിവയ്പുകൾ, മെർക്കുറി വിഷം, തലച്ചോറിനെ ബാധിക്കുന്ന പനി, ഗർഭകാലത്തു വരുന്ന അണുബാധ എന്നിവയും കുട്ടികൾ മന്ദബുദ്ധികളായിത്തീരാനുള്ള കാരണങ്ങളാണ്. തലച്ചോറിന്റെ ഏതെങ്കിലും ഒരു പ്രത്യേകഭാഗത്തിന്റെ തകരാറുകൊണ്ടല്ല ഓട്ടിസം ഉണ്ടാകുന്നത്. ആശയ വിനിമയത്തിനും

ചിത്രം-75
ജോൺ കോൺസ്റ്റന്റീനോ

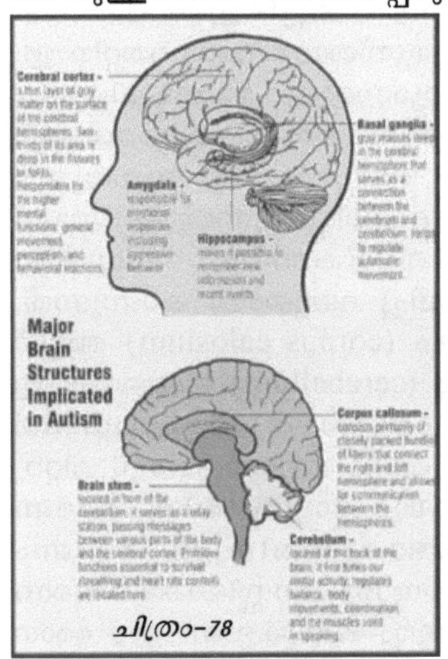

ചിത്രം-78
ഓട്ടിസം ബാധിക്കുന്ന പ്രധാന മസ്തിഷ്ക ഭാഗങ്ങൾ

ജ്ഞാനസമ്പാദനത്തിനുമുള്ള കേന്ദ്ര ങ്ങളെ ബന്ധിപ്പിക്കുന്ന നാഡീകോശ ങ്ങളുടെ ശൃംഖലയിലുള്ള അപര്യാപ് തതയാണ് ബുദ്ധിയുടെ വളർച്ചയെ പ്രതികൂലമായി ബാധിക്കുന്നതെന്ന് വാഷിങ്ടണിലെ സെന്റ് ലൂയി ഹോസ്പിറ്റലിലെ (St. Louis Hospsital, Washington) ഡോക്ടറന്മാർ തെളിയിച്ചിട്ടുണ്ട്. സെന്റ് ലൂയിസ് ഹോസ്പിറ്റലിലെ ഡോ. ജോൺ കോൺസ്റ്റന്റിനോ (John Constantino) യുടെ ചിത്രമാണ് ചിത്രം 77 ൽ കൊടുത്തിരിക്കുന്നത്. കുട്ടികളുടെ വളർച്ചയുടെ പ്രാരംഭ കാലത്ത് തന്നെ അതായത് ഭ്രൂണത്തിന്റെ ഒന്നു രണ്ടു മാസമാകുമ്പോൾ തന്നെ മസ്തിഷ്കത്തിലെ ന്യൂറോണിന്റെ വളർച്ചയിലുണ്ടാകുന്ന പാകപ്പിഴകളാണ് ഓട്ടിസത്തിനു കാരണമാകുന്നതെന്ന് മിക്കവാറും എല്ലാ ഡോക്ടർമാരും സമ്മതിക്കുന്നുണ്ട്. ന്യൂറോണുകൾ തമ്മിൽ ബന്ധിക്കപ്പെടുന്ന സിനോപ്സിസ് ജങ്ഷനിലാണ് തകരാറുകൾ തുടങ്ങുന്നത്. ഇതിനു മിക്കവാറും കാരണം ജനിതകമായ തകരാറുകളാണുതാനും. ഓട്ടിസം ബാധിക്കുന്ന മസ്തിഷ്കഭാഗങ്ങളാണ് ചിത്രം 78 കാണിച്ചിരിക്കുന്നത്. സാധാരണ കുട്ടികളുടെ മസ്തിഷ്കത്തിൽ കാണുന്ന രീതിയിൽനിന്നും വ്യത്യസ്തമായ ക്രമം തെറ്റിയുള്ള സഞ്ചാരപഥങ്ങളുടെ (pathways) വിന്യാസമാണ് മന്ദബുദ്ധികളായ കുട്ടികളുടെ മസ്തിഷ്കത്തിൽ കാണുന്നത്. മസ്തിഷ്കകോശങ്ങൾ തമ്മിലുള്ള ആശയവിനിമയത്തിന് ഇത് തടസ്സമാകുന്നു. ആവശ്യത്തിൽക്കൂടുതൽ തന്തുക്കൾ ന്യൂറോണുകളെ ബന്ധിപ്പിക്കുന്നതുകൊണ്ടാണ് മന്ദബുദ്ധികളായ കുട്ടികളുടെ മസ്തിഷ്കത്തിനു സാധാരണ കുട്ടികളുടെ മസ്തിഷ്കത്തെ അപേക്ഷിച്ച് വലുതായി കാണുന്നത്. അതുപോലെ കോർപ്പസ് കലോസിയവും (corpus calosium) അമിഗ്ഡാലയും (Amygdala) സെറിബെല്ലവും (cerebellum) ഇങ്ങനെയുള്ള കുട്ടികളിൽ വ്യത്യസ്തമായിരിക്കും. (ചിത്രം 79) സെറോറ്റിനിൻ (Serotinin), ഗ്ലൂട്ടോമേറ്റ് (glutomate) എന്നീ ന്യൂറോട്രാൻസ് മിറ്ററുകളിലുണ്ടാകുന്ന അസന്തുലിതാവസ്ഥയും ഓട്ടിസത്തിനു കാരണമാകുന്നു. കുട്ടികളിൽ ഓട്ടിസം ഉണ്ടാകുന്നതിനുള്ള കാരണം ജനിതകമാണെന്ന് അധികം ശാസ്ത്രജ്ഞന്മാരും മനസ്സിലാക്കിയിരുന്നെങ്കിലും ആധുനിക കാലത്താണ് ഏതെല്ലാം ജീനുകളാണ് ഈ രോഗത്തിനു കാരണമാകുന്നതെന്ന് കണ്ടെത്തുന്നതിന് വിശദമായ ഗവേഷണങ്ങൾ നടന്നത്. സാൻഫ്രാൻസിസ്കോയിലെ കാലിഫോർണിയാ

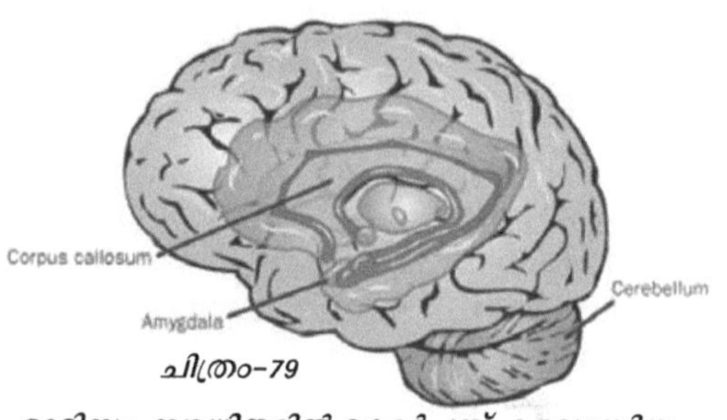

ചിത്രം–79
ഓട്ടിസം ബാധിതരിൽ കോർപ്പസ് കലോസിയം വ്യത്യസ്തമായിരിക്കുന്നു

യൂണിവേഴ്സിറ്റിയിലെ (UCSF, California) ഡോ. മാത്യു ഡബ്ല്യു സ്റ്റേറ്റും (Mathew W State) (ചിത്രം 80 a) അദ്ദേഹത്തിന്റെ ശിഷ്യനായ ജെർമി വിൽസെയുടെയും (Jermy Willsey) (ചിത്രം 80 b) നേതൃത്വത്തിൽ നടത്തിയ ഗവേഷണങ്ങൾ ഓട്ടിസത്തിന്റെ ഉത്ഭവത്തിനു കാരണമാകുന്ന ജീനുകളിലേക്ക് വെളിച്ചം വീഴ്ത്തുന്നതാണ്. ഏകദേശം ആയിരത്തിലധികം ജീനുകളാണ് ഓട്ടിസം സ്പെക്ട്രം ഡിസ്ഓർഡറി (Autism spectrum disorder - ASD)നു കാരണമാകുന്നതെന്ന് കരുതിയിരുന്നത്. നിരവധി പരീക്ഷണങ്ങളുടേയും വളരെയേറെ 'ജെനോം' (genom) പരിശോധനയ്ക്കു ശേഷം ഏതാണ്ട് ഒൻപത് ജീനുകളിലേക്ക് എഎസ് ഡി (ASD)ചുരുക്കി. ഈ ഒൻപതു ജീനുകളും ഭ്രൂണത്തിന്റെ വളർച്ച പത്തുമുതൽ 20 ആഴ്ചകൾ ആകുമ്പോൾ പ്രീഫ്രോണ്ടൽ കോർട്ടെക്സിന്റെ അഞ്ചാമത്തെ പാളിയിൽ (fifth layer of prefrontal cortex) രൂപംകൊള്ളുന്നതുമാണ്. ഈ കുട്ടികളിൽ ഓട്ടിസം ഉണ്ടാകാതിരിക്കുന്നതിനുവേണ്ടി പ്രതിവിധികൾ കൈക്കൊള്ളാൻ ഈ കണ്ടെത്തലുകൾ ഉപകരിക്കും.

ചിത്രം-80
മാത്യു സ്റ്റെയിറ്റ് ജർമിവിൽസേ ഓട്ടിസത്തിനു കാരണമാകുന്ന ജീനുകളെ കണ്ടുപിടിച്ചു

5. സ്കിസോഫ്രിനിയ (Schizophrenia)

മാനസിക വ്യാപാരങ്ങളെ വളരെയധികം വികലമാക്കുന്ന ഒരസുഖമാണ് സ്കിസോഫ്രീനിയ. മനസ്സിൽ ഒരു ചിന്ത വരുകയും മറ്റൊന്ന് പ്രവർത്തിക്കുകയും ചെയ്യുന്നത് ഈ രോഗത്തിന്റെ പ്രധാന ലക്ഷണങ്ങളാണ്. ധിഷണാപരവും വൈകാരികവുമായ പ്രക്രിയകൾ പരസ്പരം ഒത്തുപോകാത്ത അവസ്ഥ ഈ രോഗത്തിൽ കാണാം. ആധുനിക കാലത്താണ് ഈ രോഗത്തെപ്പറ്റി പഠിച്ച് ആധികാരികമായ നിരവധി ശാസ്ത്രസത്യങ്ങൾ നല്കിയിട്ടുള്ളത് ബ്രിട്ടീഷ് മനഃശാസ്ത്രജ്ഞനായ എമിൽ കെർപ്പെലിനും (Dr.Emil Karpeline) സ്വിസ് ഡോക്ടറായ

ചിത്രം-81
എമിൽ കെർപ്പെലിനും യൂജിൻ ബ്ളൂവറും

(PET- ചിത്രങ്ങൾ)

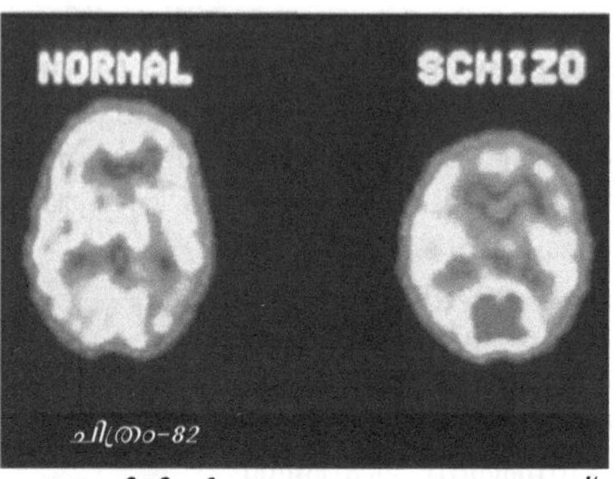

ബ്രെയിനിന്റെ ഏതെല്ലാം ഭാഗങ്ങളെയാണ് സ്കിസോഫ്രേനിയ രോഗം ബാധിക്കുന്ന തെന്ന് കാണിച്ചിരിക്കുന്നു

യൂജിൻ ബ്ളൂവറും (Eugine Bluer) (ചിത്രം 81) മാണ്. യഥാർത്ഥമായ ചുറ്റുപാടുകളിൽ നിന്നും കാര്യങ്ങൾ ഗ്രഹിക്കാൻ കഴിവില്ലാതെ വരുക, അനാവശ്യശബ്ദങ്ങൾ കേൾക്കുന്നു എന്ന തോന്നൽ, അതിൽനിന്നുമുണ്ടാകുന്ന വിഭ്രാന്തി, തമ്മിൽ ബന്ധമില്ലാത്ത രീതിയിലുള്ള സംഭാഷണം, മറ്റുള്ളവരോട് ഒത്തുപോകാനുള്ള വിഷമത എന്നിവയൊക്കെ സ്കി സോഫ്രീനിയയുടെ ലക്ഷണങ്ങളായി കണക്കാക്കാം. ഈ രോഗം മസ്തിഷ്കത്തിന്റെ ഏതെല്ലാം ഭാഗങ്ങളെയാണ് ബാധിക്കുന്നതെന്ന് ചിത്രം 82 വ്യക്തമാക്കുന്നു.

മസ്തിഷ്കത്തിന്റെ പ്രധാനപ്പെട്ട പല ഭാഗങ്ങളും ഈ രോഗത്തിന്റെ പിടിയിൽ തകരാറിലാകുന്നുണ്ട്. വൈകാരികമായ പ്രവർത്തനങ്ങളെയും അവയവങ്ങളുടെ സംവേദനക്ഷമതയെ നിയന്ത്രിക്കുന്ന ബാസിൽ ഗാംഗില (Basal Gangila) എന്ന മസ്തിഷ്ക കേന്ദ്രം സ്കിസോഫ്രീനിയ രോഗത്തിൽ തകരാറിലാകുന്നു. കൂടാതെ ബാസിൽ ഗാംഗിലിയാലുണ്ടാകുന്ന ഡൊപാനെമിന്റെ (Dopamine) തടസ്സം ഈ രോഗത്തിലുണ്ടാകുന്ന വിഭ്രാന്തി, മതിഭ്രമം എന്നിവയ്ക്കു കാരണമാകുന്നു. ഈ രോഗം ഫ്രണ്ടൽ ലോബിനെ ബാധിക്കുന്നതുകൊണ്ടാണ് ധിഷണാപരവും വൈകാരികവുമായ പ്രക്രിയകൾ യോജിച്ചുപോകുന്ന അനുഭവം ഉണ്ടാകാത്തത്.

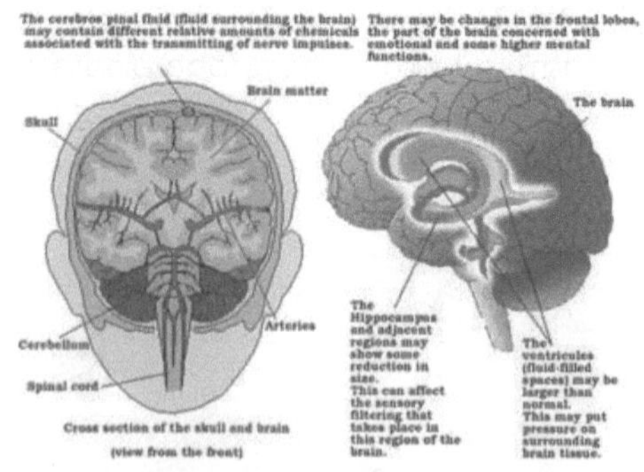

സാധാരണ ഒരാളുടെ മസ്തിഷ്ക്കവും ഫ്രാനിയാ ബാധിച്ച രോഗിയുടേ മസ്തിഷ്ക്കവും ചിത്രം-83

സാധാരണ ഒരാളുടെ മസ്തിഷ്കവും സ്കിസോഫ്രീനിയ രോഗിയുടെ മസ്തിഷ്കവും തമ്മിലുള്ള വ്യത്യാസം ചിത്രം 82 ൽ കൊടുത്തിരിക്കുന്നു. ഈ രോഗികളുടെ ടെമ്പറൽ ലോബ് (Temporal lobe) ഉൾപ്പെട്ട കീഴ്ഭാഗം അധികം പ്രവർത്തനനിരതമായിരിക്കുക യും അതേസമയം യുക്തി ചിന്തയുടെയും മേധാശക്തിയുടെയും കേന്ദ്രങ്ങൾ ഉൾക്കൊ

ള്ളുന്ന ഫ്രണ്ടൽ ലോബ് (frontal lobe) തീരെ പ്രവർത്തന നിരതമല്ലാതായിരിക്കുകയും ചെയ്യും. സാധാരണ ഒരാളുടെ മസ്തിഷ്കവും സ്കിസോഫ്രിനിയ ബാധിച്ച ഒരാളുടെ മസ്തിഷ്കവും ചിത്രം 83 കാണിച്ചിരിക്കുന്നു.

സ്കിസോഫ്രിനിയാ രോഗിയിലുണ്ടാകുന്ന ക്ഷോഭം, ദേഷ്യം, പ്രക്ഷുബ്ധാവസ്ഥ എന്നിവയ്ക്ക് കാരണം ഈ രോഗം ലിംബിക് സിസ്റ്റത്തെ ബാധിക്കുന്നതുകൊണ്ടാണ്. ഹിപ്പോക്കാമ്പസിലുണ്ടാകുന്ന തകരാറുകൾ ഓർമ്മയെ ബാധിക്കുന്നു ഒസിപ്പാറ്റൽലോബിനെ ബാധിക്കുന്നതുകൊണ്ട് ഈ കേന്ദ്രത്തിൽ അടങ്ങിയിരിക്കുന്ന വിഷ്വൽ കോർട്ടെക്സിനെയും ആഡിറ്ററി കോർട്ടെക് സിനെയും തകരാറിലാക്കുന്നു. തൽഫലമായി അനാവശ്യ ശബ്ദങ്ങൾ കേൾക്കുന്നതായും കാഴ്ചയിൽ മങ്ങലും മുന്നിലില്ലാത്ത വസ്തുക്കളും ആളുകളും അവിടെയുണ്ടെന്ന തോന്നലും ഉണ്ടാകുന്ന കാരണം ഓട്ടിസത്തിൽ എന്നപോലെ ഈ രോഗത്തിനു കാരണം ജനിതകമാകാനുള്ള സാദ്ധ്യതയുമുണ്ട്. അടുത്ത ഭാവിയിൽ ത്തന്നെ ഈ രോഗത്തിനുകാരണമാകുന്ന ജീനുകളെ തരംതിരിച്ച് കണ്ടെത്തുവാൻ ശാസ്ത്രജ്ഞർക്കു കഴിയുമെന്ന് വിശ്വസിക്കാം.

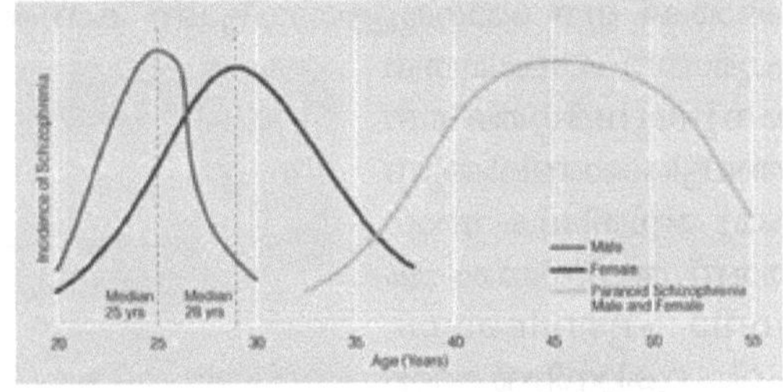

സ്കിസോഫ്രീനിയായും പ്രായവും കാണിക്കുന്ന ഗ്രാഫ് ചിത്രം-84

കൗമാരത്തിൽനിന്നും യൗവനത്തിലേക്കു കടക്കുന്നവരിലാണ് അധികമായും സ്കിസോഫ്രിനിയാ കണ്ടുവരുന്നത്. ചിത്രം 84 കാണുക. സാധാരണയായി സ്ത്രീകളിൽ 28 വയസ്സിനടുത്തും പുരുഷന്മാരിൽ 25 വയസ്സിലും ഈ രോഗം കണ്ടുവന്നേക്കാം. ഈ രോഗത്തിന്റെ മറ്റൊരു വകഭേദമായ പാരനോയിഡ് സ്കിസോഫ്രിനിയ (Paranoid Schizophrenia) 45 വയസ്സിനും 50 വയസ്സിനുമിടയിൽ ഉള്ളവരിലാണ് സാധാരണ കാണപ്പെടുക. ലോക ജനതയിൽ 1000 ൽ 4 പേർക്ക് ഇത് കാണപ്പെടുന്നു എന്നാണ് കണക്ക്.

ഡൊപാമൈനിന്റെ പ്രവർത്തനം മന്ദീഭവിപ്പിക്കുന്നതിനുള്ള മരുന്നും നല്ല ഉപദേശങ്ങളും രോഗിക്കു നല്കുക എന്നുള്ളതാണ് ഈ രോഗത്തിനുള്ള ചികിത്സ. ശാസ്ത്രീയ പഠനങ്ങൾ പുറത്തുവരുന്നതിനു മുമ്പ് അക്രമാസക്തമായി പെരുമാറുന്ന എല്ലാ രോഗങ്ങൾക്കും ഭ്രാന്ത് (Lunacy) എന്നാണ് പറഞ്ഞുവന്നിരുന്നത്. ചിത്തഭ്രമം ഉള്ളവരോട് സഹജീവികളുടെ പെരുമാറ്റവും അത്ര സഹതാപപരമല്ലായിരുന്നു. അങ്ങനെയുള്ളവരെ ചങ്ങലയ്ക്കിട്ട് മുറിയിൽ പൂട്ടിയിടുകയായിരുന്നു പണ്ട് ചെയ്തിരുന്നത്. എന്നാൽ, മാനസിക തകരാറുകൾ സൂക്ഷ്മതല

ത്തിൽ അപഗ്രഥിച്ച് വേണ്ട വിദഗ്ദ്ധ ചികിത്സ നല്കാനുള്ള സാങ്കേതിക പുരോഗതി ഇന്നു നാം കൈവരിച്ചുകഴിഞ്ഞു.

6. അപസ്മാരം (Epilepsy)

മാനസികാവസ്ഥ വളരെയധികം വികലമാക്കുകയും ശരീരം മുഴുവൻ ശക്തിയായ വിറയൽ അനുഭവപ്പെടുകയും ചെയ്യുന്ന ഗുരുതരമായ ഒരു രോഗമാണ് അപസ്മാരം. ലോകജനതയിൽ ഒരു ശതമാനം ആൾക്കാർക്ക് ഈ രോഗമുള്ളതായിട്ടാണ് കണക്കാക്കിയിരിക്കുന്നത്. വളരെ പുരാതന കാലംമുതൽ മനുഷ്യവർഗ്ഗത്തിനെ അലട്ടിക്കൊണ്ടിരിക്കുന്ന ഒരു മസ്തിഷ്ക രോഗമാണ് അപസ്മാരം അഥവാ ചുഴലിരോഗം. ഹിപ്പോക്രിറ്റസിന്റെ കാലം വരെ ഒരു പിശാചുബാധയായി ഇതിനെ കണക്കാക്കിയിരുന്നു. അപസ്മാരത്തിന്റെ അടിസ്ഥാന കാരണം മസ്തിഷ്കകോശങ്ങളുടെ വൈകല്യമാണ്. 10 ശതമാനം അപസ്മാര രോഗികളിലെങ്കിലും ഈ രോഗം ജനിതകമായി ഉണ്ടാകുന്നു. പലതും കൗമാരപ്രായം കഴിയുമ്പോൾ വിട്ടുമാറുന്നവയാണ്. മെനിൻജൈറ്റിസ്, മസ്തിഷ്കത്തിനേല്ക്കുന്ന ക്ഷതങ്ങൾ, പക്ഷാഘാതം (stroke), മസ്തിഷ്കത്തിലുണ്ടാകുന്ന മുഴ (Brain tumour) എന്നിവ അപസ്മാരം ഉണ്ടാകുന്നതിനുള്ള ചില കാരണങ്ങളാണ്. 1924 ൽ ജർമ്മൻ ഭിഷഗ്വരനായ ഹാൻസ് ബെർഗർ (Hans Berger) ആദ്യമായി മസ്തിഷ്ക തരംഗങ്ങൾ റിക്കാർഡു ചെയ്തപ്പോൾ മുതൽ അപസ്മാരത്തിന്റെ നിർണ്ണയത്തിന് എലക്ട്രോ എൻസെഫലോഗ്രാഫ് (Electro encephelograph EEG) വ്യാപകമായി ഉപയോഗിച്ചു തുടങ്ങി. ഒരപസ്മാര രോഗിയുടെ ക്ഷോഭാവസ്ഥയിലും സാധാരണ അവസ്ഥയിലുമുള്ള മസ്തിഷ്കതരംഗങ്ങളാണ് ചിത്രം 85 ലെ "ഇ ഇ ജി"യിൽ

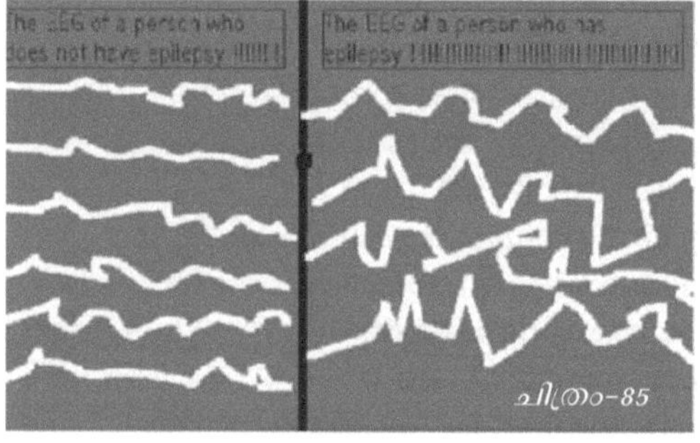

മസ്തിഷ്ക്കത്തിലെ ന്യൂറോണുകളുടെ ഉള്ള EEG (വലത്) രോഗം ഇല്ലാത്ത ഒരാളുടെ EEG (ഇടത്)

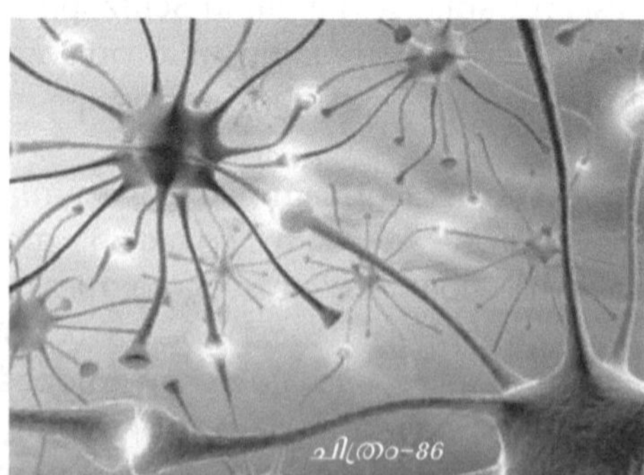

മസ്തിഷ്ക്കത്തിലെ ന്യൂറോണുകളുടെ ക്രമം തെറ്റിയുള്ള ഫയറിംഗ് അപസ്മാരത്തിനു കാരണമാകുന്നു

എലിസബെത്ത് തീൽ

കാണിച്ചിരിക്കുന്നത്. മസ്തിഷ്ക കോശങ്ങളുടെ ക്രമം തെറ്റിയുള്ള ഫയറിങ് (Firing) മൂലമാണ് കഠിനമായ വിറയലിന് കാരണമാകുന്ന തെന്നും ശാസ്ത്രജ്ഞന്മാരുടെ ഇടയിൽ അഭിപ്രായമുണ്ട് (ചിത്രം - 86). മസ്തിഷ്കത്തിലെ ഏതെല്ലാം ഭാ ഗത്തെ തകരാറുകൊണ്ടാണ് അപസ്മാരം ഉണ്ടാകുന്നതെന്ന് ഡോക്ടറന്മാർക്ക് കണ്ടു പിടിക്കാൻ സാധിച്ചിട്ടില്ല. ഇടതും വലതുമുള്ള ഫ്രോണ്ടൽ ലോബുകളെ തമ്മിൽ ബന്ധിപ്പി ക്കുന്ന കോർപ്പസ് കലോസം വിച്ഛേദിക്കുക, ടെമ്പറൽ ലോബിന്റെ ഒരു ഭാഗം മുറിച്ചു മാറ്റുക തുടങ്ങിയ സങ്കീർണ്ണമായ ചികിത്സാരീതികൾ നിലവിലുണ്ട്.

അടുത്തകാലത്ത് മസാച്ചുസെറ്റിലെ ഹാർവാർഡ് സ്കൂൾ ഓഫ് മെഡിസിനിലെ (Harvard School of Medicine, Masachusette) ഡോ. എലിസബെത്ത് തീൽ (Elizabeth Thiele) (ചിത്രം 87) പ്രത്യേകതരം ഭക്ഷണം അപസ്മാര ചികിത്സയ്ക്കു പ്രതിവിധിയായി നിർദ്ദേശിക്കുന്നുണ്ട്. കിറ്റോൺ വളരെ കുറഞ്ഞ ആഹാരരീതികൊണ്ട് രക്തത്തിലെ ബ്ളഡ് ഷുഗർ നില വളരെ താഴ്ത്തിയുള്ള ചികിത്സാരീതി വളരെ പ്രയോജനകരമാണന്ന് അവർ അവകാശപ്പെടുന്നു.

(G) ബ്രെയിൻ ട്യൂമർ (Brain Tumour)

മനസ്സിന്റെ ഇരിപ്പിടമായ മസ്തിഷ്കത്തെ കാര്യമായി ബാധിക്കുന്ന ഒരു അസുഖമാണ് അതിലുണ്ടാകുന്ന മുഴ (Tumour). തലച്ചോറിന്റെ ഏതു ഭാഗത്തും മുഴ ഉണ്ടാകാവുന്നതാണ്. മാനസിക വ്യാപാരങ്ങളെ നിയന്ത്രിക്കുന്ന അതിപ്രധാന കേന്ദ്രങ്ങ ളായ സെറിബ്രൽ കോർട്ടെക്സ്, തലാ മസ്, ഹിപ്പോക്കാമ്പസ് തുടങ്ങിയ ഭാഗങ്ങളെ ബാധിക്കുന്ന ടൂമർ അതിനിരയാകുന്ന വരുടെ ബുദ്ധിയേയും ഓർമ്മയേയും മാരകമായ വിധത്തിൽ ബാധിക്കുന്ന താണ്. മസ്തിഷ്കത്തിന്റെ ഏതുഭാഗത്തു ണ്ടാകുന്നു, എപ്പോൾ കണ്ടുപിടിക്കുന്നു, ശസ്ത്രക്രിയ സാദ്ധ്യമാകുന്ന ഇടത്തിലാ ണോ മുഴയുള്ളത് എന്നിങ്ങനെയുള്ള കാര്യങ്ങളെ അടിസ്ഥാനമാക്കിയാണ് ബ്രെയിൻ ടൂമറിന്റെ ഗുരുതരാവസ്ഥ നിർണ്ണയിക്കുന്നത്. ഇടതു ഭാഗത്തെ സെറിബ്രൽ കോർട്ടെക്സിൽ രൂപപ്പെടുന്ന ടൂമറിന്റെ PET (Positrom Emission Tomography) ചിത്രമാണ് (ചിത്രം - 88 ൽ) കാണിച്ചിരിക്കുന്നത്.

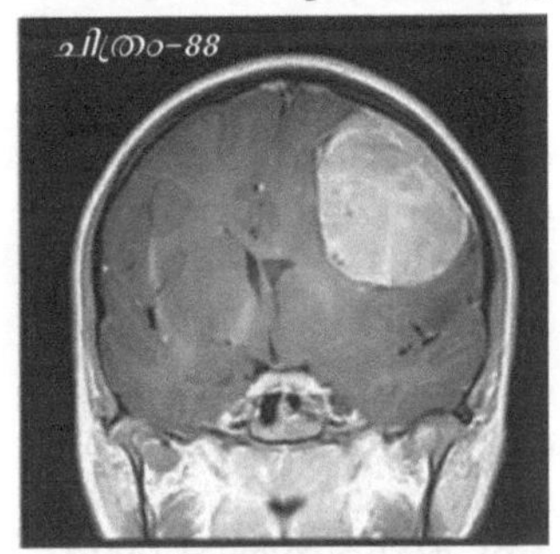

ഇടതുഭാഗത്തെ സെറിബ്രൽ കോർട്ടെക്സിൽ രൂപം കൊണ്ട ട്യൂമർ

ടൂമറിനു കാരണമായി കാണുന്നത് പ്രധാനമായും ക്യാൻസറാണ്. മറ്റെല്ലാ ക്യാൻസറിന്റെ കാര്യത്തിലെന്നപോലെ ജനിതകമായി വരാൻ സാദ്ധ്യതയുള്ള ഒരസുഖമാണ് തലച്ചോറിലുണ്ടാകുന്ന മുഴയും. രോഗ ഗ്രസ്തമായ ഭാഗം ശസ്ത്രക്രിയയിലൂടെ നീക്കം ചെയ്യുകയെന്നതാണ് പ്രധാനമായ ചികിത്സാരീതി. എന്നാൽത്തന്നെ ശസ്ത്രക്രിയ ചെയ്ത ഭാഗത്തു പ്ലാസ്മ (Plasma) പോലുള്ള ദ്രാവകം വന്നു നിറയുന്നതിനാൽ അത് മസ്തിഷ്കത്തിന്റെ പ്രവർത്തനത്തെ കാര്യമായി ബാധിക്കും. ഓർമ്മ നഷ്ടപ്പെട്ട് ചലന സ്വാതന്ത്ര്യം തീർത്തുമില്ലാതെ ജീവിക്കേണ്ടി വരുന്ന അവസ്ഥ ദുർവ്വഹമാണ്. ശസ്ത്രക്രിയയ്ക്കുശേഷമുള്ള റേഡി യേഷനും കീമോതെറാപ്പിയു(Chemo Theraphy)മാണ് രോഗത്തിൽ നിന്നും പൂർണ്ണമായും മുക്തി നേടാനുള്ള മാർഗ്ഗം. സി ടി സ്കാൻ (Computer Tomography Scan), എം ആർ ഐ (Magnetic Resonance Imaging) തുടങ്ങിയ നവീനമായ ഉപകരണങ്ങൾ ബ്രെയിൻ ടൂമർ ആരംഭ ത്തിൽത്തന്നെ കണ്ടുപിടിക്കുന്നതിന് സഹായിക്കുന്നു.

7. പക്ഷാഘാതം (Stroke)

ബ്രെയിൻ ട്യൂമർപോലെതന്നെ മസ്തിഷ്കത്തിന്റെ പ്രവർത്തന ങ്ങളെ ഗുരുതരമായി ബാധിക്കുന്ന ഒരു രോഗമാണ് പക്ഷാഘാതം അഥവാ സ്ട്രോക്ക്. പക്ഷാഘാതമുണ്ടാകുമ്പോൾ മസ്തിഷ്കത്തിലെ അതിലോ ലമായ ലോമികകളിൽ രക്ത യോട്ടം തടസ്സപ്പെടുകയും തന്മൂലം വികസിച്ച് പൊട്ടു കയും ചെയ്യുന്നു. ഇങ്ങനെ യുണ്ടാകുന്ന രക്തപ്രവാ ഹം തലച്ചോറിൽ കെട്ടിക്കി ടക്കുന്നു. മസ്തിഷ്കത്തിന്റെ ഏതു ഭാഗത്ത് ഇതു സംഭ വിക്കുന്നു എന്നതിനെ ആശ്ര യിച്ചാണ് രോഗത്തിന്റെ ഗുരുതരാവസ്ഥ നിർണ്ണയി ക്കുന്നത്. മസ്തിഷ്കത്തി ന്റെ കേന്ദ്രങ്ങളായ സെറി ബ്രൽ കോർട്ടെക്സ്, തലാ മസ്, മിഡ്ബ്രെയിൻ (Midbrain) എന്നീ ഭാഗങ്ങളി ലുണ്ടാകുന്ന രക്തസ്രാ വവും രക്തതടസ്സവും (clot) ഒരാളുടെ അത്യാവശ്യമായ ശാരീരിക പ്രവർത്തനങ്ങ

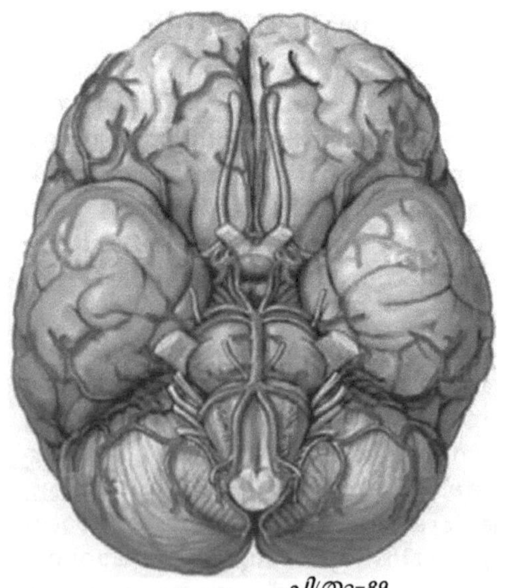

ചിത്രം–89

മസ്തിഷ്ക്കത്തിലെ വിവിധ ലോമികകളുടെ വിന്യാസം

ളെയും മാനസിക വ്യാപാരങ്ങളെയും അപകടത്തിലാക്കുന്നു. മസ്തിഷ്കത്തിലെ വിവിധ ലോമികളുടെ വിന്യാസമാണ് ചിത്രം 89 ൽ കാണിച്ചിരിക്കുന്നത്.

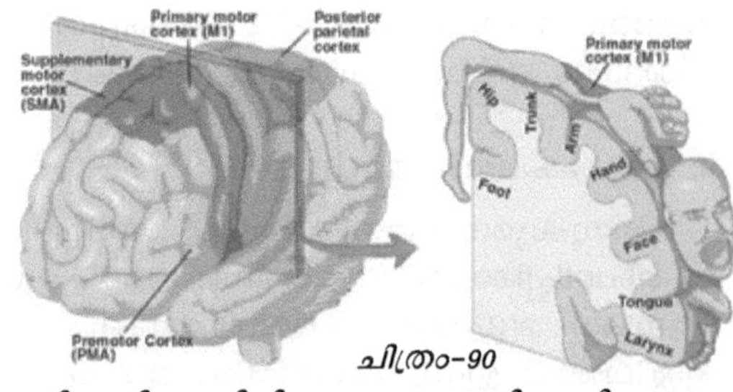

ചിത്രം-90
ശരീരത്തിലെ വിവിധ ഭാഗങ്ങളെ നിയന്ത്രിക്കുന്ന സെറിബ്രൽ കോർട്ടെക്സിന്റെ വിവിധ ഭാഗങ്ങൾ

ശരീരത്തിന്റെ ഓരോ ഭാഗങ്ങളെയും അവ യവങ്ങളെയും നിയന്ത്രിക്കുന്നത് സെറിബ്രൽ കോർട്ടെക്സിന്റെ വിവിധ ഭാഗങ്ങളാണ്. ചിത്രം 90. അതിനാൽത്തന്നെ മസ്തിഷ്കത്തിന്റെ ഏതു ഭാഗത്താണ് രക്തസ്രാവം ഉണ്ടാകുന്നത്, ആ ഭാഗം നിയന്ത്രിക്കുന്ന ശരീരഭാഗങ്ങൾ നിശ്ചലമാകും. മസ്തിഷ്കത്തിലുണ്ടാകു ന്ന ക്ലോട്ട് (clot) സാധാരണ രണ്ടു തരത്തിലാണ് കാണപ്പെടു ന്നത്. (ചിത്രം 91). രക്തക്കുഴലിലാണ് ക്ലോട്ട് ഉണ്ടാകുന്നതെങ്കിൽ അത് മസ്തിഷ്കത്തിന്റെ നല്ലൊരു ഭാഗത്തേയും പ്രവർത്തനരഹിത മാ ക്കും.

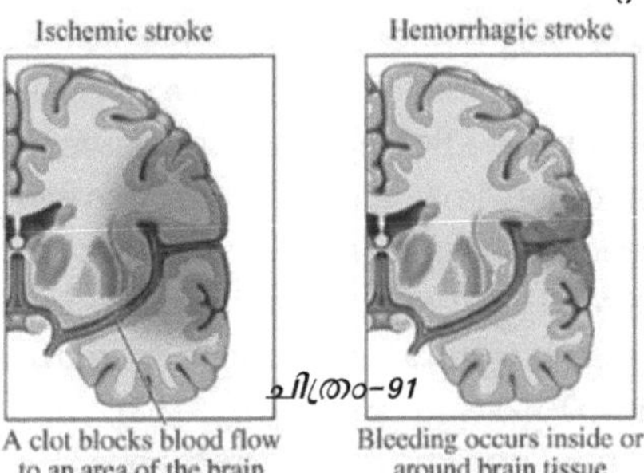

ചിത്രം-91
A clot blocks blood flow to an area of the brain
Bleeding occurs inside or around brain tissue
മസ്തിഷ്ക്കത്തിൽ രണ്ടു തരത്തിലുണ്ടാകുന്ന സ്ട്രോക്ക്

ലോമികൾ പൊട്ടിയാണ് രക്തസ്രാവം ഉണ്ടാകുന്നതെങ്കിൽ അത് കുറച്ചുഭാഗത്തെ മാത്രം ബാധിക്കുന്നു. രക്തസ്രാവമുണ്ടാകുന്ന ഭാഗമായി ബന്ധപ്പെട്ട ശാരീരിക പ്രവർത്തനങ്ങളും തകരാറിലാകുന്നു.

പക്ഷാഘാതത്തിന് ഏറ്റവും ഫലപ്രദമായ ചികിത്സ ശസ്ത്രക്രിയ തന്നെയാണ്. താക്കോൽദ്വാര ശസ്ത്രക്രിയയിലൂടെ ഇപ്പോൾ രക്തം കട്ടപിടിക്കുന്നതു മാറ്റാൻ നൂതന ചികിത്സാരീതി നടപ്പിലായിട്ടുണ്ട്. കൂടാതെ കത്തീറ്റർ (catheter) ചികിത്സയിലൂടെ രക്തക്കുഴലിലെ തടസ്സം നീക്കാനും അതുവഴി പക്ഷാഘാതത്തിന്റെ സാദ്ധ്യതകൾ കുറയ്ക്കാനും ആധുനിക ചികിത്സാരീതിയിൽ മാർഗ്ഗമുണ്ട്. തടസ്സമുള്ള രക്തക്കുഴലിൽ സ്റ്റെന്റ് (stent) കടത്തിവയ്ക്കുകയാണ് കത്തീറ്റർ ചികിത്സയിൽ ചെയ്യുന്നത്. രക്തക്കുഴലിൽ കടത്തിവച്ച് വികസിപ്പിക്കാൻ സാധിക്കുന്ന വല (net) പോലുള്ള ചെറിയ ബലൂണാണ് (Balloon) സ്റ്റെന്റ്.

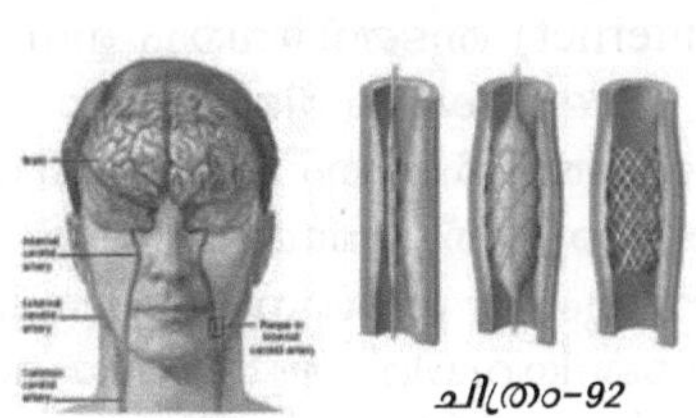
ചിത്രം-92
പക്ഷാഘാതത്തിന്റെ/ സ്റ്റെന്റ് ചികിത്സ

ഇങ്ങനെ രക്തതടസ്സം നീക്കാൻ സ്റ്റെന്റ് കടത്തിവച്ചിരിക്കുന്നതിന്റെ വിശദാംശ ങ്ങളാണ് ചിത്രം 92 ൽ കാണിച്ചിരിക്കുന്നത്.

8. അഡിക്ഷൻ (Addiction)

മനുഷ്യമനസ്സിനെ അതിന്റെ നേർവഴിയിൽനിന്നും വളരെയധികം വ്യതിചലിപ്പിക്കുന്ന ഒരു മാനസിക വൈകല്യമാണ് അഡിക്ഷൻ അഥവാ ആസക്തി. മദ്യപാനം, പുകവലി, മയക്കുമരുന്നിന്റെ ഉപയോഗം തുടങ്ങിയ ദുശ്ശീലങ്ങൾ ഇന്നു ജനജീവിതത്തെ വളരെയധികം വലയ്ക്കുന്നുണ്ട്, പ്രത്യേകിച്ച് യുവജനങ്ങളെ. ആദ്യമായി മദ്യാസക്തിയെപ്പറ്റി പ്രതി പാദിക്കാം. മദ്യപാനം പുരുഷത്വത്തിന്റെയും സ്വാതന്ത്ര്യത്തിന്റെയും ലക്ഷ ണങ്ങളായി കരുതുന്നവരാണ് അധികം പേരും. ഒരാൾ മദ്യപാനിയാകാൻ പല കാരണങ്ങളും ഉണ്ടാകും.

ജനിതകമായ കാരണങ്ങളാൽ മദ്യപാനം ഒരാസക്തിയായി മാറു ന്നുണ്ട്. മദ്യപാനികളായ അച്ഛനമ്മമാരുടെ മക്കൾ മദ്യപാനികൾ ആകാൻ സാദ്ധ്യത ഏറെയാണ്. ജീവിതത്തിലെ പിരിമുറക്കം, ബന്ധങ്ങളിലെ താളപ്പിഴകൾ, സുഹൃത്തുക്കളുടെ സ്വാധീനം തുടങ്ങിയ കാരണങ്ങളും ഒരാളെ മദ്യപാനിയാക്കുന്നു. മദ്യപാനം, പുകവലി, മയക്കുമരുന്നിന്റെ ഉപയോഗം തുടങ്ങിയ ദുശ്ശീലങ്ങൾ എല്ലാം തന്നെ ആരംഭത്തിൽ കുറേശ്ശെയായി തുടങ്ങി പിന്നെ ഒരാവശ്യമായി മാറുകയും അവസാനം അത് ഒഴിവാക്കാനാകാത്തതായിത്തീരുകയും ചെയ്യുന്നു. ഒരു വസ്തു വിനോടുള്ള ആസക്തിയിൽനിന്നും മാറിനിന്നാൽ അതിയായ ഒരാ ഗ്രഹമായി അത് മനസ്സിൽ നിറയുന്നു. പുകവലിക്കാർക്ക് പുകവലിക്കാൻ സാധിക്കാതെ വരികയും ഡ്രഗ്സ് ഉപയോഗിക്കുന്നവർക്ക് അത് കിട്ടാതെ വരികയും ചെയ്താൽ അത് അങ്ങനെയുള്ളവരിൽ തീഷ്ണമായ പിന്മാറ്റ പ്രശ്നങ്ങൾ (withdrawal problem) സൃഷ്ടിക്കുന്നു. തൽഫലമായി വിറയൽ, വിശപ്പ് കുറവ്, ഉറക്കമില്ലായ്മ, ചർദ്ദി തുടങ്ങിയ അസുഖങ്ങൾ ഉണ്ടാകുന്നു. കാര്യങ്ങൾ ഇപ്രകാരമായാൽ അവരിൽ ദുശ്ശീലങ്ങൾ ഒരു അഡിക്ഷനായി മാറിയെന്നു അനുമാനിക്കാം എന്നാൽ ഇത്രയും തന്നെ ഗൗരവമല്ലാത്ത ദുശ്ശീലങ്ങളും അഡിക്ഷനായി മാറുന്നുണ്ട്. കാപ്പി, ചായ തുടങ്ങിയ പാനീയങ്ങൾ, ഭക്ഷണം, ആവശ്യമുള്ളതും ഇല്ലാത്തതുമായ ധാരാളം സാധനങ്ങൾ വാങ്ങിക്കൂട്ടൽ(shoping), ലൈംഗികത, ഇന്റർനെറ്റ് (internet) തുടങ്ങിയവയും ഇന്ന് പലർക്കും ഒരാസക്തിയാണ്.

ലോകജനതയിൽ നല്ലൊരു ഭാഗം മദ്യത്തിന് അടിമപ്പെട്ടവരാണ്. കേരളത്തിൽ മാത്രം 2500 കോടി രൂപയുടെ മദ്യമാണ് ഒരു വർഷം കുടിച്ചു തീർക്കുന്നത്. അമേരിക്കയിൽ 10 ശതമാനത്തോളം പേർ മദ്യപാന ത്തിലും 40 ശതമാനം ഡ്രഗ്സിലും (മാരിജ്ജുവാന, എൽ എസ് ഡി തുടങ്ങിയവയിൽ ആസക്തിയുള്ളവരാണ് എന്നാണ് NIDA (National Institute of Drug abuse) യുടെ കണക്ക്.

ആസക്തി എങ്ങനെയാണ് നമ്മുടെ മസ്തിഷ്കത്തെ ബാധിക്കുന്ന

ഡോ. നോരാ ഡി
വോൾ കോവ്
ചിത്രം-93

തെന്ന് ആധുനിക പഠനങ്ങൾ തെളിയിച്ചിട്ടുണ്ട്. NIDA യിലെ ഡോ. നോറാ ഡി വോൾക്കോഫ് (Dr. Nora D Volkow) (ചിത്രം 93) അഡിക്ഷനെപ്പറ്റിയും മസ്തിഷ്കത്തിലുണ്ടാകുന്ന ഏതെല്ലാം വ്യതിയാനങ്ങളാണ് അതിനു കാരണമാകുന്നതെന്നും വളരെ വിശദമായ ഗവേഷണങ്ങൾ നടത്തിയിട്ടുണ്ട്. മസ്തിഷ്കത്തിലെ ന്യൂറോണുകളിൽ കൂടിയുള്ള ആവേഗങ്ങളുടെ പ്രവാഹത്തെ നിയന്ത്രിക്കുന്ന നാഡിയപ്രേഷകങ്ങൾ (neurotransmitters) ആസക്തിയെ വളരെയേറെ സ്വാധീനിക്കുന്നുണ്ട്. ചിത്രം 94 ൽനിന്നും ഇത് മനസ്സിലാക്കാം.

സെക്ഷൻ A യിൽ മസ്തിഷ്കത്തിന്റെ ചിത്രം കൊടുത്തിരിക്കുന്നു. സുഖദായകവസ്തു ശരീരത്തിൽ പ്രവേശിച്ചാൽ നമുക്കു സുഖം ലഭിക്കുന്നതിനു കാരണം റിവാർഡ് പാതയിൽ (Reward pathways) ഡൊപാമൈൻ (Dopamine) നാഡിയപ്രേഷകം വിശ്ലേഷണം ചെയ്യപ്പെടുന്നതുകൊണ്ടാണ്. അപ്പോൾ സിനാപ്റ്റിക് ജങ്ഷനുകളിൽ എന്തു സംഭവിക്കുന്നു എന്നു B, C, D സെക്ഷനുകളിൽ കാണിച്ചിരിക്കുന്നു. സുഖദായക വസ്തു കൂടുതൽ ഡൊപാമൈൻ വിസർജ്ജിക്കുന്നതിനും തൽഫലമായി സുഖത്തിന്റെ അളവ് ക്രമാതീതമായി വർദ്ധിക്കുന്നതിനും കാരണമാകുന്നു. അത് അഡിക്റ്റുകളെ വീണ്ടും കഠിനമായ അഡിക്ഷനിലേക്കു കൂപ്പുകുത്തുന്നതിനും സഹായിക്കുന്നു. ഹെറോയിൻ തുടങ്ങിയ ഡ്രഗുകൾ നിരോധിത നാഡിയ പ്രേഷകങ്ങളെ തടയുകയും തൽഫലമായി സുഖലബ്ധി വീണ്ടും വർദ്ധിക്കുകയും ചെയ്യുന്നു. ചിത്രം 95 – ൽ അഡിക്ഷന് അടിമപ്പെട്ട ഒരാളുടെ മസ്തിഷ്കവും ഒരു സാധാരണക്കാരന്റെ മസ്തിഷ്കവും കാണിച്ചി രിക്കുന്നു. ആസക്തി പ്രധാനമായും ഫ്രോണ്ടൽ ലോബിനെയാണ് കൂടുതൽ ബാധിക്കുന്നതെന്ന് ചിത്രം 95 ൽ

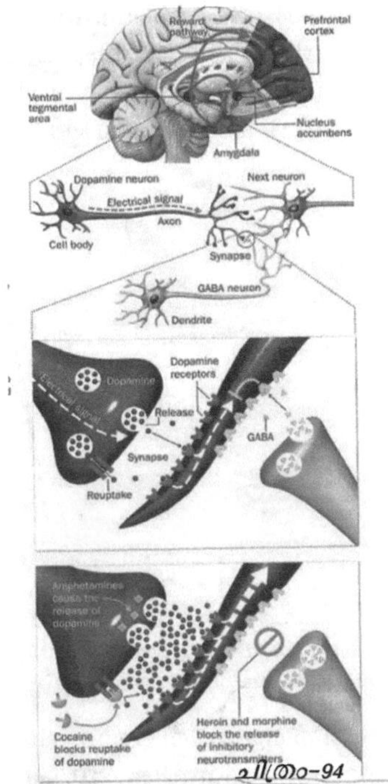

ചിത്രം-94

സുഖദായക വസ്തുക്കൾ ഡോപ്പാമൈനിനെ എങ്ങനെ സ്വാധീനിച്ചിരിക്കുന്നു എന്നു കാണിച്ചിരിക്കുന്നു

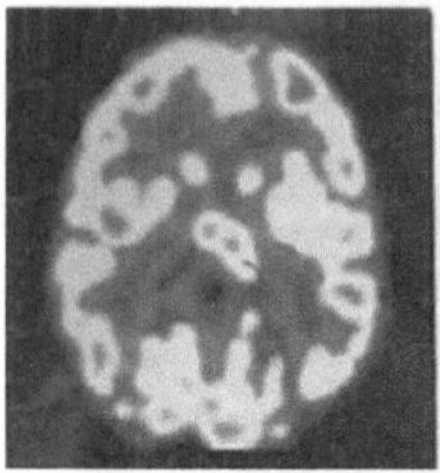
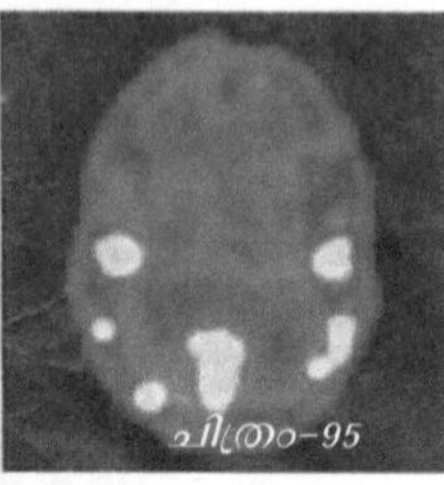

ഒരു സാധാരണക്കാരന്റെയും (ഇടത്) ഒരു അഡിക്ടിന്റെയും (വലത്) മസ്തിഷ്ക്ക ചിത്രങ്ങൾ

കാണിച്ചിരിക്കുന്ന PET ചിത്രങ്ങളിൽനിന്നും മനസ്സിലാകുന്നു.

അഡിക്ഷനു കാരണമാകുന്ന വസ്തുക്കൾ മസ്തിഷ്കത്തിലെ ന്യൂറോ ട്രാൻസ്മിറ്ററുകളോട് വളരെയേറെ സാമ്യമുള്ളതാണ്, അവ സുഖദായകമായി പ്രവർത്തിക്കുന്നതിന് കാരണം ചിത്രം 96 ൽ കാണിച്ചിരിക്കുന്നു. ലഹരിക്കു കാരണമാകുന്ന ഡ്രഗുകൾ ഡൊപാമൈൻ പഥത്തെ കൂടുതൽ ഉത്തേജിപ്പിക്കുന്നുവെന്ന് ചിത്രത്തിൽ കാണാം. കൊക്കെയിൻ, നിക്കോട്ടിൻ എന്നിവ ഒരു പഥത്തെയും ആൽക്കഹോൾ രണ്ടാമതൊരു പഥത്തെയും ഹെറോയിൻ മൂന്നാമതൊരു പഥത്തെയും ഉത്തേജിപ്പിക്കുന്നു. കഠിനമായ അഡിക്ഷനു കാരണം മസ്തിഷ്കത്തിലെ തകരാറുകളാണെന്നു മനസ്സിലാക്കുന്ന ആധുനിക ഡോക്ടർമാർ അതിനു പരിഹാരമായി വേണ്ട മരുന്നുകൾ നിർദ്ദേശിക്കുന്നുണ്ട്. GABA എന്ന ന്യൂറോ ട്രാൻസ്മിറ്റർ മരുന്നായി നല്കി അഡിക്ഷനെ നേരിടാമെന്ന് ചില ഡോക്ടർമാർ കരുതുന്നു. മദ്യപാനം, പുകവലി, ഡ്രഗ്സിന്റെ ഉപയോഗം തുടങ്ങിയ ദുശ്ശീലങ്ങളിൽ അഡിക്റ്റായിത്തീർന്നവർ അതിൽ നിന്നും വിമുക്തമാകാൻ ശ്രമിക്കുമ്പോൾ. പിന്മാറ്റ പ്രശ്നം (with-drawal syndrome) നേരിടേണ്ടി വരും. ഒരു വിദഗ്ദ്ധ ഡോക്ടറുടെ മേൽനോട്ടത്തിൽ മരുന്നുകൾ കഴിക്കുകയും ശരിയായ കൗൺസലിങ് അനുസരിച്ച് ജീവിതം മുന്നോട്ടു കൊണ്ടുപോകുകയും ചെയ്താൽ അഡിക്ഷനിൽ നിന്നും മുക്തി നേടാം.

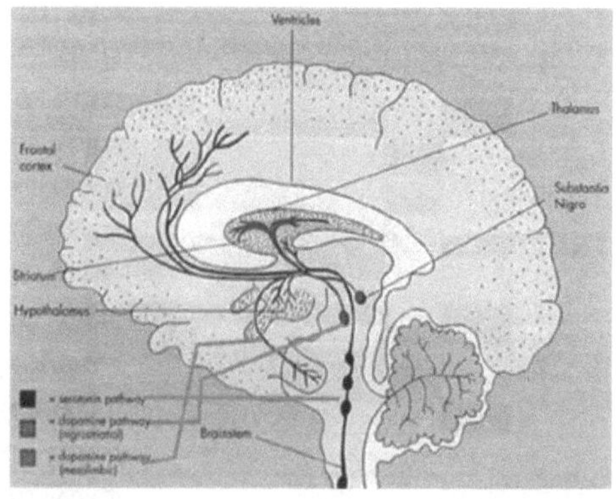

അഡിക്ഷനു കാരണമാകുന്ന വസ്തുക്കൾ റിവാഡ് പാഥകളെ എങ്ങനെ ഉത്തേജിപ്പിക്കുന്നുവെന്ന് കാണിച്ചിരിക്കുന്നു ചിത്രം-96

മസ്തിഷ്കത്തിൽ പ്രകടമായ തകരാറുകൾ മൂലമുണ്ടാകുന്ന മാനസിക പ്രശ്നങ്ങളാണ് മുകളിൽ വിവരിച്ചത്. എന്നാൽ അത്രതന്നെ തകരാറുകൾ മസ്തിഷ്കകേന്ദ്രങ്ങളിൽ സംഭവിക്കാതെതന്നെ മാനസിക വ്യാപാരങ്ങളെ കാര്യമായി ബാധിക്കുന്ന ചില രോഗങ്ങളെപ്പറ്റി വിവരിക്കാം. ഒരാളിൽത്തന്നെ വിവിധ വ്യക്തിത്വങ്ങൾ പ്രദർശിപ്പിക്കുന്ന ബൈപോളർ

ഡിസോർഡർ (Bipolar disorder), ആധുനിക കാലത്ത് യുവജനങ്ങളെ വളരെയധികം ഉലയ്ക്കുന്നതും ഘർഷം അഥവാ വിഷാദരോഗം (Depression), ഒബ്സെസിവ് കംപൾസീവ് ഡിസോർഡർ (obsessive compulsive disorder - OCD) എന്ന് അറിയപ്പെടുന്ന സംശയരോഗം ഇവയെല്ലാം മസ്തിഷ്കകേന്ദ്രങ്ങളെ പ്രകടമായി ബാധിക്കാതെ തന്നെ മനസ്സിന്റെ സമനില വ്യതിചലിപ്പിക്കുന്ന അസുഖങ്ങളാണ്.

9. ഭിന്നവ്യക്തിത്വം (Bipolar - Disorder)

ഒരേ വ്യക്തിതന്നെ ഒന്നിലധികം വ്യത്യസ്തമനോഭാവങ്ങൾ പ്രകടിപ്പിക്കുന്നതാണ് ഈ രോഗത്തിന്റെ ലക്ഷണം. ചില സമയത്ത് ശോകമൂകനോ, വിഷണ്ണനോ ആയി കാണപ്പെടുന്ന ഒരാൾ മറ്റൊരവസരത്തിൽ ഉന്മാദവും മതിഭ്രമവും പ്രകടിപ്പിക്കുന്ന ഒരാളായി മാറുന്നു. ഈ ഭാവമാറ്റം തന്നെ ദിവസത്തിൽ രണ്ടോമൂന്നോ പ്രാവശ്യമോ, ചിലപ്പോൾ ആറുമാസത്തിൽ ഒരിക്കലോ ആണ് സംഭവിക്കുക. ജനസമൂഹത്തിൽ സാധാരണയായി കേട്ടുവരുന്ന ''ബാധകയറ്റം, പിശാചുബാധ, പ്രേതാവേശം'' എന്നിവയൊക്ക വാസ്തവത്തിൽ ഈ രോഗംമൂലം സംഭവിക്കുന്നതാണ്. ഏകദേശം 0.5 ശതമാനം ആൾക്കാരിൽ ഈ അസുഖം കാണാറുണ്ട്. പ്രേതബാധ സമയത്ത് അവർ തികച്ചും മറ്റൊരു വ്യക്തിയായി മാറുന്നു അതുപോലെ യാതൊരു മുൻപരിചയവുമില്ലാത്ത മുതിർന്ന ആളുകളുടെ ഭാഷയിലും മാനറിസത്തിലും ചില കുട്ടികൾ സംസാരിക്കുന്നതും ബൈപോളാർ രോഗംമൂലമാണ്.

ഡോക്ടർ ആൻഡ്രു മക്കന്റോഷ്
ചിത്രം-97

ഈ രോഗത്തെപ്പറ്റി വളരെയധികം ഗവേഷണങ്ങൾ നടത്തിയിട്ടുള്ള ബ്രിട്ടീഷ് ഡോക്ടർ ആൻഡ്രു മക്കന്റോഷിന്റെ (Andrew Mcintosh) (ചിത്രം 97) നിരീക്ഷണങ്ങൾ ശ്രദ്ധേയമാണ്. പ്രായമാകുന്നതോടെ ബൈപോളാർ രോഗികൾക്ക് അവരുടെ മസ്തിഷ്കത്തിലെ നാഡീകോശങ്ങൾ ക്രമേണ നഷ്ടപ്പെടുന്നു. രോഗികളിലുണ്ടാകുന്ന ഭാവമാറ്റത്തിന്റെ തീവ്രത അനുസരിച്ച് മസ്തിഷ്കം ചുരുങ്ങുന്നതിന്റെ വേഗതയും കൂടുമെന്ന് അദ്ദേഹം പറയുന്നു. ഈ കാരണങ്ങളാൽ ബൈപോളാർ രോഗികളുടെ മസ്തിഷ്കം പ്രത്യേകിച്ച് പ്രായമാകുമ്പോൾ മസ്തിഷ്കരോഗമില്ലാത്തവരുടെ മസ്തിഷ്കത്തെക്കാൾ ചെറുതായി കാണിക്കപ്പെടുന്നു. ബൈപോളാർ രോഗികളിൽ മതിഭ്രമം, ഉറക്കക്കുറവ്,

ആത്മഹത്യാ പ്രവണത എന്നിവയും പൊതുവെ കാണപ്പെടുന്നതായി ഡോ. മക്കന്റോഷീന്റെ ഗവേഷണ ഫലങ്ങൾ തെളിയിക്കുന്നു.

10. വിഷാദരോഗം (Depression)

മനസ്സിന്റെ സന്തുലാവസ്ഥയ്ക്കു കോട്ടംവരുത്തുന്ന ഒരസുഖമാണ് വിഷാദരോഗം. മാനസിക സംഘർഷമെന്നോ പിരിമുറുക്കമെന്നോ ഒക്കെ അറിയപ്പെടുന്ന ഈ രോഗം മനസ്സിന്റെ നേരെയുള്ള പ്രവർത്തനത്തെ ബാധിക്കുന്നു. മനസ്സിന്റെ ഇരിപ്പിടമായ മസ്തിഷ്കത്തിൽ സംഭവിക്കുന്ന ചെറിയ വ്യതിയാനങ്ങൾപോലും മസ്തിഷ്കം നിയന്ത്രിക്കുന്ന ശരീരത്തിന്റെ ആകമാനമുള്ള ഘടനയെതന്നെ തകരാറിലാക്കുന്നു. ദഹനപ്രക്രിയ, രക്തപര്യയനം, ഹോർമോൺ സിസ്റ്റം, ഉറക്കം തുടങ്ങിയ ശരീരത്തിന്റെ മിക്കവ്യവസ്ഥകളേയും ഡിപ്രഷൻ ബാധിക്കുന്നു. പുരുഷന്മാരേക്കാൾ അധികം സ്ത്രീകളിലാണ് വിഷാദരോഗം കണ്ടുവരുന്നത്. ജനിതകമായി പിൻതലമുറയിലേക്ക് വ്യാപിക്കുന്ന ഈ അസുഖം ഒരു കുടുംബത്തിലെ മുഴുവൻ അംഗങ്ങളേയും ബാധിക്കുന്നതായി കാണാം. സ്ട്രോക്ക്, ഹൃദയാഘാതം, അർബ്ബുദം, പാർക്കിൻസൺ രോഗം തുടങ്ങിയവയും ഡിപ്രഷനു കാരണമായി ചൂണ്ടിക്കാണിക്കപ്പെടുന്നു.

ഡിപ്രഷനു കാരണമാകുന്ന മസ്തിഷ്ക ഭാഗങ്ങൾ ഏതെല്ലാമെന്ന് ചിത്രം 98 കാണിക്കുന്നു. മാനസിക വൈകല്യങ്ങൾക്കു കാരണമാകുന്നു എന്നു മാത്രമല്ല, ഓർമ്മ തുടങ്ങിയ മൗലിക പ്രവർത്തനങ്ങളേയും ബാധിക്കുന്ന മസ്തിഷ്ക ഭാഗങ്ങളാണിവ. സെറിബ്രൽ കോർട്ടെക്സ്, സംസാരശേഷി, പഠനം, ചിന്ത, ചലനം തുടങ്ങിയ പ്രവർത്തനങ്ങളെ നിയന്ത്രിക്കുമ്പോൾ, തലാമസ് സെൻസറിങ് ആവേഗങ്ങളെ നിയന്ത്രിക്കുന്നു. ഹിപ്പോക്കാമ്പസ് ദീർഘകാല ഓർമ്മകളേയും, അമിഗ്ഡാല വൈകാരിക ഓർമ്മകളേയും നിയന്ത്രിക്കുന്നു. വിഷാദരോഗികളുടെ ഹിപ്പോക്കാമ്പസ് മറ്റുള്ളവരുടേതിനേക്കാൾ 15 ശതമാനമെങ്കിലും ചെറുതായിരിക്കും. ഡിപ്രഷൻ രോഗികളിൽ പ്രിഫ്രോണ്ടൽ കോർട്ടെക്സ് സാധാരണക്കാരുടേതുപോലെ പ്രവർത്തന നിരതമല്ല. എന്നാൽ സിംഗുലേറ്റ് ഗൈരസ്സും (Cingulate Gyrus) തലാമസും (Thalamus) കൂടുതൽ പ്രവർത്തന നിരതമാണുതാനും (ചിത്രം - 99) ൽ കൊടുത്തിരിക്കുന്ന ചിത്രങ്ങൾ ഇത്

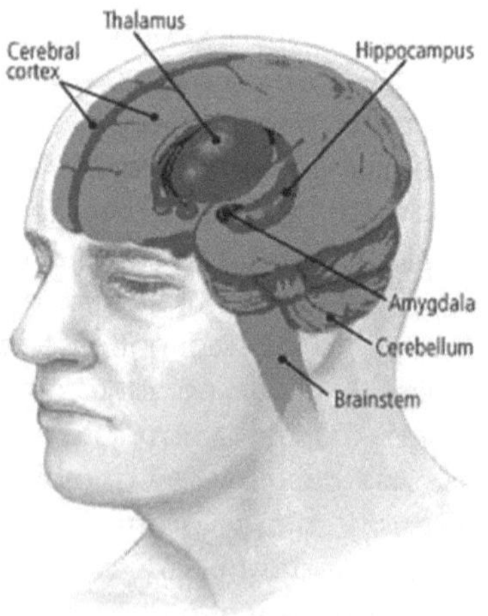

ചിത്രം-98

ഡിപ്രഷനു കാരണമാകുന്ന മസ്തിഷ്ക്ക ഭാഗങ്ങൾ

ചിത്രം-99

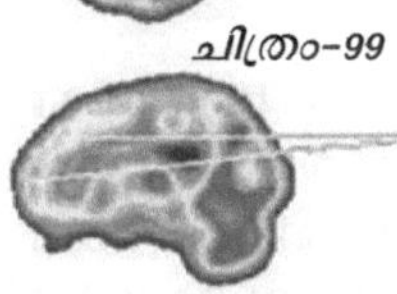

വിഷാദരോഗികളുടെ ഫ്രൊണ്ടൽ ലോബു കൾ മറ്റുള്ളവരുടെതുപോലെ പ്രവർത്തനനി രതമല്ല. തലാമസ്സും സിംഗുലേറ്റ് ഗൈറസ്സും കുടുതൽ പ്രവർത്തന നിരതമാണുതാനും

വ്യക്തമാക്കുന്നു. മസ്തിഷ്ക ത്തിലെ പ്രധാന കേന്ദ്രങ്ങളെ തമ്മിൽ ബന്ധിപ്പിക്കുന്ന സഞ്ചാ രപഥങ്ങളി (Path ways) ലുള്ള സിനാപ്റ്റിക് ജങ്ഷനുകളിൽ (Synaptic Junction) വിസർ ജ്ജിക്കപ്പെടുന്ന നാഡീയ പ്രേ ഷകങ്ങളുടെ അളവിലുണ്ടാ കുന്ന ഏറ്റക്കുറച്ചിലുകളാണ് ഡിപ്രഷനുണ്ടാകാൻ മറ്റൊരു കാരണം. സെറാറ്റോനിൻ (Seratonin), നോർപ്പിനെഫ്രിൻ (Norepinephrin), ഡൊപാ മൈൻ (Dopamine) എന്നീ നാഡീയ പ്രേഷകങ്ങളാണ് ഇവയിൽ പ്ര ധാനം. (ചിത്രം - 100) ഇത് വ്യക്തമാക്കുന്നു. ഈ നാഡിയ പ്രേഷകങ്ങളുടെ സഞ്ചാരപഥത്തിലുണ്ടാകുന്ന വിഘാതങ്ങളാണ് പല വിധത്തിലുള്ള ഡിപ്രഷനു കാരണമാകുന്നത്. അതുകൊണ്ടാണ് മാനസിക രോഗവിദ ഗ്ദ്ധർ നിർദ്ദേശിക്കുന്ന പല ആന്റിഡിപ്രഷൻ മരുന്നുകളിലും ഈ ന്യൂറോ ട്രാൻസ്മിറ്ററുകളും ഉൾപ്പെ ട്ടിരിക്കുന്നത്. സെറാറ്റോ നെപ്പോലെയുള്ള ന്യൂറോ ട്രാൻസ്മിറ്ററുകളുടെ അളവ് വളരെ കുറഞ്ഞാൽ വിഷാ ദരോഗികൾ ആത്മഹത്യ ചെയ്യാൻവരെ സാദ്ധ്യതയു ണ്ടെന്ന് വിദഗ്ദ്ധർ പറയു ന്നു. ഹോർമോൺ വ്യവസ്ഥ യിലുണ്ടാകുന്ന ഏറ്റക്കു റച്ചിലുകളും ഡിപ്രഷനു കാരണമാകുന്നു. ഹൈപ്പോത്താലമസ്, പിയൂഷ ഗ്രന്ഥി (Pituitary gland), അഡ്രിനൽ ഗ്രന്ഥി എന്നീ ഗ്രന്ഥികൾ പുറപ്പെടു വിക്കുന്ന ഹോർമോ ണുകളുടെ ഏറ്റക്കുറച്ചിലുകൾ വിഷാദരോഗം ഉണ്ടാക്കുന്നു. ഹൈപ്പോ ത്താലമസ് പുറപ്പെടുവിക്കുന്ന കോർട്ടിക്കോ ട്രോപ്പിൻ (Corticotropin) എന്ന ഹോർമോണിന്റെ കുറവ് വിഷാദരോ ഗത്തിനു കാരണമാകുന്നു.

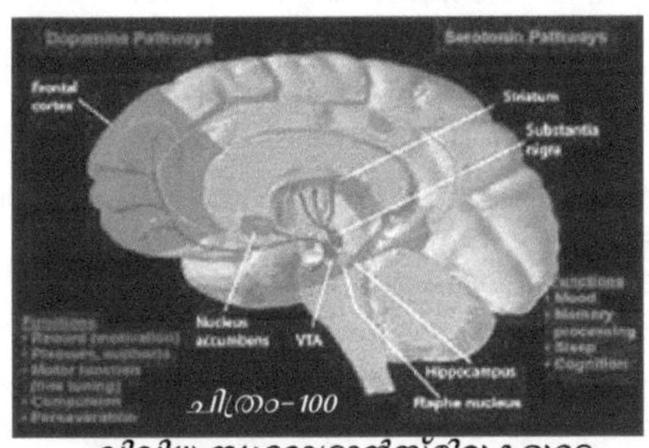

വിവിധ ന്യൂറോട്രാൻസ്മിറ്റുകളുടെ സഞ്ചാരപഥങ്ങൾ

ആധുനിക ഡോക്ടറന്മാർ വിഷാദരോഗത്തെ നേരിടുന്നത് ബഹു മുഖ വഴികളിലൂടെയാണ്. പ്രധാനമായി അവർ ആശ്രയിക്കുന്നത് ആന്റി ഡിപ്രഷൻ മരുന്നുകളിലൂടെയാണ്. കൗൺസിലിങ് പോലുള്ള മാനസിക ചികിത്സകളും ചുരുക്കം ചില രോഗികളിൽ ലഘുവായ ഷോക്കുകൊ ണ്ടുള്ള ഇലക്ട്രോകൺവൾസീവ് ചികിത്സ (Electro Convulsive

Therapy) യും വിഷാദരോഗികളെ സാധാരണ ജീവിതത്തിലേക്കു തിരിച്ചു കൊണ്ടുവരാൻ സഹായിക്കുന്നു.

11. ഒബ്സെസ്സീവ് കംപൾസീവ് ഡിസോർഡർ (Obsessive Compulsive Disorder - OCD)

ആരോഗ്യകരമായ മാനസിക അവസ്ഥയെ കുറെയെങ്കിലും വികലപ്പെടുത്തുന്ന ഒരസുഖമാണ് ഒ സി ഡി. ലോകജനതയിൽ നല്ലൊരു വിഭാഗം ജനങ്ങളെ അലട്ടിക്കൊണ്ടിരിക്കുന്ന ഒരസുഖമാണിത്. അമിതമായ ഉൽക്കണ്ഠയിൽനിന്നും ഉടലെടുക്കുന്ന ഈ അവസ്ഥ, മനസ്സിന്റെ നിർബ്ബന്ധത്തിനു വഴങ്ങി, ചെയ്യാൻ പറ്റാത്ത കാര്യങ്ങൾ ഓർത്ത് വ്യാകുലപ്പെടുന്ന നിസ്സഹായകമായ ഒരു മാനസിക പ്രശ്നമാണ്. കൈയും മുഖവും, ഉപയോഗി ക്കുന്ന പ്ലേറ്റുകളും പല പ്രാവശ്യം കഴുകുക, വസ്ത്രങ്ങൾ എത്ര പ്രാവശ്യം കഴുകിയാലും പോരായെന്നു തോന്നുക, തുടങ്ങിയവയെല്ലാം ഒ സി ഡിയുടെ ലക്ഷണങ്ങളാണ്. ഒ സി ഡി അനുഭവിക്കുന്ന ഒരാൾ അയാളിൽ ഒഴിയാബാധപോലെ നിലനില്ക്കുന്ന ഉൽക്കണ്ഠയിൽനിന്നും രക്ഷപ്പെടാനായി പലവിധ മാർഗ്ഗങ്ങളും സ്വീകരിക്കും, മറ്റുള്ളവർക്ക് ഇത് അനാവശ്യവും അസാധാരണവുമായി തോന്നാം. എന്നാൽ ഈ പ്രവൃത്തികൾ അവർക്ക് താല്ക്കാലികമായെങ്കിലും ആശ്വാസം നല്കുന്നു. കാറ് പൂട്ടിയിട്ടുണ്ടോ എന്ന് വീണ്ടും വീണ്ടും ഉറപ്പാകുക, മുറിപൂട്ടിയിറങ്ങുന്നതിനു മുമ്പ് ലൈറ്റും ഫാനും നിർത്തിയിട്ടുണ്ടോ എന്നു പല പ്രാവശ്യം പരിശോധിക്കുക, കൈ പലപ്രാവശ്യം കഴുകുക (ചിത്രം 101) തുടങ്ങിയ പ്രവൃത്തികൾ ഒ സി ഡി ബാധിച്ചവരിൽ സാധാരണമാണ്. കംപൾസീവ് ഡിസോർഡർ രോഗത്തിനു താഴെപ്പറയുന്ന പൊതുലക്ഷണങ്ങൾ കാണാം. ഇതിൽ ചിലതൊക്കെ കാണാതിരിക്കുകയും ചെയ്യാം.

പല പ്രാവശ്യം കൈകഴുകുന്ന OCD രോഗി

- തുടർച്ചയായി കൈകഴുകുക,
  (വൃത്തിപോരാ എന്ന തോന്നൽകൊണ്ട്)
- എപ്പോഴും തൊണ്ട ശരിയാക്കിക്കൊണ്ടിരിക്കുക
  (തൊണ്ടയിൽ ഒന്നുമില്ലെങ്കിൽക്കൂടി)
- അനാവശ്യ ലൈംഗിക ചിന്തകൾ മനസ്സിൽ വരുന്നെന്ന് ഭയപ്പെടുക. അതിനെ നിഷ്ക്രിയമാക്കാൻ പാടുപെടുക

- കുറച്ചു സമയമെങ്കിലും തുറന്നുവച്ചിരിക്കുന്ന ആഹാരസാധനങ്ങളിലോ, പ്ലേറ്റുകളിലോ കീടാണുക്കളുടെ സാന്നിദ്ധ്യം സംശയിക്കുക.
- വർഷംതോറുമോ അല്ലെങ്കിൽ നിശ്ചിത കാലയളവിലോ ആരാധനാലയങ്ങളിൽ സന്ദർശനം നടത്തുക. ഒരു പ്രാവശ്യമെങ്കിലും പോകാൻ സാധിക്കാതെ വന്നാൽ ദൈവകോപമുണ്ടാകുമെന്ന് ഭയപ്പെടുക, ഇവയൊക്കെ ഒ സി ഡിയുടെ ലക്ഷണങ്ങളായി കണക്കാക്കാം.

ഇവയെല്ലാം ഒ സി ഡി രോഗി മനസ്സിന്റെ കടുത്ത പ്രേരണയിൽ (Compulsive) ചെയ്തു പോകുന്നതാണ്.

അമേരിക്കയിൽ ഏകദേശം ഏഴരദശലക്ഷം ആൾക്കാരിൽ ഈ രോഗം ഉണ്ടെന്നാണ് കണക്ക്. ഇന്ത്യയിലെ കണക്ക് ലഭ്യമല്ലെങ്കിലും വളരെ കൂടുതൽ ആൾക്കാരിൽ ഈ മാനസിക അസുഖം ഉണ്ടെന്നു വേണം കരുതാൻ. മനസ്സിനെ ഒഴിയാബാധപോലെ പിടികൂടുന്ന ഒരു വിചാരം, അതനുസരിച്ചു പ്രവർത്തിക്കാൻ മനസ്സിനെ നിർബ്ബന്ധിക്കുന്നതാണ് ഒ സി ഡി. സാധാരണയായി ഉണ്ടാകുന്ന വ്യാകുലചിന്തകളോ നിത്യജീവിതത്തിലുണ്ടാകുന്ന ഉൽക്കണ്ഠകളോ മാനസിക സംഘർഷങ്ങളോ ഒ സി ഡി വിഭാഗത്തിൽ പെടുന്നില്ല.

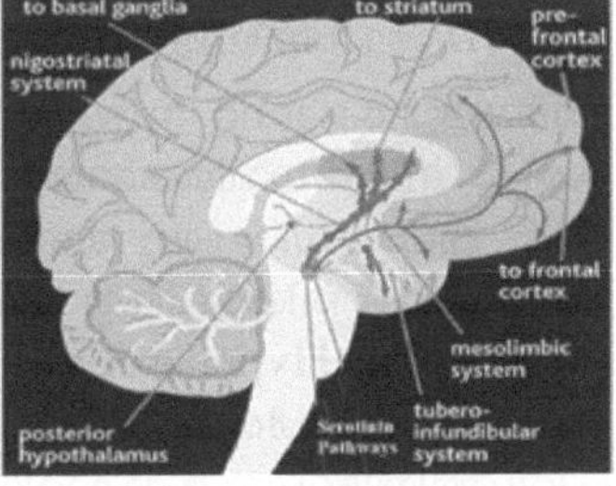

ഒ സി ഡിരോഗികളുടെ മസ്തിഷ്ക്കത്തിൽ സെറോറ്റോനിൻ നാഡിയ പ്രേക്ഷകത്തിനുണ്ടാകുന്ന ഏറ്റക്കുറച്ചിലുകൾ ചിത്രം-102

മസ്തിഷ്കത്തിലുണ്ടാകുന്ന ചില തകരാറുകളാണ് ഒ സി ഡിക്കു കാരണമാകു ന്നതെന്ന് അധികം ഡോക്ടറന്മാരും അഭിപ്രായപ്പെടുന്നു. ഈ രോഗമുള്ളവരുടെ മസ്തിഷ്കം ആരോഗ്യവാന്മാരുടെ മസ്തിഷ്കത്തേക്കാൾ വലിപ്പത്തിലും ആകൃതിയിലും ചില വ്യത്യാസങ്ങൾ പുലർത്തുന്നതായി കാണുന്നു. ഉറക്കം, ഓർമ്മ, ആകുലത തുടങ്ങിയ പ്രവർത്തനങ്ങളെ നിയന്ത്രിക്കുന്ന സെറാറ്റോണിൻ (Seatonin) എന്ന ന്യൂറോട്രാൻസ്മിറ്ററിലുണ്ടാകുന്ന വ്യതിയാനങ്ങളാണ് ഒ സി ഡിക്കു കാരണമാകുന്നതെന്ന് ആധുനിക ശാസ്ത്രം പറയുന്നു. ചിത്രം 102. ഇങ്ങനെയുള്ളവരിൽ സിനാപ്സ് (Synapse) റിസപ്റ്റർ മേഖലയിൽ തകരാറുകൾ ഉണ്ടാകുന്നതുകൊണ്ട് സെറാറ്റോണിന്റെ പ്രവാഹം വേണ്ടവിധത്തിൽ നടക്കാതെ വരുന്നു. അതുകൊണ്ടാണ് പല ഒ സി ഡി രോഗികളിലും ഡോക്ടറന്മാർ എസ് എസ് ആർ ഐ (S S R I - Selective Serotonin Reuptake Inhibitor) ഉള്ള ആന്റി ഡിപ്രസെന്റ് (Anti depresent) മരുന്നുകൾ ഫലപ്രദമായി ഉപയോഗിക്കുന്നത്.

ഒ സി ഡിക്കു മറ്റൊരു കാരണം താഴെ പറയുന്നതാണ്. ഓർബിറ്റോഫ്രോണ്ടൽ കോർട്ടെക്സും (Orbitofrontal Cortex - OFC) തലാമസും തമ്മിലുള്ള ആശയ വിനിമയത്തിനു തടസ്സമായി അവയ്ക്കു മദ്ധ്യ

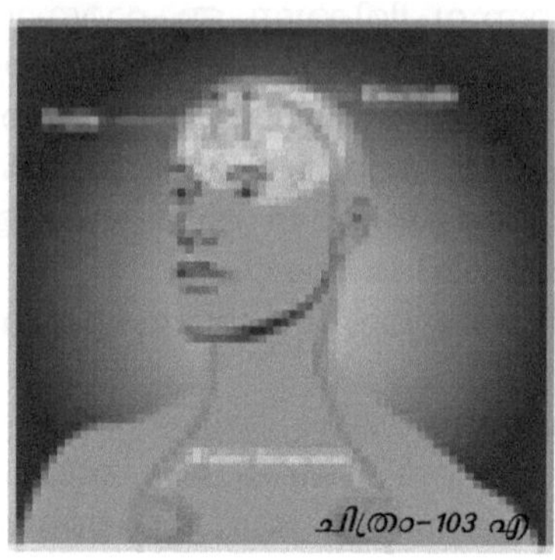
ചിത്രം-103 എ

OCD രോഗത്തിനുള്ള DBS

ചിത്രം-103 ബി

മാർട്ടിജിൻ ഫിജി

ത്തിലുള്ള കോഡറ്റ് ന്യൂക്ലിയസ് (Candate Nucleus) ഒ സി ഡി രോഗികളിൽ നിഷേധാത്മകമായി പ്രവർത്തിക്കുന്നു. അങ്ങനെ വരുമ്പോൾ OFC തലാമസിലേക്കു അയക്കുന്ന ഉൽക്കണ്ഠയുടെ സിഗ്നലുകൾ ഒരിക്കലും പൂർത്തിയാകാതെ വരുകയും ഈ രണ്ടു കേന്ദ്രങ്ങളും ഹൈപ്പർ ആക്റ്റിവിറ്റി (Hyper Activity) യിലേക്കു പോകുകയും ചെയ്യുന്നു. ഇത് ഉൽക്കണ്ഠ വർദ്ധിപ്പിക്കുന്നതും ക്രമേണ ഏതെങ്കിലും നിർബ്ബന്ധ പ്രവൃത്തിയിലേക്കു പോകുവാൻ മനസ്സിനെ പ്രേരിപ്പിക്കുകയും ചെയ്യുന്നു.

വളരെ കഠിനമായ ഒ സി ഡി രോഗം ബാധിക്കാത്തവരിൽ ഡീപ് ബ്രെയിൻ സ്റ്റിമുലേഷൻ (Deep Brain Stimulation - DBS) പോലുള്ള നവീന ചികിത്സാരീതികൾ സ്വീകരിക്കാറുണ്ട്. ഹൃദ്രോഗ ചികിത്സയ്ക്കു നിലവിലുള്ള പേസ്മേക്കർ (Pacemaker) ചികിത്സപോലെ ചെറിയ ഒരു ഇലക്ട്രോഡ് മസ്തിഷ്കത്തിനുള്ളിലേക്കും ന്യൂക്ലിയസ് അക്യുബെൻസ് (Nucleus Accubence), കോഡറ്റ് ന്യൂക്ലിയസ് (Candate Nucleus) എന്നീ ഭാഗങ്ങളിലേക്ക് കടത്തിവെച്ച് പുറത്തുള്ള പേസ്മേക്കറിലേക്ക് ബന്ധിപ്പിക്കുകയെന്നുള്ളതാണ് ഈ ചികിത്സയിൽ ചെയ്യുന്നത്. ചിത്രം 103 (A). പൂർണ്ണമായി വിജയത്തിലെത്തിയിട്ടില്ലെങ്കിലും ധാരാളം രോഗികൾക്ക് ഇത് ആശ്വാസം നല്കുന്നുണ്ട്. നെതർലൻഡിലുള്ള അക്കാഡമിക് മെഡിക്കൽ സെന്ററിലെ (Academic Medical Centre - Nederland) ഡോ. മാർട്ടിജിൻ ഫിജി (Dr. Martijin Figee) ചിത്രം 103 (B) യാണ് ഈ ചികിത്സാരീതിയുടെ ഉപജ്ഞാതാവ്. ഒ സി ഡിക്കു മാത്രമല്ല അഡിക്ഷൻ തുടങ്ങിയ മറ്റു മാനസിക അസുഖങ്ങൾക്കും DBS ഫലപ്രദമാണെന്ന് അദ്ദേഹം അഭിപ്രായപ്പെട്ടു. ജനിതകമായ കാരണങ്ങളിൽ ഒ സി ഡി സന്താനങ്ങളിലേക്കു പകരുന്നതാണ്. ഒൻപതാമത്തെ ക്രോമസോമിലുള്ള ഒരു പ്രത്യേക ജീനാണ് മാതാപിതാക്കളിൽനിന്നും കുട്ടികളിലേക്ക് ഈ മാനസിക വൈകല്യം വ്യാപിക്കുന്നതിനു കാരണമാകുന്നത്.

7

മനസ്സിലെ വൈകാരികപ്രവർത്തനങ്ങൾ (Emotions in mind)

മനുഷ്യമനസ്സിൽ ഉളവാകുന്ന എല്ലാവിധ വികാരങ്ങളുടെയും (Emotions) ഉത്ഭവസ്ഥാനം മസ്തിഷ്കമാണെന്ന് ഇന്ന് തെളിയിക്കപ്പെട്ടിട്ടുണ്ട്. മുഖ്യമായ വികാരങ്ങൾ ഏതൊക്കെയാണെന്നും മസ്തിഷ്കത്തിലെ ഏതെല്ലാം കേന്ദ്രങ്ങളാണ് അതുമായി ബന്ധപ്പെട്ടിരിക്കുന്നതെന്നും നോക്കാം.

പ്രധാനപ്പെട്ട വികാരങ്ങളായ ഭയം സ്നേഹം ഇവയെല്ലാം പ്രകടമാകുന്നത് ലിംബിക് സിസ്റ്റത്തിന്റെ (Limbic System) സ്വാധീനത്തിലാണ്. പരിണാമ ശൃംഖലയിലെ ആരംഭ ദിശയിൽ ഉടലെടുത്ത പാലിയോ മാമിലിയൻ (Palio Mamamilion) മസ്തിഷ്കത്തിന്റെ പ്രധാന ഭാഗമാണ് ലിംബിക് സിസ്റ്റം (ചിത്രം 104) അന്ന് പ്രധാനമായും ജിവിച്ചിരുന്ന ഉരഗവർഗ്ഗത്തിൽപ്പെട്ട ജീവികൾക്കു ചുറ്റുപാടും ധാരാളം ശത്രുക്കളെ നേരിടേണ്ടതുണ്ടായിരുന്നു. ശത്രുക്കളിൽനിന്നും രക്ഷപ്പെടാൻ ഭയം എന്ന വികാരം അത്യന്താപേക്ഷിതമാകുന്നു. ഭയത്തിന്റെ ഉറവിടം ലിംബിക് സിസ്റ്റത്തിൽപ്പെട്ട അമിഗ്ഡാല (Amigdala) എന്ന കേന്ദ്രമാണ്. ഭയം ഉളവാകുന്ന സാഹചര്യം ഉണ്ടായാൽ അമിഗ്ഡാല എങ്ങനെയാണ് നമ്മുടെ പ്രവൃത്തികളെ നിയന്ത്രിക്കുന്നതെന്നു നോക്കാം. വഴിയിൽ ഒരു പാമ്പിനെ കാണുന്നു എന്നു സങ്കല്പിക്കുക (ചിത്രം - 105)

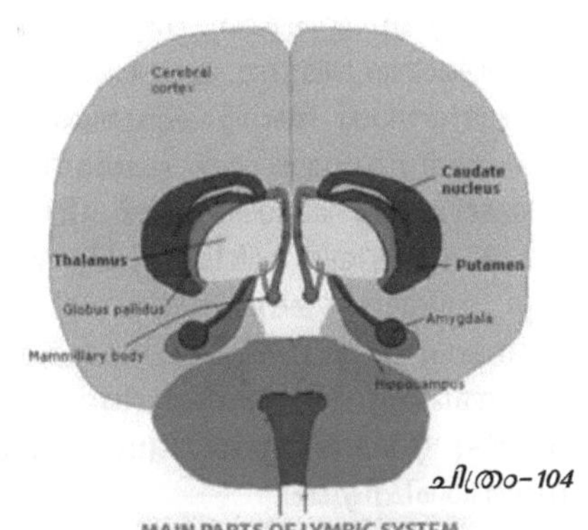

ചിത്രം–104

ലിംബിക് സിസ്റ്റത്തിന്റെ പ്രധാന കാരണങ്ങൾ

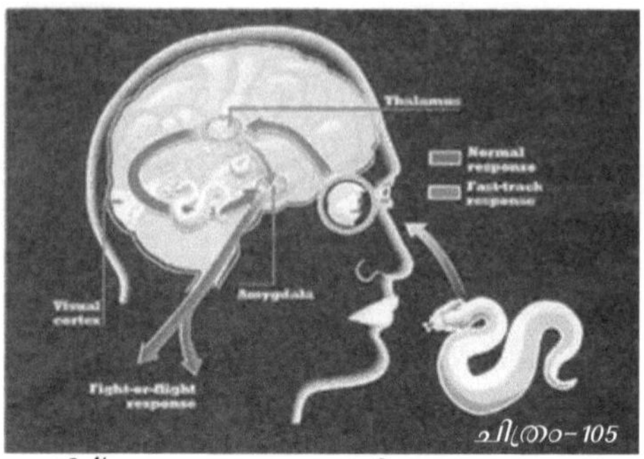

ചിത്രം-105
അമിഗ്ഡാല ഭയം എന്ന വികാരം കൈകാര്യം ചെയ്യുന്ന വിധം

കണ്ണിൽക്കൂടിയെത്തുന്ന സിഗ്നലുകൾ വിഷ്വൽ കോർട്ടെക്സ് കടന്ന് അമിഗ്ഡാലയിൽ ഭയത്തിന്റെ ആവേഗങ്ങൾ സൃഷ്ടിക്കുന്നു. ഈ ആവേഗങ്ങൾ (impulses) ഹൈപ്പോത്താലമസ് വഴി മുഖത്തും ശരീരത്തിന്റ മറ്റു ഭാഗങ്ങളിലും എത്തുന്നു. മുഖം വിളറുക, ശരീരം വിയർ ക്കുക, രോമകൂപ ങ്ങൾ എഴുന്നു നില്ക്കുക, ഹൃദയസ്പന്ദനം കൂടുക, ശ്വാസോച്ഛ്വാസം വർദ്ധിക്കുക തുടങ്ങിയ ശാരീരിക ബഹിസ്ഫുരണങ്ങൾ ഉടലെടുക്കുന്നു. ഭയം ഉളവായ സ്ഥലത്തുനിന്നും രക്ഷപ്പെടാൻ മനസ്സിനെ പ്രേരിപ്പിക്കുന്നു. സ്നേഹം, ദേഷ്യം, ലൈംഗികാസക്തി എന്നീ വികാരങ്ങളുടേയും നിയന്ത്രണ കേന്ദ്രംകൂടിയാണ് അമിഗ്ഡാലാ. പരീക്ഷണാടിസ്ഥാനത്തിൽ മസ്തിഷ്കത്തിലുള്ള രണ്ട് അമിഗ്ഡാല യൂണിറ്റുകളെ നീക്കം ചെയ്തവർ വളരെ ശാന്തസ്വഭാവക്കാരും അപകടം മനസ്സിലാക്കാൻ കഴിവില്ലാത്തവരുമായിത്തീരുന്നു. ഇവർക്കു വളരെ അടുത്ത സ്നേഹിതരെ തിരിച്ചറിയാൻ സാധിക്കാതെ വരുന്നു. കൂടാതെ അമിഗ്ഡാല ഇലക്ട്രിക്കലായി ഉത്തേജിക്കപ്പെടുമ്പോൾ അവർ കൂടുതൽ അക്രമാസക്തരുമായിത്തീരുന്നു.

അമിഗ്ഡാലാ മറ്റ് പ്രധാന കേന്ദ്രങ്ങളായി ഹിപ്പോക്കാമ്പസ്, പ്രിഫ്രോണ്ടൽ കോർട്ടെക്സ് (Prefrontal Cortex) മീഡിയൽ ഡോർസെൽ ന്യൂക്ലീയസ് (Medial Dorsal Nucleus) എന്നിവയുമായി ബന്ധപ്പെടുത്തിയുള്ള നെറ്റ് വർക്കു (Net work) കളാണ് സുഹൃദ്ബന്ധം, സ്നേഹം, പ്രേമം, കോപം, പ്രകോപന സ്വഭാവം എന്നീ വികാരങ്ങളെ നിയന്ത്രിക്കുന്നത്. കാനഡയിലെ ഇൻസ്റ്റിറ്റ്യൂട്ട് ഓഫ് ഹെൽത്ത് ആൻഡ് റിസർച്ച് (Canadian Institute of Health and Research) ഈ കാര്യം സ്ഥിരീകരിച്ചിട്ടുണ്ട്.

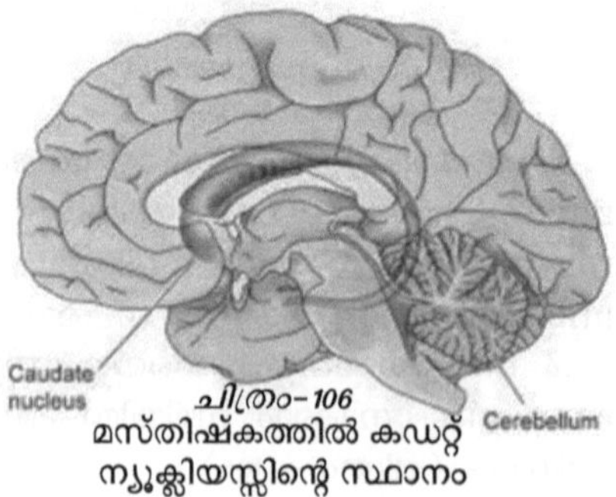

ചിത്രം-106
മസ്തിഷ്കത്തിൽ കഡറ്റ് ന്യൂക്ലിയസ്സിന്റെ സ്ഥാനം

മനുഷ്യ മനസ്സിലെ വികാര ങ്ങളെ നിയന്ത്രിക്കുന്നതിൽ ഒട്ടും അപ്രധാനമല്ലാത്ത സ്ഥാനമാണ് കോഡറ്റ് ന്യൂക്ലിയസിനു (Cand ate Nucleus) ഉള്ളത്. (ചിത്രം - 106). മസ്തിഷ്കത്തിന്റെ ഒത്ത മദ്ധ്യത്തിലായി തലാമസിനു തൊട്ടടുത്താണ് കോഡറ്റ് ന്യൂ ക്ലിയസിന്റെ സ്ഥാനം. കോഡറ്റ് ന്യൂക്ലി

യസിന് രണ്ടു സെറിബ്രൽ അർദ്ധഗോളങ്ങളിലും ഓരോന്നുവീതമുണ്ട്. തലഭാഗം കുറച്ച് വികസിച്ച് വാലറ്റത്തേക്കു വരുമ്പോൾ നീണ്ട് ഇംഗ്ലീഷ് അക്ഷരം 'സി'യുടെ ആകൃതിയിലാണ് ഇത് കാണപ്പെടുന്നത്. ഈ അടുത്ത കാലത്തായി മനുഷ്യരിൽ രാസലീലകൾക്കും സ്നേഹ പ്രകടനങ്ങൾക്കും കോഡറ്റ് ന്യൂക്ലിയസിന് വളരെ സ്വാധീനമുണ്ടെന്ന് തെളിയിക്കപ്പെട്ടിട്ടുണ്ട്. fMRI സ്കാനിങ് ഉപയോഗിച്ച് ഏതാനും കോളേജ് വിദ്യാർത്ഥികളിൽ നടത്തിയ പരീക്ഷണങ്ങൾ, ഇത് തെളിയിക്കുന്നു. പ്രണയിനികളുടെ ചിത്രം കാണിച്ചപ്പോൾ കാമുകന്മാരുടെ കോഡറ്റ് ന്യൂക്ലിയസ് പ്രകാശിക്കുന്നതായി കണ്ടു.

നേരത്തെയുള്ള ഖണ്ഡികകളിൽ ഒ സി ഡി രോഗത്തെപ്പറ്റി പരാമർശിച്ചപ്പോൾ ഒ സി ഡി രോഗംമൂലമുണ്ടാകുന്ന പ്രത്യേക സ്വഭാവ വിശേഷങ്ങൾക്കുകാരണം അവരുടെ കോഡറ്റ് ന്യൂക്ലിയസ് പ്രവർത്തനനിരതമല്ലെന്നുള്ള കാര്യം പറഞ്ഞിട്ടുണ്ട്.

കോർപ്പസ് കലോസത്തിനു ചുറ്റുമായി കിടക്കുന്ന സിംഗുലേറ്റ് ഗൈറസ് (Cingulate gyrus) (ചിത്രം - 107) മനുഷ്യമനസ്സിന്റെ വൈകാരികമായ പ്രവർത്തനങ്ങളെ നിയന്ത്രിക്കുന്നതിൽ ഒരു പ്രധാന പങ്കുവഹിക്കുന്നു. ഈ കേന്ദ്രം അതിന്റെ മാതൃ യൂണിറ്റായ അമിഗ്ഡാലയുമായി ചേർന്ന് ഒരാളുടെ സാമൂഹികവും വൈകാരികവുമായ പ്രവർത്തനങ്ങളെ നിയന്ത്രിക്കുന്നു. കൂടാതെ സെൻസറി മോട്ടോർ നിയന്ത്രണത്തിലും ഈ കേന്ദ്രം സ്വാധീനിക്കുന്നു. വികാരങ്ങളുമായി ബന്ധപ്പെട്ടുകിടക്കുന്ന മറ്റു ചില മസ്തിഷ്ക കേന്ദ്രങ്ങളെപ്പറ്റിയും പറയേണ്ടതുണ്ട്. ന്യൂക്ലിയസ് അക്യൂബെൻസ് (Nucleus Accubens) (ചിത്രം - 108) ആനന്ദദായകമായ പല വികാരങ്ങളുടേയും നിയന്ത്രണ കേന്ദ്രമാണ്. മസ്തിഷ്കത്തിന്റെ മദ്ധ്യഭാഗത്തായി കോഡറ്റ് ന്യൂക്ലിയസിന്റെ അടുത്തുതന്നെയാണ് ഇതിന്റെ സ്ഥാനവും. മനുഷ്യരിലെ ഭയം, ചിരി, ആസ്വാദനം, അഭിരുചി, പ്രതിഫലേച്ഛ, മദ്യാസക്തി എന്നിങ്ങനെയുള്ള കാര്യങ്ങളിൽ ന്യൂക്ലിയസ് അക്യുബെൻസിന് മുഖ്യ പങ്കുണ്ട്. ആദ്യകാലങ്ങളിൽ മദ്യാസക്തിയിൽ ഈ കേന്ദ്രത്തിനുള്ള പ്രാധാന്യം മാത്രമേ പഠന വിഷയമാക്കിയിരുന്നുള്ളു. എന്നാൽ പില്ക്കാലത്ത് മനുഷ്യനിലെ ലൈംഗികത, ഭക്ഷണപ്രിയം എന്നിവയിലും ഈ കേന്ദ്രത്തിനുള്ള പ്രധാന്യം മനസ്സിലാക്കിയിട്ടുണ്ട്. സംഗീതാസ്വാദനത്തിനുള്ള കഴിവും വിഷാദ ചിന്തകളും ന്യൂക്ലിയസ് അ

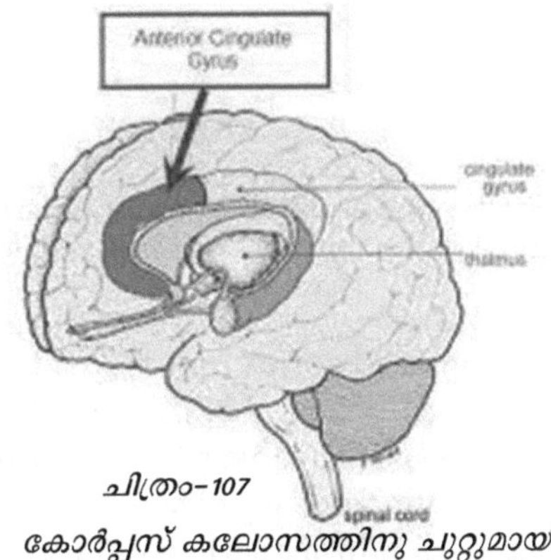

ചിത്രം-107

കോർപ്പസ് കലോസത്തിനു ചുറ്റുമായി കിടക്കുന്ന സിംഗുലേറ്റ് ഗൈറസ്

ക്യൂബെൻസിന്റെ പരിധി യിൽ വരുന്നുണ്ടെന്ന് ഇതിനോടകം തെളിയിക്കപ്പെട്ടിട്ടുണ്ട്. ന്യൂക്ലിയസ് അക്യൂബെൻസിന്റെ ഉള്ളിലുള്ള ഡൊ പാമൈൻ (Dopamine) പുറപ്പെടുവിക്കുന്ന ഏതാനും കോശങ്ങളെ ഇലക്ട്രിക്കലായി ഉത്തേജിപ്പിച്ചപ്പോൾ, രതിമൂർച്ഛയ്ക്കു തുല്യമായ (orgasam) ആനന്ദം ലഭിച്ചതായി പരീക്ഷണത്തിനു വിധേയരായവർ സാക്ഷ്യപ്പെടുത്തുന്നു.

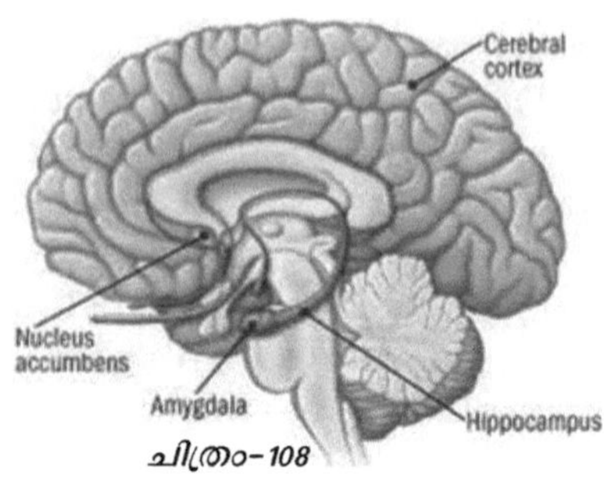

ചിത്രം-108
മസ്തിഷ്കത്തിൽ ന്യൂക്ലിയസ് അക്യുബെൻസിന്റെ സ്ഥാനം

എന്നാൽ ജനിതകമായ കാരണങ്ങളാൽ ഡൊപാമൈൻ സ്രവണം കുറവായ അക്യൂബെൻസ് ഉള്ളവർ കാലക്രമേണ സാധാരണ ജീവിതത്തിൽ യാതൊരു വിധ ആനന്ദവും കിട്ടാത്തവരായിത്തീരുന്നു. തന്മൂലം അവർ മദ്യപാനം, ഡ്രഗ്, ചൂതുകളി തുടങ്ങിയ ആനന്ദദായകമായ പ്രവർത്തനങ്ങളിലേക്കു തിരിയുന്നു.

പരീക്ഷണാടിസ്ഥാനത്തിൽ ചിലർക്ക് മിഡ്ബ്രയിനിലുള്ള (mid brain) ചില ശിരോനാഡികളുടെ (cranial nerves) കേന്ദ്രങ്ങളിലേക്ക് ഇലക്ട്രിക്കൽ ഉത്തേജനം നല്കിയപ്പോൾ അവർക്ക് അരിശം, ദേഷ്യം, സന്തോഷം, ആകുലത, ആർദ്രത, എന്നീ വികാരങ്ങൾ ഉണ്ടാകുന്നതായി കണ്ടിട്ടുണ്ട്.

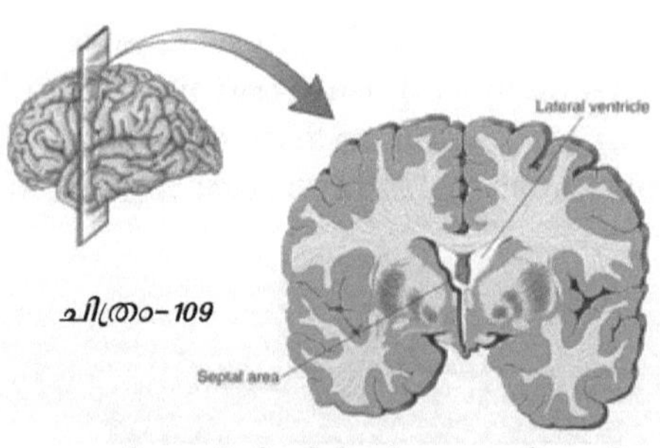

ചിത്രം-109
ലാറ്ററൽ വെൻട്രിക്കിളിന്റെ മധ്യത്തിലായി സ്ഥിതി ചെയ്യുന്ന വളരെ ഘനം കുറഞ്ഞ സെപ്റ്റം

തലാമസിന്റെ മുമ്പിലായി സ്ഥിതിചെയ്യുന്ന സെപ്റ്റത്തി (septum) (ചിത്രം 109) ലുള്ള ഏതാനും കേന്ദ്രങ്ങൾ സ്ത്രീക്കും പുരുഷനും രതിമൂർച്ഛ (orgasam) ഉണ്ടാകാൻ സഹായിക്കുന്നുണ്ടെന്ന് കണ്ടുപിടിച്ചിട്ടുണ്ട്.

തലാമസ്, അമിഗ് ഡാല എന്നീ കേന്ദ്രങ്ങളുമായി നിരവധി നാഡീതന്തുക്കളാൽ ബന്ധിക്കപ്പെട്ടിരിക്കുന്ന പ്രീഫോണ്ടൽ കോർട്ടെക്സ് (prefontal cortex) ചിത്രം 110 മനുഷ്യനിൽ വളരെയധികം വളർച്ച പ്രാപിച്ച ഒരു മസ്തിഷ്ക കേന്ദ്രമാണ്. പരീക്ഷണാടിസ്ഥാനത്തിൽ ഈ ഭാഗം നീക്കം ചെയ്തവർക്ക് സാമൂഹികമായ കടപ്പാടുകൾ (Social commitment) നഷ്ടപ്പെടുന്നതും ശ്രദ്ധ കേന്ദ്രീകരിക്കാൻ സാധിക്കാത്ത അവസ്ഥ വരുന്നതുമായി കണ്ടിട്ടുണ്ട്. മറ്റു ചിലർക്കു സംസാരിക്കാൻ

പ്രയാസമില്ലെങ്കിലും ലഘുവായ ഗണിതക്രിയകൾ പോലും ചെയ്യാൻ സാധിക്കാതെവന്നു. അവരിൽ സ്നേഹം, സങ്കടം, പ്രത്യാശ, നിരാശ എന്നീ വികാരങ്ങളുടെ യാതൊരുവിധ ലക്ഷണങ്ങളും കാണാനില്ലായിരുന്നു.

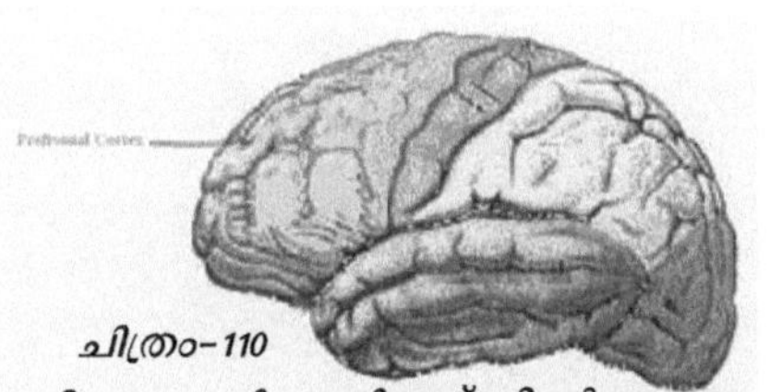

ചിത്രം-110
പ്രീഫോണ്ടൽ കോർട്ടെക്സിന്റെ സ്ഥാനം

8

മനുഷ്യമനസ്സിന്റെ നിയന്ത്രണം (Control of mind)

മനുഷ്യമനസ്സിനെ മറ്റൊരു പ്രതലത്തിലേക്ക് ഉയർത്തിയെടുത്ത് അതിനുള്ളിലുള്ള വിവരങ്ങൾ ഗ്രഹിക്കുകയും അതിനെ ഇഷ്ടാനുസരണം അമ്മാനമാടുകയും ചെയ്യുന്ന ഒരു പ്രക്രിയയാണ് ഹിപ്നോട്ടിസം.

ഒരു കുറ്റവാളിയുടെ മാനസികവ്യാപാരങ്ങളിലേക്കു കടന്നു കയറുകയും ചില ഹിപ്നോട്ടിക് മരുന്നുകളുടെ സഹായത്തോടെ അയാൾ കള്ളമാണോ പറയുന്നതെന്ന് മനസ്സിലാക്കാനും അത് റിക്കാർഡ് ചെയ്യാനുമുള്ള സംവിധാനമാണ് നാർക്കോ അനാലിസിസ് (narco analysis).

ഈരണ്ടു വിഷയങ്ങളെപ്പറ്റിയും വിശദമായി വിവരിക്കുകയാണ് അടുത്ത രണ്ടു ഖണ്ഡികകളിൽ ചെയ്തിരിക്കുന്നത്.

1. ഹിപ്നോട്ടിസം (Hypnotism)

മറ്റുള്ളവരുടെ മനസ്സിനെ സ്വാധീനിക്കാനും അബോധാവസ്ഥയിലെന്നപോലെ അവരെക്കൊണ്ട് ഹിപ്നോട്ടിസ്റ്റിന്റെ (Hypnotist) ഇംഗിതം അനുസരിച്ച് കാര്യങ്ങൾ നടത്തുവാൻ സാധിക്കുമെന്നത് മനസ്സിന്റെ ഒരു പ്രത്യേക ഗുണവിശേഷമായി കണക്കാക്കാവുന്നതാണ്. അതുകൊണ്ട് ഹിപ്പ്നോട്ടിസത്തിന്റെ വിവിധ വശങ്ങളെപ്പറ്റി ഇവിടെ വിവരിക്കാം.

ഒരു കാര്യത്തിൽ മാത്രം കേന്ദ്രീകരിച്ചുകൊണ്ട് ചുറ്റുപാടുകളിൽ ശ്രദ്ധിക്കാതെ മനസ്സിനെ കേന്ദ്രീകരിച്ചു നിർത്തുകയും മറ്റൊരാളുടെ നിർദ്ദേശത്തിന് അനുസരണമായി പ്രതികരിക്കുകയുമാണ് ഹിപ്നോട്ടിസത്തിൽ ചെയ്യുന്നത്. ബോധമനസ്സിന്റെ സാധാരണ നിലയിൽനിന്നും വ്യത്യസ്തമായ ഒരു സ്ഥിതിയെന്നോ മോഹനിദ്രയെന്നോ ഹിപ്നോട്ടിസത്തിനെ കരുതാം. ഹിപ്നോട്ടിസം ഭാവനാപൂർണ്ണമായ അഭിനയത്തിന്റെ രൂപഭേദമാണെന്ന് കരുതുന്നവരുമുണ്ട്.

ജയിംസ് ബ്രെയ്ഡ്
ചിത്രം-111

ഗ്രീക്കുഭാഷയിൽ ഹിപ്നോസ്(Hypnos) എന്നു പറഞ്ഞാൽ ഉറക്കമെന്നാണർത്ഥം. ഹിപ്നോട്ടിസത്തിന് ഉറക്കിക്കിടത്തുകയെന്ന അർത്ഥം കല്പിക്കാം. സ്കോട്ലന്റുകാരനായ ജയിംസ് ബ്രെയ്ഡ് (James Braid) (ചിത്രം 111) ആണ് ഇതിന്റെ ഉപജ്ഞാതാവ്. ഫ്രാൻസ് മെസ്മർ (Franz Mesmor) എന്ന ജാല വിദ്യക്കാരൻ രൂപകല്പന ചെയ്തെടുത്ത മെസ്മെറിസത്തെ (mesmerism) മിനുക്കിയെടുത്ത് ക്രോഡീകരിക്കുകയാണ് ബ്രെയ്ഡ് ചെയ്തത്.

ഹിപ്നോട്ടിസത്തിന്റെ ചരിത്രത്തിൽ ജർമ്മൻ ഡോക്ടറായ ഫ്രാൻസ് മെസ്മറെപ്പറ്റി പരാമർശിക്കാതിരിക്കുന്നത് ഒരു വീഴ്ച ആയിരിക്കും. ഫ്രാൻസ് മെസ്മർ (1734-1815) (ചിത്രം 112) ഭൂലോകം മുഴുവൻ ഒരു ജാതി മാഗ്നറ്റിക് ഫ്ളൂയിഡുകൊണ്ട് (magnetic fluid) നിറഞ്ഞിരിക്കുകയാണെന്നും ഒരാളിൽനിന്നും മറ്റൊരാളിലേക്ക് ഈ മാഗ്നറ്റിക് ശക്തി കടത്തിവിട്ട് അയാളെ മയക്കാൻ സാധിക്കുമെന്നും മറ്റുമാണ് മെസ്മറിന്റെ തിയറി. ഫ്രാൻസിലെ ചക്രവർത്തിയായിരുന്ന ലൂയി 16-ാമൻ ഒരു കമ്മിറ്റിയെ നിയോഗിച്ച് മെസ്മറിന്റെ തത്ത്വങ്ങളെ വിലയിരുത്തുകയും അദ്ദേഹത്തിന്റെ മെസ്മെറിസത്തിൽ കഴമ്പില്ലെന്ന് സ്ഥാപിക്കുകയും ചെയ്തു. മെസ്മറിന്റെ തത്ത്വങ്ങളെ നവീകരിച്ചാണ് ജയിംസ് ബ്രെയ്ഡ് ഹിപ്നോട്ടിസം എന്ന ആശയം ആദ്യം അവതരിപ്പിച്ചത്. മനസ്സിന്റെ സൂക്ഷ്മമായ കേന്ദ്രീകരണംകൊണ്ട് അദൃശ്യശക്തി സൃഷ്ടിക്കാമെന്ന് അദ്ദേഹം മനസ്സിലാക്കി. അദ്ദേഹത്തിൻെറ സമകാലികനായിരുന്ന പ്രശസ്ത ന്യൂറോശാസ്ത്രജ്ഞൻ വില്ല്യം ബൻജമിൻ കാർപെന്ററിന്റെ (William Benjamin Carpenter) സഹായം ബ്രെയ്ഡ് സ്വീകരിച്ചു. മനുഷ്യ ശരീരത്തിനു മനസ്സിന്റെ മേലുള്ള വിധേയത്വം വിശദീകരിക്കുന്ന സൈക്കോഫിസിയോളജി (Psycho-Physiology) എന്ന ഒരു പ്രത്യേക ബ്രാഞ്ച് തന്നെ മെഡിക്കൽ സയൻസിൽ അദ്ദേഹം ഉണ്ടാക്കി.

ഫ്രാൻസ് മെസ്മർ ചിത്രം-112

ബ്രെയ്ഡിനുശേഷം പിയറേ ജാനറ്റ് (Pierre Janet 1859 - 1947) എന്ന ഫ്രഞ്ച് ഡോക്ടർ ഹിപ്നോട്ടിസത്തിന്റെ ശാസ്ത്രീയ വശങ്ങൾ മനസ്സിലാക്കി അതിനെ വൈദ്യശാസ്ത്രരംഗത്തു പ്രയോഗിച്ചു തുടങ്ങി. ഈ അവസരത്തിലാണ് സിഗ്മണ്ട് ഫ്രോയിഡ് (Sigmond Froid) (1856 -

1939) ചിത്രം-5) തന്റെ പ്രശസ്മായ മനഃശാസ്ത്ര തത്ത്വങ്ങളുമായി രംഗപ്രവേശനം ചെയ്യുന്നത്. ആദ്യകാലത്ത് ഫ്രോയിഡ് ഹിപ്നോട്ടിക് ചികിത്സയുടെ പ്രചാരകനായിരുന്നു. പല മനോരോഗികളെയും ഹിപ്നോട്ടിസത്തിനു വിധേയനാക്കി അദ്ദേഹം അവരിൽനിന്നും അവരുടെ ഓർമ്മയിൽ മറഞ്ഞിരുന്ന പല കാര്യങ്ങളും വെളിച്ചത്തു കൊണ്ടുവരികയും അവരെ സുഖപ്പെടുത്തുകയും ചെയ്തു.

ഫ്രോയിഡിനുശേഷം പല മഹാരഥന്മാരും ഹിപ്നോട്ടിസത്തിനു വളരെ പ്രാധാന്യം നല്കുകയും അതിന്റെ വിവിധ വശങ്ങളെപ്പറ്റി ഗാഢമായി പഠിക്കുകയും ചെയ്തിട്ടുണ്ട്. അതിൽ പ്രധാനപ്പെട്ടവർ അമേരിക്കക്കാരനായ ക്ലാർക്ക് ഹൾ (Clark Hull) (1884-1952). മാർട്ടിൻ ചാർക്കോട്ട് (Martin Charcot), ബേൺ ഹെയിം (Bern Haim), പോൾ ബ്രോക്കാ (Paul Broca) തുടങ്ങിയവരായിരുന്നു. പ്രശസ്ത ഹിപ്പ്നോട്ടിസ്റ്റായിരുന്ന ഡേവ് എൽമാൻ (Dave Elman) ന്റെ (1900 - 1987) കാലം മുതൽ ഹിപ്നോട്ടിസം മെഡിക്കൽ ഉപയോഗത്തിനായി വ്യാപകമായി ഉപയോഗിച്ചു തുടങ്ങി. ഹിപ്നോതെറാപ്പി (Hypnotherapy) എന്ന ഒരു ചികിത്സാ സമ്പ്രദായംതന്നെ ഉടലെടുത്തു. ഡേവ് എൽമാനിന്റെ നിർദ്ദേശപ്രകാരം സാധാരണയുള്ള അനസ്തേഷ്യ കൂടാതെതന്നെ ഒരു ഹൃദയ ശസ്ത്രക്രിയതന്നെ ഹിപ്നോട്ടൈസ് ചെയ്തു മയക്കിയശേഷം നടത്തിയതായി രേഖപ്പെടുത്തിയിട്ടുണ്ട്. ഹാർവാർഡിൽ നിന്നുമുള്ള ഡെയർ ഡർ ബാറെറ്റ് (Deir dre Barret) എന്ന വനിത 1998 ൽ പുറത്തിറക്കിയ *ഹിപ്നോ തെറാപ്പി* (Book *Hypno Therapy)* എന്ന ബുക്കിൽ, ഹിപ്നോട്ടിസം പ്രയോഗിച്ച് ഉറക്കമില്ലായ്മ, പുകവലി, മദ്യാസക്തി തുടങ്ങിയ അസുഖങ്ങൾ മാറ്റിയതായി ദൃഷ്ടാന്ത സഹിതം വിവരിച്ചിട്ടുണ്ട്. ആധുനിക കാലത്ത് ഹിപ്നോട്ടിസം വേദനയില്ലാതെയുള്ള പ്രസവത്തിനും ഡെന്റൽ സർജറിക്കും വ്യാപകമായി ഉപയോഗപ്പെടുത്തുന്നുണ്ട്.

ഹിപ്നോട്ടിസത്തിനു അടിമയായ ഒരു വ്യക്തിയുടെ ശ്രദ്ധ കേന്ദ്രീകരിച്ചതും കീഴ്വഴക്കത്തിനുള്ള (Suggestibility) താല്പര്യം വർദ്ധിച്ച നിലയിലുമായിരിക്കും. ഹിപ്നോട്ടിസം പ്രയോഗിക്കുന്ന ആളിന്റെ പൂർണ്ണനിയന്ത്രണത്തിലും അയാളിൽനിന്നുമുള്ള ആജ്ഞ സ്വീകരിക്കുന്ന വ്യക്തിയുമായിത്തീരും. അയാൾ പരിസരങ്ങളെല്ലാം മറന്ന് ഹിപ്നോട്ടിസ്റ്റ് (ഹിപ്നോട്ടിസം പ്രയോഗിക്കുന്ന ആൾ) പറയുന്നതു മാത്രം കേൾക്കുകയും അനുസരിക്കുകയും ചെയ്യുന്നു. അത് തന്റെ താല്പര്യങ്ങൾക്കു വിരുദ്ധമാണെങ്കിൽക്കൂടി. ഹിപ്നോട്ടിസം ചെയ്യപ്പെടുന്ന ആളിന്റെ ഓർമ്മ വികലമാക്കപ്പെടുകയും ചിലപ്പോൾ അയാളുടെ ഈ മാനസികനില ഹിപ്നോട്ടിക് മയക്കത്തിൽനിന്നു മുക്തമായാലും തുടർന്ന് നിലനില്ക്കുകയും ചെയ്യും.

ഹിപ്നോട്ടിസത്തിന് ശരിയായ ഒരു നിർവ്വചനം കൊടുത്തത് ജയിംസ് ബ്രെയിഡ് തന്നെയായിരുന്നു. ക്രമേണയുള്ള വിശ്രമത്തിലേക്കും

തൽഫലമായി നാഡീബന്ധിതമായ (nervous sleep) ഉറക്കത്തിലേക്കും വഴുതിവീഴുന്ന രീതിയിലുള്ള പ്രത്യേക ശ്രദ്ധ കേന്ദ്രീകരിക്കലാണ് ഹിപ്നോട്ടിസം എന്ന് അദ്ദേഹം നിർവ്വചിച്ചു.

നവീന ന്യൂറോ ശാസ്ത്രമനുസരിച്ച് മനുഷ്യമനസ്സിന് രണ്ടു തലങ്ങളുണ്ട്- ബോധമനസ്സും, അബോധമനസ്സും. (conscious and unconscious) ഓരോരുത്തർക്കും അവരവർക്കുണ്ടാകുന്ന "ഞാനെന്ന ഭാവമാണ്" ശരിക്കുമുള്ള ബോധാവസ്ഥ. എന്നാൽ നാം അറിയാതെ തന്നെ നമ്മുടെ ശാരീരിക ധർമ്മങ്ങൾ നടക്കുന്നതിനും നമ്മുടെ ചിന്തകളും ഓർമ്മകളും സൂക്ഷിച്ചുവയ്ക്കുന്നതിനും കാരണമാകുന്നത് അബോധമനസ്സാണ്. ബോധമനസ്സ് സെക്കന്റിൽ വെറും പത്തിനു താഴെ മാത്രം സെൻസറി വിവരങ്ങൾ കൈകാര്യം ചെയ്യുമ്പോൾ അബോധ മനസ്സ രണ്ടു ദശലക്ഷം വിവരങ്ങൾ കൈകാര്യം ചെയ്യുന്നു. ഹിപ്നോട്ടിസ്റ്റ് ഒരാളെ ഹിപ്നോട്ടൈസ് ചെയ്യുമ്പോൾ അയാളുടെ അബോധമനസ്സുമായാണ് ആശയവിനിമയം ചെയ്യപ്പെടുന്നത്. 'നിർബ്ബന്ധപൂർവ്വമായ വിശ്രമം' തുടങ്ങിയ സാങ്കേതിക വിദ്യകൾ പ്രയോഗിച്ചും ബോധമനസ്സിനെ ബൈപാസ് ചെയ്തുമാണ് അയാൾ ഹിപ്നോട്ടൈസ് ചെയ്യപ്പെടുന്ന ആളിന്റെ അബോധമനസ്സുമായി ബന്ധപ്പെടുന്നത്. ഹിപ്നോട്ടിസത്തിന് വിധേയനാകുന്ന ആൾ ചെയ്യുന്ന മിക്ക പ്രവൃത്തികളും അയാളുടെ അബോധാവസ്ഥയിലായിരിക്കും ചെയ്യുന്നത്. എന്നാൽ ബോധാവസ്ഥയിലുള്ള ചില കാര്യങ്ങൾ ഹിപ്നോട്ടിസം ചെയ്യപ്പെടുന്ന ആൾ ചെയ്യാറുണ്ട്. ഉദാഹരണത്തിന് ഹിപ്നോട്ടിസംകൊണ്ട് വേദന ശമിപ്പിക്കാൻ സാധിക്കുന്നതും പുകവലി തുടങ്ങിയ ദുശ്ശീലങ്ങളിൽനിന്നും മുക്തി നേടുന്നതും ബോധാവസ്ഥയിലുള്ള പ്രവൃത്തികൾ തന്നെയാണ്.

ഹിപ്നോട്ടിസം തീർത്തും ശാസ്ത്രീയമായ ഒരു വസ്തുത തന്നെയെന്ന് ഇന്ന് ന്യൂറോ ശാസ്ത്രജ്ഞർ തെളിയിച്ചിട്ടുണ്ട്. സ്റ്റാൻഫോർഡ് യൂണിവേഴ്സിറ്റിയിലെ ഡോ. ഡേവിഡ് സ്പീഗൽ (Dr. David Spiegal of Stanford University) ഹിപ്നോട്ടൈസ് ചെയ്യപ്പെടുന്ന ആൾക്കാരുടെ മസ്തിഷ്കത്തിന്റെ എഫ്-എം ആർ ഐ (f-MRI) ചിത്രങ്ങൾ റിക്കാർഡ് ചെയ്തിട്ടുണ്ട്. അവരുടെ മസ്തിഷ്കത്തിൽ സാധാരണക്കാരുടേതിൽ നിന്നും വ്യത്യസ്തമായ ചിത്രങ്ങളാണ് രേഖപ്പെടുത്തിയത്. ഹിപ്നോട്ടിസം മനസ്സിന്റെയും ശരീരത്തിന്റെയും പ്രവർത്തനങ്ങളെ ബാധിക്കുന്നുണ്ടെന്ന് ഡോ. സ്പീഗൽ സാക്ഷ്യപ്പെടുത്തുന്നു.

വൈദ്യശാസ്ത്രപരമായ കാര്യങ്ങൾക്കു ഹിപ്നോട്ടിസം ഉപയോഗപ്പെടുത്തുന്നത് മിക്കവാറും എല്ലാ ഡോക്ടറന്മാർക്കും സ്വീകാര്യമായ കാര്യമായിട്ടുണ്ട്. കാര്യമില്ലാതെയുള്ള അമിതമായ ഭയം (Phobia), മദ്യപാനാസക്തി (addiction), വിട്ടുമാറാത്ത വേദനകൾ തുടങ്ങിയ പ്രത്യേക തരം അസുഖങ്ങൾക്കും ഹിപ്നോട്ടിസം വളരെ ആശ്വാസകരമായ ചികിത്സാരീതിയാണ്. ചില ആളുകൾക്ക് വിമാനത്തിലുള്ള യാത്രയും വളരെ ഉയരങ്ങളിൽക്കൂടിയുള്ള സഞ്ചാരവും (ഉയർന്ന ഫ്ളാറ്റുകളിൽ)

വളരെയേറെ മാനസിക പ്രശ്നങ്ങൾ ഉണ്ടാകാറുണ്ട്. അങ്ങനെയുള്ളവരെ ഹിപ്നോട്ടിസത്തിൽക്കൂടിയുള്ള ചികിത്സകൊണ്ട് സുഖപ്പെടുത്തിയതായി ഡോ. സ്പീഗൽ അവകാശപ്പെടുന്നുണ്ട്. വാസ്തവത്തിൽ നമ്മളെല്ലാവരും ചില സമയങ്ങളിൽ ഹിപ്നോട്ടിസത്തിന് അടിമപ്പെടാറുണ്ട്. രസകരമായ ഒരു പുസ്തകത്തിന്റെ വായനയിൽ ലയിച്ചിരിക്കുമ്പോൾ ആരെങ്കിലും നമ്മെ വിളിച്ചാലും നാം കേൾക്കാറില്ല. ഏതാണ്ട് അതുപോലെതന്നെയാണ് ഹിപ്നോട്ടിസത്തിന് അടിമപ്പെട്ടിരിക്കുന്ന ഒരാൾ ഹിപ്നോട്ടിസ്റ്റിന്റെ ആജ്ഞകൾ മാത്രമേ കേൾക്കുന്നുള്ളു. പരിസരങ്ങളെല്ലാം മറന്നുപോകുന്നു.

2. ഹിപ്നോട്ടിക് ഇൻഡക്ഷൻ (Hypnotic Induction)

ഹിപ്നോട്ടിസം നടത്തുന്നതിന്, ഹിപ്നോട്ടിസ്റ്റ് ഒരുക്കുന്ന ഒരു അന്തരീക്ഷമാണ് ഹിപ്നോട്ടിക് ഇൻഡക്ഷൻ. ജയിംസ് ബ്രെയ്ഡിന്റെ കാലത്ത്, ഹിപ്നോട്ടിക് ഇൻഡക്ഷനുവേണ്ടി ബ്രെയിഡിസം (Braidism) എന്ന രീതി നടപ്പിലുണ്ടായിരുന്നു. ഹിപ്നോടൈസ് ചെയ്യപ്പെടുന്ന വ്യക്തിയിലേക്കുതന്നെ കണ്ണ് ഉറപ്പിച്ച് (Eye Fixation Method) ചെയ്യുന്ന രീതിയാണിത്. ചില ഹിപ്നോട്ടിസ്റ്റുകൾ ഒരു പ്രത്യേക വസ്തു തന്റെ ഇടതുകൈയിൽ പിടിച്ച് ഹിപ്നോടൈസ് ചെയ്യുന്ന വ്യക്തിയുടെ കണ്ണിനു മുകളിൽ അരയടി അകലത്തിൽ പിടിച്ച് ഹിപ്നോട്ടിസം നടപ്പിലാക്കാറുണ്ട്. ഫ്രോയിഡിന്റെ കാലം വന്നപ്പോഴെക്കും തുറിച്ചുനോക്കുന്നതു കൂടാതെ പ്രത്യേക ജാതി ശബ്ദവും ഹിപ്നോട്ടിക് ഇൻഡക്ഷനുള്ള ഉപാധിയായി ഉപയോഗിച്ചു. ഏതു വിധത്തിലായാലും ഒരാളെ സ്വപ്നാവസ്ഥയിലാക്കുന്നതിനുള്ള സൂചന നല്കുന്നതാണ് ഹിപ്നോട്ടിക് ഇൻഡക്ഷൻ. ഡേവ് എൽമാൻ (Dave Elman) ക്രോഡീകരിച്ചെടുത്ത എൽമാൻ ഇൻഡക്ഷൻ (Elman Induction) എന്ന രീതിയാണ് ഇന്നു സ്വീകരിച്ചു പോരുന്നത് ഇതിൽ സാവധാനത്തിലുള്ള പേശികളുടെ അയവു വരുത്തലിൽകൂടി (relaxation) ഹിപ്നോട്ടിസ്റ്റിന് തന്റെ ഇരയുടെ മേൽ ആധിപത്യം പുലർത്താനും അവരുടെ അബോധമനസ്സിലേക്ക് കയറിപ്പറ്റാനും സാധിക്കും. അങ്ങനെ തന്റെ ആധിപത്യത്തിലായ അബോധമനസ്സിലേക്ക് ഹിപ്നോട്ടിസ്റ്റ് ആവശ്യപ്പെടുന്ന കാര്യങ്ങൾ ബോധമനസ്സിലൂടെ നടപ്പാക്കുകയാണ് ചെയ്യുന്നത്.

ഇന്ന് ഹിപ്നോട്ടിസം കൂടുതൽ ഉപയോഗപ്പെടുത്തുന്നത് വൈദ്യരംഗത്താണ്. അനാവശ്യ ഭയം (Phobea) അനാവശ്യ വേദന (False Pain) ഇവ അകറ്റാൻ ഹിപ്നോട്ടിസം ഉപയോഗപ്പെടുത്താം. സ്വയം ഹിപ്നോടൈസ് ചെയ്ത് (Self Hypnotism) ചില രോഗങ്ങൾ സുഖപ്പെടുത്തുന്നവരും ഉണ്ട്. അങ്ങനെ സ്വയം ഹിപ്നോട്ടിസം നടപ്പാക്കാൻ സ്വയം സൂചന (Auto Suggestion) ചെയ്യുകയാണ് ചെയ്യുന്നത്. സ്വയം ഹിപ്നോട്ടിസം ചെയ്ത് വളരെ നാളുകൾക്കുശേഷം കുട്ടികൾ ഉണ്ടാ

കാതിരുന്ന ഒരു സ്ത്രീക്ക് (Patricia from New York) സന്താനലാഭമുണ്ടായതായി ജയിംസ് സ്പീഗൽ വിവരിക്കുന്നു. വളരെ പ്രശസ്തമായ നിലയിൽ ബിസിനസ് നടത്തിപ്പോന്നിരുന്ന അവർക്ക് ജീവിതത്തിൽ എല്ലാംതന്നെ അവരുടെ തൊഴിൽ (Career) മാത്രമായിരുന്നു. നാലഞ്ചു വർഷം കഴിഞ്ഞപ്പോൾ അവർക്ക് ഗർഭിണിയാകാൻ സാധിക്കാതെവന്നു. മറ്റു യാതൊരു ശാരീരിക തകരാറുകളുമില്ലാതിരുന്ന അവരുടെ പ്രശ്നം സ്പീഗൽ മനസ്സിലാക്കി അവർക്കുവേണ്ട ഉപദേശം കൊടുത്തു. അവർ സ്വയം ഹിപ്നോട്ടൈസ് ചെയ്ത് പ്രശ്നം പരിഹരിച്ചു, രണ്ടുമൂന്നു മാസത്തിനകം അവർ ഗർഭിണി ആകുകയും രണ്ടു വർഷത്തിനകം രണ്ടു കുട്ടികളുടെ അമ്മയാകുകയും ചെയ്തു. ആദ്യം അവർ മാനസികമായി തയ്യാറല്ലാതിരുന്നതുകൊണ്ട് ഗർഭിണിയാകാൻ സാധിക്കാതെവന്നു.

മെഡിക്കൽ രംഗത്തല്ലാതെ സ്റ്റേജ് ഷോയിലും മറ്റും ഹിപ്നോട്ടിസം വിജയകരമായി ഉപയോഗപ്പെടുത്തുന്നുണ്ട്.

3. നാർകോ അനാലിസിസ് (Narco Analysis)

ഒരാളുടെ മനസ്സിലുള്ള കാര്യങ്ങൾ ഒരുപക്ഷേ, അയാളുടെ പൂർണ്ണമായ അറിവുകൂടാതെപോലും ചോർത്തിയെടുക്കുന്ന മാർഗ്ഗമാണ് നാർകോ അനാലിസിസിൽ ചെയ്യുന്നത്. കുറ്റങ്ങൾ തെളിയിക്കാൻ സി ബി ഐ (CBI) തുടങ്ങിയ കുറ്റാന്വേഷണ സംഘങ്ങൾ പ്രധാനമായും ആശ്രയിക്കുന്നത് നാർകോ അനാലിസിസ് പോലുള്ള ടെസ്റ്റുകളെയാണ്. പോളിഗ്രാഫ് (Polygraph) അഥവാ ലൈ ഡിറ്റക്ടർ (Lie Detector), ബ്രെയിൻ മാപ്പിങ് (Brain Maping) തുടങ്ങിയ ടെസ്റ്റുകളും കുറ്റം തെളിയിക്കാൻ ഉപയോഗപ്പെടുത്തുന്നുണ്ട്. അപാര കഴിവുകളുള്ള മസ്തിഷ്കത്തിന്റെ അഗാധതയിൽ ചൂഴ്ന്നിറങ്ങി അതിൽ നിക്ഷിപ്തമായിരിക്കുന്ന വിവരങ്ങൾ പുറത്തുകൊണ്ടുവന്ന് റിക്കാർഡ് ചെയ്യുകയാണ് മേൽ

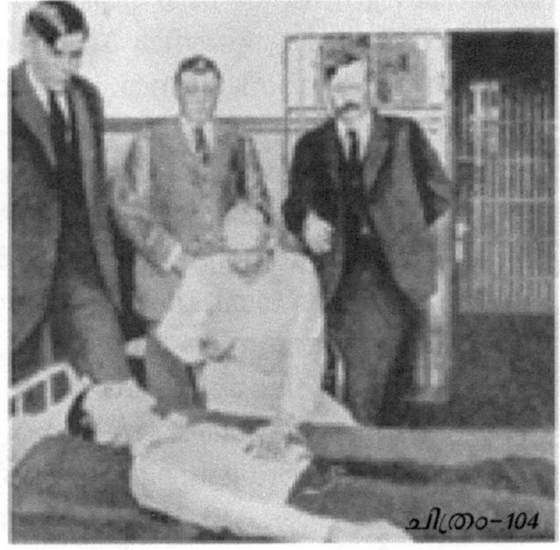

ചിത്രം-104

ഡോ റോബർട്ട് ഹൗസ് ചിത്രം-113

പ്പറഞ്ഞ എല്ലാ രീതികളിലും അവലംബിക്കുന്നത്.

'നാർക്കോ' എന്ന വാക്കിന് ഗ്രീക്കു ഭാഷയിൽ ബോധം കെടുത്തുക എന്ന അർത്ഥമാണുള്ളത്. ചെറിയ തോതിൽ ബോധം കെടുത്തുന്നതിന് ഒരു മരുന്ന് കുറഞ്ഞ അളവിൽ ടെസ്റ്റിന് അടിമപ്പെടുന്ന ആളിന്റെ മേൽ കുത്തിവയ്ക്കുകയാണ് ആദ്യം ചെയ്യുന്നത്. അമേരിക്കക്കാരനായ റോബർട്ട് ഹൗസ് (Robert House) എന്ന ഡോക്ടറാണ് (ചിത്രം - 113). 1922 ൽ ഈ മാതിരിയുള്ള ടെസ്റ്റുകൾ ഒരാളിൽ ആദ്യമായി പരീക്ഷിക്കുന്നത്. കുറ്റാന്വേഷണത്തിൽ സഹകരിക്കാത്ത വ്യക്തിയിൽനിന്നും നിർബ്ബന്ധിച്ച് കാര്യങ്ങൾ ചോർത്തിയെടുക്കുന്നത് പണ്ടുകാലം മുതലേ നിലനിന്നിരുന്നു. ശാരീരികമായ മർദ്ദനമുറകൾ പ്രയോഗിച്ചോ, പീഡിപ്പിച്ചോ വിവരങ്ങൾ മനസ്സിലാക്കുന്ന രീതി പരിഷ്കൃത രാജ്യങ്ങൾ അടുത്തകാലത്ത് തീരെ ഉപേക്ഷിച്ചിരിക്കുന്നു.

അങ്ങനെയുള്ള അവസരങ്ങളിൽ, വഴങ്ങാത്ത വ്യക്തിയിൽനിന്നും കാര്യങ്ങൾ ഗ്രഹിക്കാനാണ് നാർക്കോ അനാലിസിസ് തുടങ്ങിയ മാർഗ്ഗങ്ങൾ സ്വീകരിക്കുന്നത്.

ഒരാൾ അയാളുടെ ഭാവനാവിലാസത്തിനനുസരിച്ച് മെനഞ്ഞുണ്ടാക്കുന്ന കാര്യങ്ങളാണ് പൊളിവചനമായി പുറത്തുവരുന്നത്. നാർകോ അനാലിസ് തത്ത്വം തന്നെ കള്ളം പറയാനുള്ള അയാളുടെ ഭാവനയിൽ തടസ്സങ്ങൾ സൃഷ്ടിക്കുക എന്നുള്ളതാണ്. അതുകൊണ്ടാണ് നാർകോ ടെസ്റ്റ് സമയത്തു അയാളുടെ ഭാവന ഉപയോഗിക്കപ്പെടുത്താൻ സാധിക്കാത്ത വിധത്തിൽ അയാളെ അർദ്ധബോധാവസ്ഥയിലാക്കുന്നത്. ആ അവസ്ഥയിൽനിന്നും അയാൾക്കു കളവായ സംഗതികൾ മെനഞ്ഞുണ്ടാക്കാൻ സാദ്ധ്യമല്ല.

ടെസ്റ്റിനു വിധേയമാക്കുന്ന വ്യക്തിയുടെ നാഡീവ്യൂഹങ്ങളിൽ പ്രവർത്തിച്ച് മനസ്സിലുള്ള കാര്യങ്ങൾ യാതൊരു ആന്തരിക നിരോധവും കൂടാതെ ഏറ്റു പറയുവാൻ ഉതകുന്ന സോഡിയം പെന്റോത്തോൾ (Sodium Pentothol) തുടങ്ങിയ മരുന്നുകളാണ് ടെസ്റ്റിനു മുമ്പുള്ള കുത്തിവയ്പിന് ഉപയോഗിക്കുന്നത്. ഓരോ വ്യക്തിയുടേയും ശാരീരികവും ആരോഗ്യപരവും ലിംഗപരവുമായ ഡോസേജുകളാണ് കുത്തിവയ്ക്കുന്നത്. മരുന്നിന്റെ അളവിലോ പ്രയോഗത്തിലോ അനാസ്ഥ സംഭവിച്ചാൽ, അത് മാരകമായിത്തീരുന്നതാണ്. അർദ്ധബോധാവസ്ഥയിലേക്കു നയിക്കുന്ന ഈ മരുന്നുകൾ പാതിമയക്കത്തിലായിത്തീരുന്ന വ്യക്തിക്കു സ്വന്തമായി ചിന്തിക്കുവാനോ പദ്ധതികൾ രൂപപ്പെടുത്താനോ സാധിക്കാത്ത മാനസിക നിലയാണ് ഉണ്ടാകുക. അതുകൊണ്ട് കുറ്റം തെളിയിക്കുന്ന വിധത്തിൽ നേരത്തെ തയ്യാറാക്കിവച്ച ചോദ്യങ്ങൾക്കു ഉത്തരം നല്കുക മാത്രമാണ് ഇവർ ചെയ്യുന്നത്. ഇതിന്റെ ഓഡിയോ വീഡിയോ റിക്കാർഡിങ്ങുകൾ എടുത്ത് പിന്നീട് കുറ്റാന്വേഷണ വിദഗ്ദ്ധർ ആവശ്യമായ രേഖകൾ തയ്യാറാക്കുന്നു. ഒരു കോടതിയുടെ നിർദ്ദേശപ്രകാരം വിദഗ്ദ്ധരായ ഡോക്ടറന്മാരുടെ മേൽനോട്ടത്തിലാണ് നാർകോ

അനാലിസ് ടെസ്റ്റുകൾ നടത്തുന്നത്. ടെസ്റ്റിനു വിധേയരാകുന്ന വ്യക്തികളുടെ സമ്മതവും ആവശ്യമാണ്.

നാർകോ അനാലിസിസിനുപോലെതന്നെ കുറ്റാന്വേഷണത്തിന് ഉപയോഗിക്കുന്ന മറ്റൊരു രീതിയാണ് പോളിഗ്രാഫ് ടെസ്റ്റ് അഥവാ ലൈ ഡിറ്റക്ടർ ടെസ്റ്റ് (Lie Detector Test). പോളിഗ്രാഫ് എന്ന വാക്കിന്റെ അർത്ഥംതന്നെ നിരവധിഗ്രാഫുകൾ എടുക്കുന്ന സമ്പ്രദായം എന്നതാണ്. നേർവഴി വിട്ടുള്ള ചിന്തകളോ ഉത്തരങ്ങളോ, കുറ്റാരോപിതനായ വ്യക്തിയിൽ നിന്നുണ്ടാകുമ്പോൾ അയാളുടെ ശാരീരിക ധർമ്മങ്ങളിലുണ്ടാകുന്ന അതിന്റെ സൂക്ഷ്മമായ വ്യതിയാനങ്ങൾ റിക്കാർഡു ചെയ്യുകയാണ് ഈ ടെസ്റ്റിൽ ചെയ്യുന്നത്. രക്തസമ്മർദ്ദം, ഹൃദയസ്പന്ദനം, ശ്വാസോച്ഛ്വാസം, മാംസപേശികളിലുള്ള ചലനം എന്നിവയൊക്കെ വിവിധതരം സെൻസറുകളുപയോഗിച്ച് രേഖപ്പെടുത്തുന്നു. മൂന്നു ഘട്ടങ്ങളിലായിട്ടാണ് പോളിഗ്രാഫ് ടെസ്റ്റ് നടത്തുന്നത്. ടെസ്റ്റിനു മുമ്പുള്ള നേരിട്ടുള്ള പരിശോധനയും ചോദ്യം ചെയ്യലും പിന്നീട് ഉപകരണങ്ങൾ ഘടിപ്പിച്ചതിനുശേഷമുള്ള പ്രധാനപ്പെട്ട ചോദ്യം ചെയ്യലും റിക്കാർഡിങ്ങുകളും, അവസാനമായി റിക്കാർഡു ചെയ്യപ്പെട്ട ഗ്രാഫുകൾ പരിശോധിച്ച് നിഗമനങ്ങളിൽ എത്തുക എന്നിവയാണ് മൂന്നു ഘട്ടങ്ങളായുള്ള പോളിഗ്രാഫ് ടെസ്റ്റ്. ഡോക്ടർ കീലർ (Dr. Keeler) എന്ന ശാസ്ത്രജ്ഞൻ പോളിഗ്രാഫ് പരിശോധനയ്ക്കു വിധേയനാകുന്ന വ്യക്തിയുടെ ത്വക്കിനുള്ള ഇലക്ട്രിക്കൽ പ്രതിരോധം (Electrical Resistance) അളക്കുവാനുള്ള സൈക്കോ ഗാൽവനോമീറ്റർ (Psycho Galvanometer) എന്ന ഒരുപകരണംകൂടി ഉൾപ്പെടുത്തുകയുണ്ടായി. പോളിഗ്രാഫ് പരിശോധനയിൽ വളരെയധികം പ്രായോഗിക പരിശീലനം ലഭിച്ച ഒരു ഡോക്ടർക്ക്, ഉപകരണങ്ങളിൽനിന്നുള്ള റിക്കാർഡിങ്ങുകൾ പരിശോധിച്ച് ചോദ്യം ചെയ്യപ്പെടുന്ന ഏതവസരത്തിലാണ് പൊളിപറയുന്നത്, അല്ലെങ്കിൽ എപ്പോഴാണ് സത്യാവസ്ഥ മറച്ചുവയ്ക്കുന്നതെന്ന് പറയാൻ സാധിക്കും.

കുറ്റാന്വേഷണത്തിൽ സത്യം പുറത്തുകൊണ്ടുവരുന്നതിന് മേൽപ്പറഞ്ഞ രണ്ടു ടെസ്റ്റുകൾ കൂടാതെ ബ്രെയിൻ മാപ്പിങ് (Brain Mapping) എന്ന ജനപ്രീതിയാർജ്ജിച്ച മറ്റൊരു മാർഗ്ഗ വും നിലവിലുണ്ട്. 1995 - ൽ അമേരി ക്കൻ ന്യൂറോളജിസ്റ്റായ ഡോ. ലോറൻസ് ഫെയർ വെൽ (Dr. Lawrence Fairwell) (ചിത്രം - 114) വികസിപ്പിച്ചെടുത്തതാണ് ബ്രെയിൻ മാപ്പിങ് ടെസ്റ്റ്. തലച്ചോറിൽ നിന്നു പുറപ്പെ ടുന്ന പ്രത്യേകതരം മസ്തിഷ്ക വീചികൾ (Brain Waves) രേഖപ്പെടുത്തു ന്നതിനുള്ള ഉപകരണങ്ങൾ

ഡോ. ലോറൻസ് ഫെയർ വെൽ ചിത്രം-114

കുറ്റവാളിയെന്നു സംശയി ക്കുന്ന വ്യക്തിയുടെ ശിരസ്സിൽ പിടിപ്പിക്കു ന്നു.

കേസിനോട് ബന്ധപ്പെട്ട ചിത്രങ്ങൾ കാണിക്കുമ്പോഴോ ശബ്ദങ്ങൾ കേൾപ്പിക്കുമ്പോഴോ ഈ തരംഗങ്ങളിൽ ഉണ്ടാകുന്ന വ്യതിയാനങ്ങൾ ഒരു കമ്പ്യൂട്ടർ മോനിട്ടറിൽ നിരീക്ഷിക്കുകയും ആവശ്യമുള്ള ഡാറ്റകൾ റിക്കാർഡു നടത്തുകയും ചെയ്യുന്നു. ചിത്രം 115 ശ്രദ്ധിക്കുക. ചോദ്യം ചെയ്യുന്ന അവസരത്തിൽ കുറ്റാരോപിത വ്യക്തിക്കു നിശ്ചയമുള്ള കാര്യങ്ങൾ കേൾക്കുകയോ കാണുകയോ ചെയ്യുമ്പോൾ P-300 എന്ന പ്രത്യേക തരംഗങ്ങൾ അയാളുടെ മസ്തിഷ്കം പുറപ്പെടുവി ക്കും എന്നുള്ളതാണ് ബ്രെയിൻ മാപ്പിങ്ങിന്റെ പുറകിലുള്ള തത്ത്വം. P-300 റിക്കാർഡുകൾ പരി ശോധിച്ചാണ് വ്യക്തികൾക്കു കുറ്റവുമായി ബന്ധമുണ്ടോയെന്ന് നിശ്ചയിക്കുന്നത്. ഉപകരണങ്ങളുടെ കൃത്യത, റിക്കാർഡിങ്ങിലുള്ള വിശ്വാസ്യത, അവയുടെ വ്യാഖ്യാനം എന്നിവയെല്ലാമാണ് ഈ സമ്പ്രദായത്തിന്റെ വിജയം. കുറ്റ വാളിയെന്നു സംശയിക്കുന്ന ഒരാളിൽനിന്നും ഉദ്ദേശിക്കുന്ന വിവരങ്ങൾ ശേഖരിക്കാൻ മേൽപ്പറഞ്ഞ രീതികളും പ്രയോഗിക്കാറുണ്ട്. കുറ്റം തെളിയിക്കാൻ നാർകോ അനാലിസിസ് പോലുള്ള ടെസ്റ്റുകൾ നടത്തുന്നതിന് ഇപ്പോൾ കോടതി വളരെ ചുരുക്കമായേ അനുവാദം കൊടുക്കാറുള്ളു. എന്നാൽ “ആരുഷി കൊലക്കേസ്” തുടങ്ങിയ കേസുകളിൽ കുറ്റാരോപിതരുടെ മേൽ നാർക്കോ അനാലിസിസ് ടെസ്റ്റ് നടത്തുകയുണ്ടായി. നാർകോ അനാലിസിസ് പോലുള്ള ടെസ്റ്റുകൾ ഇന്ത്യൻ ഭരണഘടനാ വിരുദ്ധമാണെന്ന് (Un Constitutional) 2010 ൽ സുപ്രീം കോടതി വിധി പുറപ്പെടുവിച്ചിട്ടുണ്ട്. മനുഷ്യരുടെ മനസ്സിലുള്ള ചിന്തകളും വിചാരങ്ങളും എപ്രകാരം പുറംലോകത്തിനു കാണിച്ചു കൊടുക്കാൻ സാധിക്കുമെന്നുള്ള വിഷയത്തിൽ അടുത്തകാലത്തു നടക്കുന്ന ഗവേഷണങ്ങൾ ഈ അവസരത്തിൽ എടുത്തു പറയേണ്ടതാണ്.

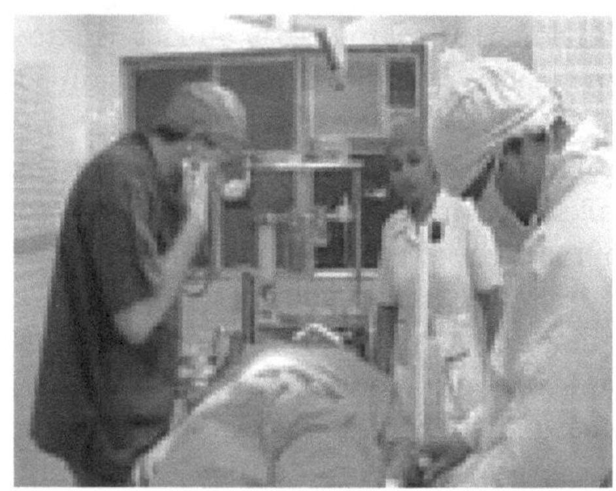

ഒരാളിൽ നാർകോ അനാലിസിസ് ടെസ്റ്റ് നടത്തുന്നു. ചിത്രം-115

സമാപനം

വിവിധ തരത്തിലും ഭാവത്തിലുമുള്ള അനേകം മാനസികവ്യാപാരങ്ങളെപ്പറ്റി ഈ പുസ്തകത്തിൽ വിവരിച്ചു കഴിഞ്ഞു. ചിന്ത, വിചാരം, സ്നേഹം, ദേഷ്യം, ഭയം, ഭാവന, വികാരപ്രകടനം തുടങ്ങിയ നിരവധി നൈസർഗ്ഗിക ഗുണവിശേഷങ്ങളുടെ സമാഹാരമാണ് നമ്മുടെ മനസ്സ്. ഉറക്കം, സ്വപ്നം കാണൽ, ബോധക്ഷയം തുടങ്ങിയ മാനസികവ്യാപാരങ്ങളെപ്പറ്റിയും വിശദമായി വിശകലനം ചെയ്തിട്ടുണ്ട്. മനസ്സിന്റെ എല്ലാ വ്യാപാരങ്ങളും മാംസനിബദ്ധമാണെന്ന് ഒരു കൂട്ടം ന്യൂറോ ശാസ്ത്രജ്ഞർ സമർത്ഥിക്കുന്നു. മറ്റെല്ലാ ശാരീരികധർമ്മങ്ങളെപ്പോലെത്തന്നെയാണ് മനുഷ്യൻ ചിന്തിക്കുന്നതും ഭാവനയ്ക്കൊത്ത് സങ്കല്പങ്ങൾ നെയ്തെടുക്കുന്നതും. രക്തപര്യയന വ്യവസ്ഥയെ ഹൃദയവും അനുബന്ധ നാഡികളും നിയന്ത്രിക്കുന്നതുപോലെ, ദഹനവ്യവസ്ഥയെ ആമാശയവും കരളും മറ്റു ഭാഗങ്ങളും നിയന്ത്രിക്കുന്നതുപോലെ മനസ്സിനെയും മാനസികവ്യാപാരങ്ങളെയും നിയന്ത്രിക്കുന്നത് മസ്തിഷ്കവും അനുബന്ധ നാഡികളുമാണ്. മനുഷ്യന്റെ സ്വബോധത്തെ നിയന്ത്രിക്കാൻ മരുന്നുകൾക്കു സാധിക്കുന്നു. മസ്തിഷ്കത്തിനോ അനുബന്ധനാഡികൾക്കോ സംഭവിക്കുന്ന തകരാറുകൾ മാനസികനിലയെ താറുമാറാക്കുന്നു. ഇങ്ങനെയുള്ള വാദഗതികളാണ് മനസ്സിന്റെ ശാരീരിക ബന്ധത്തെ പിന്താങ്ങുന്നവർ മുന്നോട്ടു വയ്ക്കുന്നത്.

എന്നാൽ മനസ്സിന്റെ ആത്മീയ വശത്തെപ്പറ്റിയാണ് എല്ലാ മതങ്ങളും പഠിപ്പിക്കുന്നത്. മനുഷ്യന്റെ മരണത്തിനു ശേഷവും ശരീരത്തെ അതിജീവിക്കുന്ന മനസ്സിന്റെ ഇരിപ്പിടമായ ഒരാത്മാവ് ഉണ്ടെന്ന് എല്ലാ മതഗ്രന്ഥങ്ങളും സമർത്ഥിക്കുന്നു.

ഹാർവാർഡ് യൂണിവേഴ്സിറ്റി (Harward University)യിലെ

പ്രൊഫസറായ സ്റ്റീവൻ പിൻങ്കറുടെ (Steven Pinker) വാക്കുകൾ ഇവിടെ ഉദ്ധരിച്ചുകൊണ്ട് ഈ സമാഹാരം അവസാനിപ്പിച്ചുകൊള്ളട്ടെ. രക്തപര്യയന വ്യവസ്ഥപോലെ അല്ലെങ്കിൽ പചനവ്യവസ്ഥപോലെ മാനസിക വ്യവസ്ഥയെന്നതും ഒരു ജൈവവ്യവസ്ഥ തന്നെയാണ്. പക്ഷേ, അതിനെപ്പറ്റി പൂർണ്ണമായി മനസ്സിലാക്കുവാൻ നമ്മുടെ മസ്തിഷ്കം ഇനിയും വളർന്നിട്ടില്ല.

9 789388 485494

Printed by Libri Plureos GmbH in Hamburg, Germany